ஆய்வுக்கூடப் பரிசோதனைகளை அறிந்து கொள்ளுங்கள்

சிறுநீர், மலேரியா, குடல், சளி, கண், ஒவ்வாமை, எக்ஸ்ரே, இ.சி.ஜி., நுரையீரல், எம்.ஆர்.ஐ.ஸ்கேன், ஸ்பேக்ட் ஸ்கேன் பரிசோதனைகள், இரத்தம், தைராய்டு, மஞ்சள் காமாலை, கல்லீரல், சிறுநீரகம், நீரிழிவு, கொழுப்பு, புற்றுநோய், பாக்டீரியா, வைரஸ், விந்தணு பரிசோதனைகள்

AF756619

டாக்டர் **முத்துச் செல்லக்குமார்**
MBBS., FRSH., MD., DPSM, Dip.in. Diabet.

சங்கர் பதிப்பகம்

15/21, டீச்சர்ஸ் கில்டு காலனி,
இராஜாஜி நகர் விரிவு,
வில்லிவாக்கம், சென்னை-600 049.
தொலைபேசி: 26502086

AAIVUKKOODA PARISOTHANAIKALAI ARINTHU KOLLUNGAL

Dr. **Muthu Chellakumar,** MBBS., FRSH., M.D., DPSM., Dip.in. Diabet

© வெளியீட்டாளர்கள்

முதல் பதிப்பு	:	2022
விலை	:	**₹ 240/-**
பதிப்பாளர் முகவரி	:	சங்கர் பதிப்பகம், 15/21, டீச்சர்ஸ் கில்டு காலனி, இராஜாஜி நகர் விரிவு, வில்லிவாக்கம், சென்னை-49. தொலைபேசி: 26502086
மொத்தப் பக்கங்கள்	:	240
ஒளி அச்சு மற்றும் முன் அட்டை வடிவமைப்பு	:	சு. அசோக்குமார்
அச்சிட்டோர்	:	எம்.கே. கிராபிக்ஸ், சென்னை - 600 021. அலைபேசி: 98408 28213

பொருளடக்கம்

பக்கம்

நோய்களைக் கண்டறிய உதவும் சிறுநீர் பரிசோதனைகள்

1. சிறுநீர் பரிசோதனை மிக எளிமையானது

சிறுநீர் என்பது நமது உடலில் இருந்து வெளியேறும் கழிவு நீராகும். இது சிறுநீரகத்தின் நீர் என்று சிலர் தவறாகக் கருதுகின்றார்கள். நம் உடலில் ஓடும் இரத்தத்திலுள்ள தேவையற்ற பொருள்கள் பலவும், இந்தச் சிறுநீரின் மூலம் வெளியேறுகிறது என்பதுதான் உண்மை ஆகும்.

சிறுநீர் பரிசோதனை என்றவுடன், சிறுநீரகக் கோளாறினை அறிய உதவும் பரிசோதனை எனப் பலர் நினைப்பதுண்டு. சிறுநீர் பரிசோதனையின் மூலம் சிறுநீரகக் கோளாறுகளையும் அறிந்து கொள்ள முடியும். மேலும் பல்வேறு பொதுவான உடலியல் கோளாறுகளையும் அறிந்து கொள்ள முடியும்.

பொதுவாக இரத்தப் பரிசோதனை செய்வதைவிட, சிறுநீர் பரிசோதனை செய்து கொள்ளவே மக்கள் மிகுந்த ஆர்வம் காட்டுகிறார்கள். இரத்தப் பரிசோதனை என்றால் விரல் நுனியில் கூரிய ஊசியால் குத்தியோ, இரத்தக் குழாயில் குத்தியோ இரத்தத்தை எடுப்பார்கள். வலியையும், வேதனையையும் அனுபவித்தாக வேண்டும். ஒரு சிலர் இரத்தத்தைக் கண்டு மயங்கி விழுவதும் உண்டு.

ஆனால், சிறுநீர் என்றால் இந்தப் பிரச்சனை இல்லை.

வீணாகின்ற சிறுநீரின் ஒரு பகுதியைக் குப்பியில் பிடித்துக் கொடுத்து விடலாம் என்று நினைக்கிறார்கள். இரத்தப் பரிசோதனை இல்லை வெறும் சிறுநீர் பரிசோதனைதான் என்று சொன்னால் போதும்; மகிழ்ச்சியுடன் 'எப்போது செய்யலாம்?' என்பார்கள். எப்போது வேண்டுமானாலும் அவர்கள் செய்யத் தயாராக இருக்கிறார்கள் இது போன்ற பயமில்லாத பரிசோதனைகளை.

இனி பல்வேறு சிறுநீர் பரிசோதனைகளைப் பற்றி அறிந்து கொள்வோம்.

எங்கு எப்படி எடுப்பது சிறந்தது?

சிறுநீரை எடுத்துப் பரிசோதனை செய்வதற்கு முன்பாக, அதனை எப்படிச் சேகரிப்பது என்பதை அறிந்து கொள்ள வேண்டும்.

சிறுநீரை சேகரிக்க, வீட்டிலேயே ஏதாவது ஒரு குப்பியை எடுத்துப் பயன்படுத்துவதைவிட, ஆய்வுக் கூடத்தில் தரும் குப்பியில் சிறுநீரைப் பிடிப்பது சிறந்தது.

சிறுநீரைப் பிடித்து பரிசோதனைக்குக் கொண்டு போக வேண்டுமென்பதை காலையில் எழுந்தவுடன் நினைத்துப் பார்ப்பார்கள். அதன்பிறகு, அவசர அவசரமாகக் கையில் கிடைத்த ஏதாவது ஒரு குப்பியைக் கழுவிவிட்டுச் சிறுநீரை அதில் பிடிப்பார்கள். அது, கிருமி நாசினி இருந்த குப்பியாக இருக்கலாம். சிலர் சரியாகக் கழுவாத போதும் பிரச்சனை ஏற்படும். கிருமிநாசினி குப்பியாக இருந்தாலும் பரிசோதனை முடிவுகள் சரியாக இருக்காது.

சிலர் முறையாகக் கழுவிய போதும், கழுவப் பயன்படுத்திய நீர் சுத்தமில்லாததாக இருந்தாலும் பிரச்சனைதான்! எனவே, ஆய்வுக்கூடத்தில் குப்பியை வாங்கிப் பயன்படுத்துவதே சிறந்தது.

குப்பி தூய்மையானதாக இருப்பதுடன், உலர்ந்ததாகவும் இருக்க வேண்டும்.

வீட்டில் சிறுநீரைப் பிடித்துக் கொண்டு வருவதில் வேறுசில சிக்கல்களும் இருக்கின்றன.

சிறுநீர்ப் பரிசோதனைக்காக ஆய்வுக் கூடத்துக்கு தன் சிறுநீரைத் தரவேண்டிய ஒருவர் சிறுநீரை எடுத்த பிறகு, அவசர, அவசரமாக அலுவலகத்திற்குக் கிளம்பிக் கொண்டிருப்பார். 'ஆய்வுக் கூடத்திற்குச் சென்று சிறுநீரைக் கொடுத்துவிட்டு, அப்படியே அலுவலகம் போய் விடலாம்!' என எண்ணிப் புறப்படுவார்.

ஆனால் அலுவலகத்துக்குச் சென்ற பின்புதான், 'ஆய்வுக்கூடத்திற்குப் போக மறந்துவிட்டோமே' என்பது நினைவுக்கு வரும். அதன் பிறகு அலுவலகத்தில் அனுமதி கேட்பார். 'வந்ததே லேட்! அதில் வந்தவுடன் அனுமதி வேறா?' என்று மேலதிகாரி திட்டுவார். எப்படியோ குழைந்து நெளிந்து அனுமதி வாங்கிக் கொண்டு அவசர அவசரமாக ஆய்வுக் கூடத்திற்கு வந்து சிறுநீரைக் கொடுக்கும்போது, காலதாமதம் காரணமாக அந்தச் சிறுநீர் பல்வேறு மாற்றங்களை அடைந்திருக்கும். பரிசோதனைக்கு ஏற்றதாக அது அமையாது. அதைப் பரிசோதனை செய்தால் அது சரியான முடிவைத் தராது.

நீங்கள் மிகவும் கால தாமதமாகக் கொண்டு வந்துள்ளீர்கள். அதனால் நாளைக்குக் காலையில் மீண்டும் கொண்டு வாருங்கள்! என்று ஆய்வுக் கூடத்தில் சொன்னால், அந்த நபர், "என்ன! நாளைக்குமா! முடியாதே! இப்போது அனுமதி கிடைத்ததே பிரம்மப் பிரயத்தனம்! இதிலேயே பார்த்து விடுங்கள்!" என்பார்.

ஆய்வுக் கூடத்தில், 'பரிசோதனை செய்து கொடுத்து விடலாம். ஆனால், இம் முடிவினை வைத்து சரியான ஆலோசனை எதுவும் கூறமுடியாது' என்பார்கள். இதனால் பாதிக்கப்படுவது நோயாளிதான். அவர் வீணாகப் பணத்தையும் கொடுத்துவிட்டுச் சரியான முடிவையும் பெற முடியாமல் போய்விடுவார். எனவே, உரிய காரணங்களால் ஆய்வுக் கூடத்தில் பரிசோதனை செய்ய இயலாது என்று கூறினால், நிர்ப்பந்தம் செய்வதைத் தவிர்க்க வேண்டும். அவ்விதம் நிர்ப்பந்தம் செய்வதால் தமக்குத்தான் பாதிப்பு என்பதை உணர்ந்து கொள்ள வேண்டும்.

சிறுநீரை எடுத்தவுடன் உடனடியாக ஆய்வுக்கூடத்தில் கொடுக்கவேண்டும். அதனை ஒரு மணி நேரத்திற்குள்ளாகக் கொடுத்தால் நல்லது. தாமதமாகுமானால், குளிர்சாதனப்

பெட்டியில் அதனை வைத்துப் பாதுகாக்க வேண்டும். மீண்டும் பரிசோதனை செய்யும் முன்பாக, அந்தச் சிறுநீர் சாதாரண சீதோஷ்ண நிலையை அடையும் வரைக் காத்திருந்து அதன் பிறகு தான் பரிசோதனை செய்ய வேண்டும்.

உணவுப் பதார்த்தங்கள் நிறைந்த குளிர்ச்சாதனப் பெட்டியில் சிறுநீரை வைக்க எந்த வீட்டில் அனுமதிப்பார்கள்? இல்லை இதற்கெனத் தனியாகக் குளிர்சாதனப் பெட்டி ஒன்றை விலை கொடுத்து வாங்கி வைக்க இயலுமா? இதனால்தான் ஆய்வுக்கூடத்திலேயே சிறுநீரை எடுத்துக் கொடுப்பது சிறந்தது என்கிறோம்.

எப்போது சிறுநீரை எடுப்பது?

எப்போது சிறுநீரை எடுப்பது?' என்ற கேள்வி நமக்குள் தோன்றும். நோயின் தன்மைக்கு ஏற்பவும், நாம் பார்க்க உள்ள பரிசோதனைக்கு ஏற்பவும் இது சிறிது மாறுபடும். என்றாலும், பெரும்பாலும் அதிகாலையில் எடுக்கும் சிறுநீர்தான் பல்வேறு பரிசோதனைக்கும் பயன்படுகிறது.

சிலருக்குச் சில குறிப்பிட்ட வகையான பரிசோதனைகளைச் செய்வதற்காக ஒருநாள் முழுவதும் வெளியேறும் மொத்தச் சிறுநீரையும் சேகரிக்கும் அவசியம் ஏற்படுவதும் உண்டு. அதனையும், ஆய்வுக் கூடத்தில் தருகின்ற பிளாஸ்டிக் ஜாரிலேயே சேகரிக்க வேண்டும். அதுதான் சிறந்தது. அவர்கள் காலையில் எழுந்தவுடன் முழுவதுமாகச் சிறுநீரைக் கழித்து விடவேண்டும். அதன்பிறகு, ஒவ்வொரு முறை சிறுநீர் கழிக்கத் தோன்றுகின்ற போதும், அந்த ஜாரிலேயே சிறுநீரைப் பிடிக்க வேண்டும். உதாரணமாக, காலை 7 மணிக்குச் சிறுநீரைப் பிடிக்கத் தொடங்கினால் அடுத்த நாள் காலை 7 மணி வரையில் பிடிக்க வேண்டும். இவ்வாறு சேகரித்த சிறுநீரை உடனடியாக ஆய்வுக் கூடத்திற்கு எடுத்துச் சென்று கொடுக்க வேண்டும்.

சிறுநீரில் கிருமிகள் உள்ளனவா? என்று பரிசோதனை செய்வதற்கு, காலையில் எழுந்து சிறுநீர் கழிக்கும் போது, முதல் தடவை செல்லும் சிறுநீரை வெளியே விட்டுவிட்டு, அதன்பிறகு வருகின்ற சிறுநீரையே பிடிக்க வேண்டும். இவ்வாறு, இடைப் பட்ட சிறுநீரில் பரிசோதனை (MID - STREAM URINE SAMPLE)

செய்வதன் மூலம் உண்மையாகவே, சிறுநீரில் கிருமிகள் உள்ளனவா, இல்லையா என்பதைக் கண்டறிய முடியும்.

இவ்வாறு சிறுநீரைப் பிடிப்பதற்கு முன்பாக ஆணானாலும், பெண்ணானாலும், முதலில் பிறப்புறுப்பைச் சுத்தமாகக் கழுவிவிட்டு அதன் பிறகே சிறுநீரைச் சேகரிக்க வேண்டும். ஏனென்றால், அவ்வாறு கழுவாமல் சிறுநீரைச் சேகரிக்கின்ற போது, அப்பகுதிகளில் நிறைந்துள்ள கிருமிகள் சிறுநீரில் கலந்து தவறான முடிவைத் தந்துவிடும். எனவேதான் சிறுநீரைப் பிடிக்கும் முன்பாக அப்பகுதிகளைச் சுத்தம் செய்ய வேண்டும் என வலியுறுத்துகிறோம்.

ஏன் முதலில் வெளியேறும் சிறுநீரை வெளியே விட்டுவிட்டு இடைப்பட்ட சிறுநீரைப் பிடிக்க வேண்டுமெனக் கேட்கலாம்.

முதலில் சிறுநீர் வருகின்ற போது, சிறுநீர்ப் பையிலிருந்து அதன் வழித்தடமான, சிறுநீர்த்தாரையின் வழியாக வரும். இவ்வாறு வருகின்றபோது சிறுநீர்த்தாரையில் அழற்சி இருந்து கிருமிகள் இருந்தால், அது சிறுநீருடன் கூடவே வந்துவிடும்.

எனவே, கொஞ்சம் சிறுநீரை வெளியே விட்டு, மத்தியப் பகுதியினைப் பிடிக்கின்ற போது, அதில் பெரும்பாலும் சிறுநீரகம், சிறுநீர்ப் பை, ஆகியவற்றின் கோளாறுகளினால் உண்டாகியுள்ள கிருமிகள் மட்டுமே இருக்கும். எனவே, இதனைப் பரிசோதனை செய்கின்ற போது அவற்றிலுள்ள கிருமிகளின் பாதிப்பை உள்ளபடி அறிய முடிகிறது.

அதிகாலைச் சிறுநீரை ஏன் எடுக்க வேண்டும்?

பெரும்பாலான சிறுநீர்ப் பரிசோதனைகளுக்கு அதிகாலைச் சிறுநீரையே பயன்படுத்துகிறோம் என்று பார்த்தோம். ‘ஏன் அதிகாலைச் சிறுநீரைப் பயன்படுத்த வேண்டும்? எப்பொழுது வேண்டுமானாலும் சிறுநீரை எடுத்துப் பரிசோதனை செய்ய வேண்டியதுதானே’ என்று கேட்கலாம்.

இதற்கும் காரணமிருக்கிறது. அதிகாலையில் சிறுநீரைப் பிடிக்கும்போது அது மற்ற நேரத்தில் பிடிக்கும் சிறுநீரை விட அடர்த்தியானதாக இருக்கும். மேலும் அது குறைந்த PH உடையதாக இருக்கும். இந்தக் குறைந்த PH நிலையில்

சிறுநீரிலுள்ள பல்வேறு பொருட்களும் அப்படியே பாதுகாக்கப் படும்.

சிலருக்கு உடனடியாகச் சிறுநீரைப் பிடித்துக் கொண்டு வர முடிவதில்லை. தவிர்க்க முடியாத காரணங்களால் சிறிது தாமதமாகலாம். குளிர்ச்சாதனப் பெட்டியும் இல்லை. அப்போது என்ன செய்வது?

சிறுநீரைப் பாதுகாப்பது எப்படி?

சிறுநீரில் சில திரவங்களை ஊற்றி அதை பாதுகாப்பாகக் கொண்டு வரலாம். இதற்கெனச் சிலவகை மருந்துகள் உள்ளன. இவற்றை Preservatives என்பார்கள். இதில் பலவகைகள் உள்ளன. ஒவ்வொன்றும் ஒவ்வொரு பரிசோதனைக்குப் பயன்படும். இனி அவற்றைக் குறித்துக் கொஞ்சம் பார்க்கலாம்.

“டோலியூன்” என்று ஒரு இரசாயனப் பொருளை Preservatives ஆகப் பயன்படுத்துகிறோம். இது போன்றே தைமால், ஃபார்மலின், குளோரோஃபார்ம் ஆகியவற்றையும் சிறுநீர்ப் பாதுகாப்புக்காகப் பயன்படுத்துகிறோம்.

அடர்த்தியான ஹைட்ரோகுளோரிக் அமிலமும் சில நேரங்களில் பயன்படுத்தப்படுகிறது.

சிறுநீரில் பலவகையான பரிசோதனைகள் உள்ளன.

அவை : 1. பௌதிகப் பரிசோதனைகள், 2. இராசயனப் பரிசோதனைகள், 3. நுண்நோக்கிப் பரிசோதனைகள். இவை களைப் பற்றி இனி விரிவாகப் பார்ப்போம்.

○

2. பௌதீகப் பரிசோதனைகள்

இதில் முதலில் நிறப் பரிசோதனை செய்வார்கள். சிறுநீர் பெரும்பாலும் வைக்கோல் போன்ற இலேசான மஞ்சள் நிறத்தில் இருக்கும்.

பல்வேறு நோய்களால் பாதிக்கப்படும்போது, சிறுநீரின் நிறம் மாறும். நோய்க்கு ஏற்ப சிறுநீர் பல்வேறு நிறங்களில்

இருக்கும். எனவே, நிறத்தை மருத்துவத் துறையினர் யாரும் எளிதாக நினைத்து விடுவதில்லை. நிறத்தின் மூலமாகப் பல்வேறு நோய்களையும் அறிந்து கொள்ள முடியும்.

சாதாரணமாகச் சிறுநீர் இலேசான மஞ்சள் நிறத்தில் இருப்பதற்கு, அதிலுள்ள யூரோபில்லின் மற்றும் யூரோகுரோம் முதலிய பொருள்கள் தான் காரணங்களாகும்.

சிறுநீரில் கலந்து வரும் பல்வேறு பொருள்களைப் பொறுத்து அதன் நிறம் மாற்றமடையும். உட்கொள்ளும் மருந்துகளினாலும், அவற்றால் வெளியேறும் பொருள்களினாலும் சிறுநீர் நிறமாற்ற மடையும். சிறுநீர், சாதாரண நிறத்தில் இல்லாமல், அடர்த்தியான மஞ்சள் நிறத்தில் இருந்தால், அந்த நோயாளிக்கு மஞ்சள் காமாலை இருக்க வாய்ப்பு உள்ளது.

மஞ்சள் காமாலை நோய் ஏற்பட்டால் இரத்தத்தில் கலந் துள்ள அதிக அளவு பித்தநீரின் நிறமிப் பொருளான பில்லிரூபின் சிறுநீரில் அதிகரித்துவிடும். இதனால், சிறுநீர் மஞ்சள் நிறமாக இருக்கும். அதன் மேற்புறத்தில் பச்சை நிறம் மூடியது போல இருக்கும்.

பித்தக்கற்கள் அடைப்பினால், அல்லது புற்று நோய்க் கட்டியினால் அடைப்பு ஏற்பட்டிருந்தால், சிறுநீர் மேலும் அடர்த்தியாகி அதிக மஞ்சள் நிறத்துடன் காணப்படும்.

சிலவகை மருந்துகளைச் சாப்பிடுவதாலும் சிறுநீர் நிறமாற்றமடைந்த மஞ்சள் நிறத்தில் வெளியேறும்.

குறிப்பாக, ஃபியூரோசோலிடோன் மருந்தைச் சாப்பிடு கின்ற போதும், பி.காம்ப்ளெக்ஸ் மருந்தைச் சாப்பிடுகின்ற போதும் சிறுநீர் மஞ்சளாகப் போகும். சிறுநீரின் டெட்ரா சைக்கிளின் மருந்தாலும் சிறுநீர் மஞ்சள் நிறமாகப் போகும்.

சிறுநீர், சிலருக்குச் சிவப்பாக இருக்கும். சிறுநீரில் இரத்தம் கலந்திருந்தாலும் இப்படிச் சிவப்பாக இருக்கும். அதே நேரத்தில், காசநோய்க்குப் பயன்படும் ரிஃபாம்பிஸின் மருந்தாலும், மற்றும் பீனஸோபைரிடீன் மருந்தாலும் சிறுநீர் சிவப்பாகப் போகலாம்.

இலேசாக இரத்தம் கலந்திருந்தால் சிறுநீர் புகைபடிந்தது போன்ற தோற்றத்தைக் கொடுக்கும்.

இரத்தச் சிவப்பணுக்கள் சிதைந்ததால் இரத்தத்தில் அதிகமாக ஹீமோகுளோபின் நிறமிகள் வெளியேறினால் சிறுநீர் கருஞ்சிவப்பு நிறமாகக் காணப்படும். சிலருக்குக் கருப்பாகவும் போகலாம். மலேரியாக் காய்ச்சலால், சிவப்பணுக்கள் பாதிக்கப்பட்டுச் சிதைவடையும் போது இதுபோன்ற பாதிப்பு ஏற்படலாம். இரத்தம் செலுத்தும்போது ஏற்படும் வினையாலும் இதுபோன்ற பாதிப்புகள் தோன்றலாம். “பீட்ரூட்” அதிகம் சாப்பிட்டாலும், சிறுநீர் இரத்தச் சிவப்பில் வெளியேறும்.

பார்பைரின்ஸ் என்ற பொருள்கள் சிவப்பணு உற்பத்திக்கு உதவுபவை. இவை சிறுநீரில் பார்பைரியா என்ற நோயில் வெளியேறும். பல்வேறு நொதிகளின் குறைபாட்டினால், பார்பைரின்ஸ் இரத்தத்தில் மிகுதியாக எற்படும். இதனால் இவர்களுக்குச் சிறுநீர் பழுப்பு நிறத்தில் அல்லது சிவப்பு நிறத்தில் வெளியேறும்.

மெலோனின் நிறமிகள் சிறுநீரில் அதிகமாகப் போகின்ற போதும் சிறுநீர் கருப்பாக இருக்கும்.

சிலருக்குச் சிறுநீர் கொஞ்சம்கூட மஞ்சள் நிறமில்லாது வெளுப்பாக அல்லது தூய, நிறமற்ற நிலையில் போகலாம். சிறுநீரகக் கோளாறு காரணமாக, சிறுநீரில் போதுமான அடர்த்தி (CONCENTRATION) இல்லாதபோது இவ்வாறு சிறுநீர் போகும்.

மலச்சிக்கலுக்குப் பயன்படுத்தும் மருந்தான சென்னாவைச் சாப்பிடும்போது சிறுநீர் ஆரஞ்சு நிறத்தில் போகும்.

இரும்புச் சத்து மிகுதியைப் போக்குவதற்குப் பயன்படும் டெஸ்ஃபேரிஆக்ஸமைன் மருந்தைக் கொடுக்கும்போது கருஞ் சிவப்பு அல்லது பழுப்பு நிறத்தில் சிறுநீர் வெளியேறும்.

பெனின்டையோன் மருந்தினால், சிறுநீர் கத்திரிப்பூ நிறத்தில் (PINK) போகும்.

“நைட்ரோஃப்ரான்டாயின், நிரிடோஸோல் மருந்துகளைச் சாப்பிடுகின்றபோது சிறுநீர் பிரௌன் நிறத்தில் வெளியேறும்”

மெத்திலீன் ப்ளு உள்ள மருந்தினால் சிறுநீர் பச்சை நிறத்தில் போகும்.

இரத்த அழுத்தத்திற்குப் பயன்படும் மெத்தேல் டோபா மருந்தினாலும், இரும்பு சார்பிட்டால் மருந்தினாலும் சிறுநீர், சிலேட்டு நிறத்தில் போகும்.

புதிதாகச் சிறுநீர் வெளியேறியவுடன் அதனைப் பிடித்துப் பார்த்தால் அது தெளிவாக இருக்கும். அதில் புரதப் பொருளோ, பாஸ்பேட்டோ, பழுப்புச் செல்களோ இருந்தால், அது கலங்கிப் போய் காணப்படும்.

சிறுநீரைப் பிடித்து நீண்ட நேரம் அறையில் வைத்து விட்டாலும், அதில் நுண்கிருமிகள் பெருகி, அது கலங்கலாகி விடும்.

எனவே, சிறுநீரின் நிறத்தையும் வெளித் தோற்றத்தையும் எளிதாகக் கருதிவிடக்கூடாது. அதன் மூலம் நோயின் தன்மை குறித்து ஓரளவு அறிந்து கொள்ளலாம். அத்துடன் பல்வேறு மருந்துகளின் பாதிப்பினாலும் சிறுநீரின் நிறம் மாறிவிடும்.

எனவேதான் எல்லா ஆய்வுக்கூடங்களிலும் சிறுநீரைப் பிடித்து அதனைத் தூய்மையான சோதனைக் குழாயில் ஊற்றி நல்ல வெளிச்சத்தில் பார்ப்பார்கள். இது எளிய சோதனை, அதே நேரம் மிக முக்கியமானதும் கூட!

சிறுநீரின் அளவு

தினமும் கழிக்கின்ற சிறுநீரின் அளவு சராசரி மனிதனுக்கு எவ்வளவு இருக்க வேண்டுமென்ற கணக்கு உள்ளது. அதை விடுத்து சிறுநீர் குறைவாகக் கழித்தாலும், அதிகமாகக் கழித் தாலும் அது உடலின் பாதிப்புகளினாலோ, அல்லது ஏதாவது நோயின் காரணமாகவோ ஏற்பட்டதாகவே கருத வாய்ப்புகள் உள்ளன.

சராசரியாக மனிதனுக்குத் தினமும் 1500 மி.லி. சிறுநீர் வெளிச்செல்லும். அதாவது ஒன்றரை லிட்டர். இது 1200 மிலி. முதல் 1500 மிலி வரை இருக்கலாம்.

பெரும்பாலும், சிறுநீரின் பெரும்பகுதி பகல் நேரத்திலேயே வெளியேறும். இரவு நேரத்தில் கொஞ்சம்தான் வெளியேறும். திரவ உணவுவகைகளை அதிகமாகப் பருகினால் அதற்கேற்பவும் சிறுநீர் அதிகமாக வெளியேறும்.

உணவிற்குப் பிறகும், திரவம் பருகிய பிறகும், மது பானங்கள் அருந்திய பிறகும் சிறுநீர் அதிகமாக வெளியேறும்.

வெயிற்காலங்களில் குறைவாகவும், குளிர் மழைக்காலங் களில் அதிகமாகவும் சிறுநீர் வெளியேறும்.

கோடைக்காலத்தில் அதிக வியர்வையின் காரணமாக சிறுநீர் குறைவாகவே வெளியேறும்.

அதே நேரம் குளிர்காலங்களில், தோல் பகுதிக்கு வரும் இரத்த நாளங்கள் சுருங்கி வியர்வை குறைந்துவிடும். அதன் காரணமாக, அக்காலங்களில் அதிகமாகச் சிறுநீர் வெளியேறும்.

மிகைச் சிறுநீர்ப் போக்கு

மேலே குறிப்பிட்ட அளவைவிட சிறுநீர் அதிகமாகக் கழித்தால் அதனை மிகைச் சிறுநீர்ப்போக்கு அல்லது சிறுநீர்ப் போக்கு (POLYURIA) என்று கூறுகிறார்கள். இது பெரும்பாலும், நீரிழிவு நோயினால் ஏற்படும். இவர்களுக்கு சிறுநீரில் சர்க்கரைச் சத்தும் மிகுந்திருக்கும்.

இன்னொரு வகையான நீரிழிவு போன்ற நோய் உண்டு. அந்த நோயாளிகளுக்குச் சிறுநீர் அதிகமாக வெளியேறும். ஆனால் அவர்களது சிறுநீரில் சர்க்கரைச் சத்து இருக்காது. இவர்களது சிறுநீரின் அடர்த்தி குறைவாக இருக்கும். இக் குறைபாடு சிறுநீரகக் கோளாறினால் உண்டாகும்.

பிட்யூட்டரி என்ற மூளையிலுள்ள நாளமில்லாச் சுரப்பியின் பின்பகுதியிலிருந்து சுரக்கும் அர்ஜிநைன் வாஸோபிரஸ்ஸின், ஆண்டி டையூரிட்டிக் ஹார்மோன் போன்ற ஹார்மோன்களின் உற்பத்திக் குறைபாட்டினாலும் இந்தக் குறைபாடு ஏற்படும். சிறுநீரகச் செயலிழப்பினாலும் சிறுநீர் அளவுக்கு அதிகமாக வெளியேறும்.

சிலருக்கு வழக்கத்தைவிட இரவில் சிறுநீர் அதிகமாக வெளியேறும் (NOCTURNAL POLYURIA). இது சிறுநீரகச் செயலிழப் பிற்கான ஆரம்ப அறிகுறியாகவும் இருக்கலாம். எனவே இதுபோன்ற குறைபாடு உள்ளவர்களை மிகவும் கவனமாகப் பரிசோதனை செய்ய வேண்டும்.

குறை சிறுநீர்ப் போக்கு

சிலருக்கு வழக்கத்தைவிட சிறுநீர்ப் போக்கு குறைவாக இருக்கும். அடிக்கடி வாந்தி எடுத்தல், வயிற்றுப்போக்கு, காய்ச்சல், தீக்காயங்கள் ஆகிய பாதிப்புகளினால் உடலில் இருந்து நீரும், தாது உப்புகளும் அதிகமாக வீணாகிவிடும். இதனாலும் குறைவான சிறுநீர்ப்போக்கு இருக்கும்.

சிலருக்குத் திடீரென இரத்த அழுத்தம் குறைவதாலும், தீவிர இதயச் செயலிழப்பினாலும், சிறுநீரக உட்பகுதி பாதிப்புகளினாலும், சிறுநீர் குறைவாகவே வெளியேறும்.

சிலருக்கு முழுமையாகவே, கொஞ்சம்கூட சிறுநீர் வெளியேறாமல் (ANURIA) இருக்கும். இது பெரும்பாலும் சிறுநீர் வருகின்ற பாதை அடைத்துக் கொள்வதால் தான் ஏற்படுகிறது. சிலருக்குச் சிறுநீர் அடிக்கடி போகும். ஆனால், அடிக்கடி போவதற்கும் அதிகமாகப் போவதற்கும் வித்தியாசம் உண்டு.

பயம், கோபம், படபடப்பு போன்ற பல்வேறு உணர்ச்சிகளுக்கு அதிகமாக ஆட்படுகின்ற போதும் சிறுநீர் அடிக்கடி வெளியேறும். இத்தகைய தருணங்களில் ஒவ்வொரு முறை சிறுநீர் கழிக்கும் போதும் சிறிதளவு சிறுநீர்தான் வெளிச் செல்லும். அதிகமாகச் செல்லாது. அதாவது, ஒருவர் ஒருமுறை கழிப்பதையே இவர்கள் கொஞ்சம் கொஞ்சமாகப் பலமுறை கழிப்பார்கள். அவ்வளவுதான்!

எனவே, உண்மையான சிறுநீரின் அளவை அறிந்து கொள்ள அதனை ஒரு ஜாடியில் பிடித்துப் பார்ப்பதுதான் சிறந்தது. ‘24’ மணி நேரத்தில் எவ்வளவு சிறுநீர் வெளியேறுகிறது? என்பதை இதன் மூலம் அறிந்து கொள்ள முடியும். காலை 6 மணிக்குச் சிறுநீரைப் பிடிக்கத் தொடங்கினால் அடுத்தநாள் காலை 6 மணி வரையில் சிறுநீரைப் பிடிக்கவேண்டும். அப்போதுதான் அதன் உண்மையான அளவை அறிந்து கொள்ளமுடியும்.

சிறுநீரின் வாடை

சிறுநீருக்கெனத் தனிப்பட்ட வாடை உண்டு. பொது இடங்களிலேயே பலரும் சிறுநீர் கழிப்பதை வழக்கமாகக் கொண்டுள்ளனர். அவ்விடங்களுக்குச் சென்றால் போதும்,

தனியே ஒரு வாடை வீசும். 'அய்யோ என்ன வாடை!' இங்கே யாரோ மூத்திரத்தைக் கழித்திருக்க வேண்டும் என்ற எண்ணம் தோன்றும். இந்த வாடை அரோமெடிக் வாடையாகும். சில நேரங்களில் இந்த வாடை இல்லாமல் 'பழ வாடை' இருந்தால் சிறுநீரில் கீட்டோன் (KETONE BODIES) பொருள்கள் அதிகமாக இருக்கின்றன என்று அர்த்தம். இது பெரும்பாலும் நீரிழிவு நோயின் காரணமாகவே ஏற்படும்.

சிறுநீரின் தன்மை (PH)

சிறுநீரின் தன்மை பெரும்பாலும் அமிலத்தன்மை கொண்டதாக இருக்கும். இதன் PH பெரும்பாலும் '6' என்ற நிலையில் இருக்கும். இதில் பல்வேறு அமிலத் தன்மை மிகுந்த பொருள்கள் அமிலங்கள் இருப்பதாலேயே இது அமிலத் தன்மை கொண்டதாக இருக்கும். ஆனால், சிறுநீரைக் கொஞ்ச நேரம் பிடித்து வைத்திருந்தால் அது காரத்தன்மை கொண்டதாக மாறிவிடும்.

உண்ணும் உணவைப் பொறுத்தும், உட்கொள்ளும் மாத்திரைகளைப் பொறுத்தும் இதன் தன்மை மாறுபடும்.

இதனைப் பரிசோதனைக் கூடத்தில் கண்டுபிடிக்கலாம். இதற்கென ஊதா மற்றும் சிவப்பு லிட்மஸ் காகிதங்கள் கிடைக்கின்றன.

ஊதா லிட்மஸ் காகிதத்தில் சிறுநீர் பட்டவுடன் அது சிவப்பாக மாறிவிட்டால், அந்தச் சிறுநீர் அமிலத் தன்மை கொண்டது என்று அறியலாம். இந்த மாறுதல் பெரும்பாலானவர்களின் சிறுநீரில் ஏற்படும். ஏனென்றால் பெரும்பாலானவர்களின் சிறுநீர் அமிலத்தன்மை உடையதாகவே இருக்கும்.

இதற்கு மாறாக, சிவப்பு லிட்மஸ் காகிதம் சிறுநீர் பட்டவுடன் ஊதா நிறமாக மாறிவிட்டால், அந்தச் சிறுநீர் காரத்தன்மை கொண்டது என்பதனை அறிந்து கொள்ளலாம்.

"சிறுநீர் அமிலத்தன்மை கொண்டதா? காரத்தன்மை கொண்டதா?" என்பதைக் கண்டுபிடித்த பிறகு, "எவ்வளவு அமிலத்தன்மை கொண்டது? அல்லது எவ்வளவு காரத்தன்மை கொண்டது?" என்பதைக் கண்டுபிடிக்க வேண்டும்.

இதற்கென உள்ள லிட்மஸ் காகிதங்களை வைத்து சிறுநீரின் PH அளவைக் கண்டறியலாம். அது 4.5 லிருந்து 7 வரை இருக்கலாம்.

அடர்த்தித் தன்மை (SPECIFIC GRAVITY)

தண்ணீரின் அடர்த்தி 1 ஆகும். சிறுநீரின் அடர்த்தி 1.002 என்ற அளவிலிருந்து 1.025 வரையில் இருக்கும். நோயாளி பருகிய நீரின் அளவைப் பொறுத்து இது மாறுபடும். பெரும் பாலும் காலையில் கழிக்கின்ற அதிகாலைச் சிறுநீரின் அடர்த்தி, மற்ற நேரத்தில் இருப்பதைவிட அதிகமாக இருக்கும்.

ஒரு திரவத்தின் அடர்த்தி அதில் கலந்துள்ள, அதாவது அதில் கரைந்துள்ள பொருட்களின் துகள்களின் அளவைப் பொறுத்து மாறுபடும். அது போலவே சிறுநீரின் அடர்த்தி, அதில் கரைந்துள்ள பல்வேறு மூலக்கூறுகளான, யூரியா, சோடியம் ஆகியவற்றின் அளவைப் பொறுத்து அமையும்.

சிறுநீரின் அடர்த்தியை அளப்பதற்கெனவே 'சிறுநீர் அடர்த்திமானி' என்னும் கருவி (URINOMETER) இருக்கிறது.

சிலருக்குச் சிறுநீரில் குளுக்கோஸ், புரதம் ஆகியவை மிகுந்திருக்கும் போதும் இந்த அடர்த்தி அதிகமாகிவிடும். மேலும், குளோரைடு, பாஸ்பேட்ஸ் ஆகியவை அதிகரித்தாலும் அடர்த்தி அதிகமாகிவிடும். சிறுநீர் வெளிச்செல்லும் பாதை களைப் படம் பிடிப்பதற்கான திரவத்தைக் கொடுத்த பிறகும், சிறுநீரின் அடர்த்தி அதிகமாகிவிடும்.

சிறுநீரின் அடர்த்தியை அறிந்து கொள்வதற்கு இதற்கென தயாரிக்கப்பட்ட காகிதத் துண்டுகளையும் (STRIPS) பயன் படுத்தலாம்.

தண்ணீர் அதிகமாகக் குடிப்பவர்களுக்கு, சிறுநீரின் அடர்த்தி குறைந்துவிடும். "நீரிழிவு" போன்ற அதிகமாக சிறுநீர் செல்லும் நோயினாலும் சிறுநீரின் அடர்த்தி வெகுவாகக் குறைந்திருக்கும். இவர்களுக்குச் சிறுநீர் அதிகமாகப் போகும். ஆனால் சிறுநீரில் சர்க்கரை இருக்காது. (இது பிட்யூட்டரிச் சுரப்பியின் கோளாறு காரணமாகவோ சிறுநீரகக் கோளாறி னாலோ ஏற்படும்).

சிறுநீரகச் செயலிழப்பினால், சிறுநீர் ஆரம்பத்தில் அதிகம் செல்லாமல் இருக்கும். அதன் பிறகு, சிறுநீரகம் கொஞ்சம் அதிக மாகச் செயல்படத் தொடங்கி அதிகமாகச் சிறுநீரை வெளி யேற்றும். இந்நிலையில் சிறுநீரின் அடர்த்தி மிகவும் குறைவாக இருக்கும். அதன்பிறகு, சிறுநீரின் அடர்த்தி 1.010 என்ற அளவிலேயே இருந்து விடும். இவர்களுக்குப் பலநேரங்களில் சோதனை செய்து பார்த்தாலும் சிறுநீரின் அடர்த்தி ஒரே மாதிரியாகவே இருக்கும்.

இதனைக் கண்டறிய, சிலருக்குக் குடிப்பதற்குத் தண்ணீர் குறைவாகக் கொடுத்து, அதன்பின் அவர்கள் சிறுநீர் கழிக்கும் போது அதன் அடர்த்தி எப்படியுள்ளது என்பதனைக் கண்டறி வார்கள். சாதாரணமாகத் தண்ணீர் குடிக்காது நீண்ட நேரம் இருக்கின்ற போது, சிறுநீரின் அடர்த்தி அதிகரித்துக் கொண்டே வரும். ஆனால், சிறுநீரகச் செயலிழப்பு உள்ளவர்களுக்கு இது ஒரே மாதிரியாகவே இருக்கும்.

○

3. இரசாயனப் பரிசோதனைகள்

புரதம்

ஒருவருடைய சிறுநீரை ஒரு நாள் முழுவதும் சேகரித்து அதில் புரதம் எவ்வளவு இருக்கிறது என்று பரிசோதனை செய்து பார்த்தால்... அது 150 மி.கிராமிற்கும் குறைவாக இருக்கும். சாதாரணச் சிறுநீர் புரதப் பரிசோதனையில் இதனைக் கண்டு பிடிக்க முடியாது. ஆனால், சாதாரணப் பரிசோதனைகளிலேயே ‘புரதம்’ இருக்கிறது என்பது தெரிய வந்தால், அவருக்குச் சிறுநீரில் புரதம் வெளியேறுகிறது என்று அர்த்தம். அவரது சிறுநீரகம் பழுதடைந்திருக்கிறது என்பதை இதன் மூலம் அறிந்து கொள்ளலாம்.

ஒரு லிட்டர் சிறுநீரில் 20 மி.கி. அளவிற்கும் குறைவாகவே புரதம் இருக்கும்.

எனவே, புரதப் பரிசோதனையின் போது எவ்வளவு சிறுநீர் வெளியேறுகிறது என்பதைக் கண்டறிவதும் அவசியமாகும்.

வெளிச்செல்லும் புரதப் பொருளில் மூன்றில் ஒரு பங்கு 'அல்புமீன்' ஒத்திருக்கும். இது சிறுநீரக நுண்ணிய வடிப்பான் பகுதியிலிருந்து வழிந்து வரும். பிறகு, மூன்றில் இரண்டு மடங்கு "குலோபீன்ஸ்" என்ற புரதப் பொருளால் ஆனது. இதுவும் இரத்தத்திலிருந்தே வரும். மேலும், சிறுநீர் வடிப்பானின் நுண்ணிய குழாய்களில் இருந்தும், சிறுநீர்த் தாரையிலிருந்தும், ஆணினச் சுரப்பி பிராஸ்டேட் உறுப்பிலிருந்தும் வரும்.

டெம்ம்ஹார்ஸ்ஃபால் புரதம் (TAMMHORSFALL PROTEIN) நுண்ணிய குழாய்களில் இருந்து உற்பத்தியாவது உண்டு.

ஆரோக்கியமாக இருக்கும் சிலருக்கும்கூடச் சிறுநீரில் புரதப் பொருள்களின் வெளிப்பாடு இருக்கலாம். இவர்களில் பலரும் கடுமையான உடற்பயிற்சி செய்பவர்களாக இருப் பார்கள்.

காய்ச்சல் இருந்தாலும், சிறுநீரில் புரதம் வெளிப்படும்.

சிலருக்கு, பகலில் அதிக அலைச்சலாலும், அதிக வேலைப் பளுவினாலும், சிறுநீரில் புரதம் வெளிப்படலாம். ஆனால் அதி காலையில் எழுந்தவுடன் இவர்களது சிறுநீரைப் பரிசோதனை செய்து பார்த்தால் அதில் புரதப் பொருள்கள் இருக்காது. இதற்கு மாறாக, சிறுநீரகக் கோளாறுகள் உடையவர்களுக்கு அதிகாலைச் சிறுநீரிலும் புரதப் பொருள்கள் இருக்கும்.

இவர்களுக்குத் தொடர்ந்து சிறுநீரில் புரதம் இருந்து கொண்டே இருக்கும்.

சிறுநீர் வருகின்ற வழிப்பாதைகளில் ஏற்படும் பாதிப்புகளி னாலும் சிறுநீரில் புரதப் பொருட்கள் இருக்கும்.

புரதப் பொருளைக் கண்டுபிடிப்பதற்கான பரிசோதனைகள்: சிறுநீரைக் கொதிக்க வைத்தல்

ஒரு கண்ணாடி டெஸ்ட் டியூப்பில் 2/3 மடங்கு சிறுநீரை எடுத்துக் கொள்ள வேண்டும்.

பிறகு, இதனைக் கொஞ்சம் சாய்த்தது போல வைத்து, அதன் 2 செ.மீ அகலத்தில் உள்ள மேற்பகுதியைக் கொதிக்க வைக்க வேண்டும். இப்போது மேற்பகுதியில் தெளிந்த சிறுநீர்

கலங்கியதைப் போலத் தோன்றினாலோ, அல்லது ஏதோ வெள்ளைபோல படிவம் தோன்றினாலோ, இந்தச் சிறுநீரில் புரதமோ, பாஸ்பேட்டோ இருக்கலாம். இப்போது அப் படிவத்தில் கொஞ்சம் அஸிட்டிக் அமிலத்தைச் சொட்டுச் சொட்டாக ஊற்ற, படிவம் மறைந்து விட்டால், இப்படிவம் பாஸ்பேட்டினால் ஏற்பட்டது என்பதனை அறிந்து கொள்ள லாம். அப்படி, அமிலம் ஊற்றியும் படிவம் மறையவில்லை என்றால், இது புரதப் பொருளினால் ஏற்பட்டுள்ளது என்பதனை அறிந்து கொள்ளலாம்.

சிலருக்கு மேற்கூறியது போல, புரதப் பொருளுக்கு '+' ஆகப் பரிசோதனை முடிவுகள் தெரிவிக்கும். இருந்தாலும் கூட இவர்களுக்கு உண்மையாகவே புரதம் இருக்காது. பிறகு ஏன் இப்படி 'புரதம்' இருப்பது போன்ற தோற்றம் (FALSE POSITIVE RESULTS) வந்தது, என்றால் சிலவகை மருந்துப் பொருள்களின் விளைவால் இதுபோன்ற படிவுகள், புரதப்பொருள் இருப்பது போன்ற தோற்றத்தை ஏற்படுத்தி விடும்.

நீரிழிவு நோய்க்கு தருகின்ற 'டால்பியூட்டமைட்' (TOLBUTAMIDE) மருந்தினாலும், அழற்சிக்காகத் தரப்படுகின்ற பென்சிலீன் மருந்தினாலும், எக்ஸ்ரே எடுப்பதற்காகப் பயன்படுத்தப் படும் மருந்தினாலும், சிறுநீர் கொதிக்கும் போது, படிவம் ஏற்படுவதுண்டு.

எனவே, இதுபோன்ற மருந்துகளை எடுத்துக் கொண்டவர் களுக்கு, சிறுநீரில் புரதப் பரிசோதனை செய்து பார்ப்பதில் எந்த விதமான பிரயோசனமுமில்லை. இந்த மருந்துகளை நிறுத்திய வுடன், வேண்டுமானால் இது போன்ற பரிசோதனையைச் செய்து கொள்ளலாம்.

சலிசைல்சல்போனிக் அமிலப் பரிசோதனை

இந்தப் பரிசோதனையில், 5 மிலி சிறுநீரினை டெஸ்ட் ட்யூப்பில், எடுத்துக் கொண்டு அதில் 20 சதவீதம் 'சலிசைல் போனிக்' அமிலத்தைச் சொட்டுச் சொட்டாக விட வேண்டும். சிறுநீரில் புரதப் பொருள் இருந்தால் புகைமூட்டம் போல், மேகமூட்டம் போல், கெட்டியான படிவம் ஏற்படும். கொஞ்சம் கொஞ்சமாக அமிலத்தை இட்டுக் கொண்டே வரும்போது

படிவம் ஏற்பட்டுக் கொண்டே வரும். ஆனால் ஒரு நிலையில் இது நின்றுவிடும். அதற்கு மேல், படிவம் ஏற்படாது.

அதன் பிறகு, சிறுநீரிலுள்ள புரதப்படிவத்தின் அளவைப் பொறுத்துச் சிறுநீரில் எவ்வளவு புரதப் பொருள் இருக்குமெனக் கணக்கிட்டுக் கூறுவார்கள். சிறுநீரின் அளவில், பாதிக்கு மேல் இது போன்ற படிவம் ஏற்பட்டால் அந்தச் சிறுநீரில் *1* லிட்டர் அளவில் *10* கி. அளவிற்குப் புரதம் இருக்கும்.

கொதிக்க வைக்கும் பரிசோதனையைப் போல இந்த பரிசோதனையிலும், சில நேரங்களிலும் படிவம் ஏற்படும். ஆனால், புரதப் பொருள் இருக்காது. இதிலும் மேற்கூறிய மருந்துகளான, பென்சிலீன், எக்ஸ்ரே எடுக்க கொடுக்கப்படும் மருந்து (RADIOGRAPHIC CONTRAST MEDIUM) சல்போனமைட்ஸ் மருந்து, டால்பியூட்டமைட் மருந்து, காசநோய்க்குப் பயன்படும் பாரா அமீனோ சாலிசிலிக் அமிலம் மருந்து ஆகியவற்றினாலும், சிறுநீரில் படிவம் ஏற்பட்டு, புரதம் இருப்பது போன்ற பொய்யான தோற்றத்தைத் தரும்.

ஹெல்லர் பரிசோதனை

இந்தப் பரிசோதனையில் சிறுநீரை ஒரு டெஸ்ட் டியூப்பில் எடுத்துக் கொண்டு அதில் நைட்ரிக் அமிலத்தைச் சொட்டுச் சொட்டாக விட வேண்டும். அந்தச் சிறுநீரில் புரதமிருந்தால், அமிலம், சிறுநீர் இரண்டுக்குமிடையே ஒரு வெள்ளை வளையம் ஏற்படும்.

காகித (அட்டைக் குச்சிகள்) பரிசோதனைகள்

தற்சமயம் புரதப் பரிசோதனையைச் செய்வதற்கெனப் பல்வேறு சிறிய அட்டைக் குச்சிகளும் கிடைக்கின்றன. இவற்றில் ஏற்கெனவே பல இரசாயனப் பொருள்களும் இருக்கும். இதனைச் சிறுநீரில் நனைத்தால் மட்டும் போதும். புரதமிருந்தால் அதற்கேற்ப இதன் நிறம் மாறும். இதனை வைத்து புரதம் இருக்கிறது என்பதை மட்டுமல்லாமல், எவ்வளவு உள்ளது என்பதனையும் அறிந்து கொள்ள முடியும்.

இந்த அட்டைகள், அல்புஸ்டிக்ஸ், கிளினிஸ்டிக்ஸ், லேப்ஸ்டிக்ஸ் ஆகிய பெயர்களில் கிடைக்கின்றன. சிலருக்குப்

புரதம் இல்லாமலேயே புரதம் இருப்பது போன்ற பொய்யான தோற்றம் ஏற்படுமென்பதை அறிந்தோம் (சில மருந்துகளினால்) (FALSE POSITIVE). இது போன்றே சிலருக்குப் புரதம் இருந்தும் பரிசோதனை செய்து பார்த்தால் இல்லாதது போன்று (சில காரணங்களினால்) (FALSE NEGATIVE) தோன்றும். இனி எந்தெந்தக் காரணங்களினால் இந்நிலை ஏற்படுகிறது எனப் பார்க்கலாம்.

சிலருக்கு, சிறுநீர் (சாதாரணமாக) அமிலத் தன்மையுடன் இல்லாமல் காரத்தன்மையோடு இருக்கும். இதன் காரணமாக, அதிலுள்ள புரதம், கொதிக்க வைத்தால், படிவமாகாது. அது காரத்தன்மை கொண்ட மெட்டாபுரோட்டீன் என்ற நிலையை அடைந்து விடும். எனவே, காரத்தன்மையுள்ள சிறுநீரைப் பரிசோதனைக்கு முன்பாக அமிலம் ஊற்றி அமிலத் தன்மை யுள்ளதாக மாற்றிய பிறகு, புரதத்திற்கான பரிசோதனையைச் செய்ய வேண்டும்.

அமிலம் அளவுக்கு மீறி ஊற்றினாலும் இந்தப் பரிசோதனை சரியான முடிவைத் தராது.

எனவே, அதனைச் சொட்டு சொட்டாகவே ஊற்ற வேண்டும்.

சிறுநீரில் ‘சர்க்கரை’யை அறிவதற்கான ‘பெனிடிக்கிஸ்’ பரிசோதனை

இந்தப் பரிசோதனை மூலம் சிறுநீரில் சர்க்கரை அதாவது குளுக்கோஸ் உள்ளதா என்பதை அறிந்து கொள்ள முடியும். இந்தப் பரிசோதனை குளுக்கோஸிற்காகச் செய்யப்பட்டால் கூடச் சிறுநீரிலுள்ள பிற சர்க்கரைச் சத்துகளினாலும் கூட இந்தப் பரிசோதனை (+)ஆக வரும்.

இப்பரிசோதனையைச் செய்ய, ஒரு டெஸ்ட் டியூப்பில் 5 மி.லி. பெனிடிக்கிஸ் திரவத்தை எடுத்துக் கொள்ள வேண்டும். இது ஊதா நிறத்தில் இருக்கும். இதில் 8 சொட்டுகள் சிறுநீரை விட வேண்டும். அதன் பிறகு இதனைச் சூடாக்க வேண்டும். சிறுநீரில் குளுக்கோஸ் இருந்தால் சிறுநீரின் நிறம் மாறிக் கொண்டே வரும். முதலில் அது லேசான பச்சை நிறத்திற்கு

மாறும். அதன்பிறகு, நல்ல அடர்த்தியான பச்சை நிறமாக மாறலாம். அதன் பிறகு மஞ்சள் நிறமாகவும், கடைசியாக சிவப்பு நிறமாகவும் மாறலாம்.

இப்பரிசோதனையின் மூலம் சிறுநீரில் குளுக்கோஸ் இருப்பதை மட்டுமின்றி அதில் எந்தளவு குளுக்கோஸ் உள்ளது என்பதையும் கூட ஓரளவு அறிந்து கொள்ள முடியும்.

குளுக்கோஸ் இருக்கின்ற அளவைப் பொறுத்து அந்த பெனிடிக்கிஸ் திரவத்தின் நிறம் மாறியிருக்கும்.

இலேசான பச்சை நிறம் என்றால்: (+)
அடர்த்தியான பச்சை நிறம் என்றால்:(++)
மஞ்சள் நிறம் என்றால்: (+++)
சிவப்பு நிறம் என்றால்: (++++)

ஒவ்வொரு கூடுதல் (+) கூட்டல் அடையாளமும் கூடுதல் குளுக்கோஸ் இருப்பதைக் குறிக்கும்.

இதன் நிறத்தை வைத்தும், இதிலுள்ள குளுக்கோஸின் அளவை மதிப்பிட்டுச் சொல்வார்கள்.

*இலேசான பச்சை நிறமென்றால்: **0.1** முதல் **0.5** கிராம்/ ஒரு டெ.லி. சிறுநீரில்.*

*அடர்த்தியான பச்சை நிறமென்றால்: **0.5** முதல் **1** கி. வரை / ஒரு டெ.லி. சிறுநீரில்.*

மஞ்சள் நிறமென்றால்: 1 முதல் 2 கி. வரை / ஒரு டெ.லி. சிறுநீரில். சிவப்பு நிறமென்றால்: 2 கி. அதிகமாக / ஒரு டெ.லி. சிறுநீரில்.

இப்பரிசோதனையின் மூலம் சிறுநீரில் குளுக்கோஸ் இருப்பதை மட்டுமே அறிய முடியும். குளுக்கோஸ் எதனால் ஏற்பட்டது என்பதனை அறிய முடியாது.

இது பெரும்பாலும் நீரிழிவு நோய்ப் பாதிப்பு உள்ளவர்களுக்கு ஏற்படலாம். வேறு சில காரணங்களினாலும் ஏற்படலாம்.

சிலருக்கு நீரிழிவு நோய் இருக்காது; ஆனால் சிறுநீரக வடிப்பானின் நுண்ணிய குழாய் பழுதுபட்டிருந்தால் அதனால் குளுக்கோஸை முறையாக உறிஞ்சி எடுக்க முடியாது. சிறுநீரில்

குளுக்கோஸ் வந்து விடும். (RENAL GLYCOSURIA) இவர்களுக்கு, நீரிழிவு நோயினால் ஏற்படும் பல்வேறு தொந்தரவுகளும், நோய் அறிகுறிகளும் உண்டாகாது. எனவே தான், சந்தேகம் ஏற்பட்டால், இவர்களது இரத்தக் குளுக்கோஸின் அளவையும் கணக்கிட்டுப் பார்க்கவேண்டும். அப்போதுதான் இவர்கள் உண்மையிலேயே நீரிழிவு நோய்க்கு ஆட்பட்டு இருக்கிறார்களா என்பது தெரியும்.

சிலருக்கு இதேபோல நீரிழிவு நோய் இருக்காது. ஆனாலும் சிறுநீரில் முன்பு கூறியது போல குளுக்கோஸ் காணப்படும்.

சிலருக்கு உணவு உண்டபின்பு அதிக அளவு இரத்த குளுக்கோஸ் உண்டாகும். இது சாதாரண நிலையைவிட அதிகமாக இருப்பதால், இவர்களது சிறுநீரிலும் குளுக்கோஸ் அதிகமாக வெளியேறும்.

இவர்கள் சாப்பிட்டவுடன், உணவு ஜீரணமடைந்து, விரைவாக அதிலிருந்து உருவாக்கப்படும் குளுக்கோஸ் இரத்தத்தை அடைவதால் இவர்களுக்கு, இவ்வாறு சிறுநீரில் அதிக குளுக்கோஸ் வெளிப்படுகிறது (ALIMENTARY GLYCOSURIA). இவர்களுக்கும் நீரிழிவின் பாதிப்பும், அதற்குரிய தொந்தரவுகளும், அறிகுறிகளும் இருக்காது.

சிலருக்கு இரைப்பையில் அறுவை சிகிச்சை செய்து கொண்டதாலும் இந்நிலை ஏற்படலாம். இரைப்பை இல்லாமல் இருப்பதால், உணவு விரைவாகச் சிறுகுடலை அடைந்து, ஜீரணமான சர்க்கரை சத்திலிருந்து உருவாகும் குளுக்கோஸ் விரைவாக ரத்தத்தை அடைந்துவிடும்.

தைராய்டு குறைபாடு உள்ளவர்களுக்கும், குடற்புண் உள்ளவர்களுக்கும், கல்லீரல் நோய் உள்ளவர்களுக்கும்கூட இதே போன்ற பாதிப்பினால், விரைவில் இரத்தக் குளுக்கோஸ் அதிகரிக்கும். அதனால், சிறுநீரில் குளுக்கோஸ் வரும். ஆனால், தொடர்ந்து இந்நிலை நீடிக்காது. பிறகு இரத்தத்தில் குளுக் கோஸின் அளவு குறைந்து சரியாகிவிடும். எனவே, சிறுநீரிலும் குளுக்கோஸ் இருக்காது. இவர்களுக்கு, இரத்தப் பரிசோதனை செய்து பார்த்தால் நீரிழிவு இல்லாதது தெரியவரும்.

பெரும்பாலும், உணவு, பானங்கள் எதுவும் சாப்பிடாத அதிகாலை நேரத்தில் இரத்தத்தைப் பரிசோதனை செய்தால்

அதில் குளுக்கோஸின் அளவு 80 மிகி முதல் 120 மிகி வரை ஒரு சராசரி மனிதனுக்கு இருக்கலாம்.

நீரிழிவு நோயில் இது அதிகமாகக் காணப்படும். மேற்கூறிய இரண்டு பாதிப்புகளில், அதாவது சிறுநீரக வடிப்பான் குழாய்ப் பாதிப்பு, குடல் பாதிப்பு ஆகியவற்றால் அதிகாலையில் இரத்தக் குளுக்கோஸ் அளவு சரியாக இருக்கும்.

இரத்தத்தில் ஒரு குறிப்பிட்ட அளவிற்கு மேலாக இரத்தக் குளுக்கோஸ் அதிகரித்தால்தான் அதனைச் சிறுநீரகம் வெளி யேற்றும். இந்த அளவு 180 மிகி அளவாகும் (RENAL THRESHOLD). இந்த அளவிற்கு மேலாக இரத்தக் குளுக்கோஸ் அதிகரித்தால், சிறுநீரில் குளுக்கோஸ் வெளியேறிவிடும். இவ்வாறே, குடல் பாதிப்புகளில் உடனடியாக இரத்தக் குளுக்கோஸின் அளவு 180 மி.கி. அளவிற்கும் மேலாக அதிகரித்துவிடுவதால் சிறுநீரில் குளுக்கோஸ் வெளியேறும்.

எனவே, நோயாளிகள் மருத்துவரை அணுகாமல் தங்களுக்குத் தாங்களே சிறுநீரைப் பரிசோதனை செய்து எந்த முடிவிற்கும் வந்துவிடக் கூடாது.

சிறுநீரில் குளுக்கோஸ் இருந்ததால் மட்டும் இந்தப் பரிசோதனை (+) ஆக இருக்காது. லேக்டோஸ், ஃபிராக்டோஸ், பென்டோஸ், காலாக்டோஸ் ஆகிய சர்க்கரைச் சத்து வகைகள் இருந்தாலும், இந்தப் பரிசோதனை (+) ஆகவே இருக்கும். பாலூட்டும் தாய்மார்களுக்கும், கர்ப்பிணிப் பெண்களுக்கும் கடைசி சில மதங்களில், சிறுநீரில் லேக்டோஸ் (LACTOSE) என்னும் சர்க்கரைச் சத்து வரும். இது பாலில் காணப்படும் சர்க்கரைச் சத்தாகும்.

சிலர் அதிகமான பழவகைகளைச் சாப்பிட்டாலும், சிறுநீரில் பென்டோஸ் (PENTOSE) சர்க்கரை அதிகமாக வெளி யேறும். குறிப்பாக, பிளம்ஸ் வகை பழங்கள், ஜெர்ரி பழங்கள், திராட்சைப் பழங்கள் ஆகியவற்றைச் சாப்பிட்டவர்களுக்கு, சிறுநீரில் பென்டோஸ் சர்க்கரை வெளியேறும்.

சிலருக்கு உடலில் நடக்கின்ற வளர்சிதை மாற்றக் கோளாறுகளினால், காலாக்டோஸ், ஃபிராக்டோஸ் ஆகிய சர்க்கரைச் சத்துக்கள் சிறுநீரில் வெளியேறும்.

ஆனால், 'சுக்ரோஸ்' என்ற சர்க்கரை சத்து, சிறுநீரில் வெளிப்பட்டாலும், இதனால், 'குளுக்கோஸிற்கான' சிறுநீர் பரிசோதனையில் (+) வராது.

எனவே, 'குளுக்கோஸ்' பரிசோதனையில் (+) ஆக முடிவு வந்தால், அது குளுக்கோஸ் அல்லாத பிற சர்க்கரை பொருட்களினாலும் ஏற்படலாம் (REDUCING SUBSTANCES) ஏற்படலாம் என்பதைக் கவனித்துக் கொள்ள வேண்டும்.

சிலருக்கு, சிலவகை பிறவிக் கோளாறுகளினால் ஏற்படும் மாற்றங்களினாலும், சிறுநீர் பரிசோதனையில் குளுக்கோஸ் (+) ஆக ஏற்படும். எனினும் இவர்களுக்கு சிறுநீரில் குளுக்கோஸ் இருக்காது. உதாரணமாக, 'அல்கெப்ட்டோனியூரியா' (ALCAPTONURIA) என்ற பிறவி நோயில் சிறுநீரில் 'கோமாஜென்டிஸிக் அமிலம்' (HOMOGENTISIC ACID) வெளிச்செல்லும். இதுவும், குளுக்கோஸை போலச் செயல்படுவதனால், இப்பரிசோதனையின் போது (+) ஆக வரும்.

சிலர் சிலவகை மருந்துகளைச் சாப்பிட்டு வருவார்கள். இந்த மருந்துகளின் செயல்பாட்டினால், சிறுநீர் பரிசோதனை செய்கின்றபோது குளுக்கோஸிற்கு (+) முடிவுகள் கிடைக்கும்.

இதில் முக்கியமானவை:-

வைட்டமின் 'சி' மருந்து (அஸ்கார்பிக் அமிலம்)
நுண்ணுயிர்க்கொல்லி மருந்துகள்
"கெப்பலோஸ்போரின்ஸ்" (CEPHALOSPORINS)
"நலீடிக்ஸிக் அமிலம்" (NALIDIXIC ACID)
"பிரோபெனீசிடு" (PROBENECID)

ஆஸ்பிரின் ஆகிய மருந்துகளாகும். இம்மருந்துகளைச் சாப்பிட்டு வரும்போது இவை சிறுநீரில் வெளியேறும்போது குளுக்கோஸ் போலச் செயல்படும்.

எனவே, இது போன்ற மருந்துகளை உட்கொள்கிறவர்களை மருந்துகளை உட்கொண்ட பிறகு, சிறுநீர்ப் பரிசோதனை செய்ய வேண்டும். இல்லையென்றால், சிறுநீரில் குளுக்கோஸ் இருப்பது போன்ற முடிவு பரிசோதனையில் தெரியவரும்.

"குளுக்கோஸ்" ஸ்டிரிப் பரிசோதனை (REAGENT STRIPS)

இந்தப் பரிசோதனையில், நீண்ட அட்டை போன்ற ஸ்டிரிப்களைப் பயன்படுத்துவார்கள். இதில் 'குளுக்கோஸ் ஆக்ஸிடேஸ்' என்ற நொதி இருக்கும். எனவே, இந்த ஸ்டிரிப்பைச் சிறுநீரில் நனைக்கின்ற போது, அதில் குளுக்கோஸ் இருந்தால், இந்த நொதி வினைபுரிந்து ஸ்டிரிப் நிறமாற்றம் ஏற்படும். இதன் மூலம், சிறுநீரில் குளுக்கோஸ் உள்ளதை அறிந்து கொள்ளலாம். பிற சிறுநீரிலுள்ள சர்க்கரைகளில் ஸ்டிரிப்பிலுள்ள நொதி வினைபுரியாது. எனவே, பிற சர்க்கரை பொருள்களினால் நிற மாற்றம் உண்டாகாது. எனவே, இந்தப் பரிசோதனை குளுக் கோஸ் இருந்தால் மட்டும் (+) ஆக வரக்கூடிய நல்ல பரிசோதனையாகும்.

சோப்பும், கிருமிநாசினி மருந்துகளும் இந்தப் பரிசோத னையில் (+) முடிவைத் தரும். எனவே, சிறுநீரைப் பிடிக்கும் குப்பி சுத்தமானதாக இருக்க வேண்டும்.

கிளினீ டெஸ்ட்

இந்தப் பரிசோதனை 'பெனிடிக் பரிசோதனை' போன்றது. இதில் பல்வேறு, பரிசோதனைக்கான பொருள்களும் மாத்திரை வடிவில் கிடைக்கும்.

ஒரு டெஸ்ட் டியூப்பில் 5 சொட்டு சிறுநீரை எடுத்துக் கொள்ள வேண்டும். அதில்10 சொட்டு தூய தண்ணீரைவிட வேண்டும். அதில் 'கிளினீ டெஸ்ட்' மாத்திரையைப்போட வேண்டும். அவ்வாறு செய்தவுடன், இந்தக் கலவையிலிருந்து நுரை நுரையாக வெளிப்படும். இதனை இப்போது சூடாக்க வேண்டும். அதன் பிறகு 'டெஸ்ட் டியூப்பை' நன்கு குலுக்கி, அதில் ஏற்படும் நிறமாற்றத்தைக் கவனிக்க வேண்டும்.

நிறம் மாறாமல் ஊதா நிறத்திலேயே இருந்தால் அந்தச் சிறுநீரில் குளுக்கோஸ் இல்லை என்று தீர்மானிக்கலாம். ஆனால் நிறம் மாறி பச்சை, மஞ்சள், ஆரஞ்சு, சிவப்பு என நிறம் மாறி வந்தால், அதில் குளுக்கோஸ் இருக்கிறது என்பதை அறிவதுடன், நிறத்திற்கேற்பக் குளுக்கோஸின் அளவையும் அறிந்து கொள்ள முடியும்.

'பெனிடிக்ஸ்' பரிசோதனையிலும், இந்தப் பரிசோதனை யிலும் பயன்படுத்தப்படும் திரவம், மற்றும் மாத்திரையில் 'காப்பர் சல்பேட்' இருக்கும். அது குளுக்கோஸால், 'காப்பர் ஆக்சைடாக' மாறுவதால் தான் பல்வேறு நிறங்களும் உண்டாகின்றன.

சிறுநீரில் "கீட்டோன் பொருள்கள்" இருப்பதை அறிவதற்கான பரிசோதனைகள்

பல்வேறு "கீட்டோன் பொருள்களும்" சிறுநீரில் வெளியேறு வதற்கு வாய்ப்புகள் உண்டு. எனவே, இந்தப் பரிசோதனையும் மிகவும் முக்கியமான பரிசோதனையாகும்.

'அஸிட்டோ அஸிட்டிக் அமிலம்', 'அஸிட்டோன்', ஆகியவை சிறுநீரில் வெளியேறும் முக்கிய 'கீட்டோன்' பொருள்களாகும். இவை பெரும்பாலும் நீரிழிவு நோயின் பாதிப்பு மிகுதியாக உள்ளவர்களுக்கே வெளியேறும்.

நீண்டநாள்கள் பட்டினி இருப்பவர்களுக்கும் இது போன்ற நிலை ஏற்படும்.

தொடர்ந்து வாந்தி, வயிற்றோட்டம் ஏற்படுகின்றவர் களுக்கும் இது ஏற்படலாம்.

இதனைக் கண்டுபிடிக்க பல்வேறு பரிசோதனைகள் உள்ளன.

அவற்றில் முக்கியமானவை:

1. ரூத்திராஸ் பரிசோதனை. 2. ஜெர்ஹார்ட்ஸ் பரி சோதனை. 3. அஸிடெஸ்ட் அல்லது கிட்டேஸ்டிக்ஸ் பரிசோதனை.

இந்தப் பரிசோதனையைச் சிறுநீரைப் பிடித்த உடனே செய்ய வேண்டும். இல்லாவிட்டால் சிறுநீரிலுள்ள 'அஸிட்டோ அஸிட்டிக்' அமிலம் எளிதில் கிருமிகளினால் சிதைந்து விடும். வெப்பமும் இந்த அமிலத்தைப் பாதிக்கக் கூடியது.

'கீட்டோன்' பொருள்களில், உடலில் கொழுப்பு வளர்சிதை மாற்றம் அடைகின்றபோது உண்டாகும் பொருள்களாகும். நீரிழிவு நோயினால் உடலில் முறைகேடுகள் ஏற்படுகின்ற போது, இவை சிறுநீரில் அதிகமாக வெளிப்படும்.

இனி, பரிசோதனை வகைகளைக் காணலாம்.

ரூத்திராஸ் பரிசோதனை

இந்தப் பரிசோதனையில்...

'டெஸ்ட் டியூப்பில்' 5 மிலி சிறுநீரை எடுத்துக் கொள்ள வேண்டும். அதில் 'அமோனியம் சல்பேட்டை'க் கொஞ்சம் சேர்க்க வேண்டும்.

அத்துடன் சோடியம் நைட்ரோபுரூசைட் படிகம் ஒன்றைப் போட வேண்டும்.

அதன் பிறகு, திரவ அமோனியாவை டெஸ்ட் டியூப்பின் உட்பக்கவாட்டில் ஊற்ற வேண்டும்.

இப்போது, கத்தரிப்பூ நிறத்தில் வளையம்/ நிறமாற்றம் தோன்றினால் அந்தச் சிறுநீரில் 'கீட்டோன்' பொருள்கள் உள்ளன என்று தெரிந்து கொள்ளலாம்.

ஜெர்ஹார்ட்ஸ் பரிசோதனை

இந்தப் பரிசோதனையில்...

5 மி.லி. சிறுநீரை டெஸ்ட் டியூப்பில் எடுத்துக் கொள்ள வேண்டும். அதில் 10 சதவீதம் பேரிக் குளோரைடு திரவத்தைக் கொஞ்சம் கொஞ்சமாகச் சொட்டுச் சொட்டாக ஊற்ற வேண்டும். இவ்வாறு செய்கின்றபோது 'பேரிக் பாஸ்பேட்' படிவம் தோன்றும்.

பின்பு இந்தத் திரவத்தை வடிகட்டிய பிறகு படிவத்தில் இன்னும் கொஞ்சம் 'பேரிக் குளோரைடு' திரவத்தை ஊற்ற வேண்டும்.

இப்போது, பிரௌன் கலந்த சிவப்பு நிறம் ஏற்பட்டால், அதில் 'அஸிட்டோ அஸிட்டிக்' அமிலம் உள்ளது என்பது தெரியும்.

ஆனால் சிறுநீரில் 'சாலிசிலேட்' இருந்தால்கூட இது போன்ற மாற்றம் ஏற்படும்.

இது போன்ற பரிசோதனையை மீண்டும் ஒருமுறை சிறுநீரைக் கொதிக்க வைத்துச் செய்ய வேண்டும்.

இவ்வாறு செய்கின்ற போது, சிறுநீரில் அஸிட்டோ அஸிட்டிக் அமிலமிருந்தால், சிறுநீரைச் சூடாக்குகின்றபோது, அது அஸிட் டோனாக மாறி வெளியேறிவிடும். ஆனால், சிறுநீரில், 'சாலிசிலேட்' இருந்தால் சூடாக்கினாலும், சூடாக்கா விட்டாலும் பிரௌன் கலந்த சிவப்பு நிறம் ஏற்படும். இதிலிருந்து இது 'சாலிசிலேட்'டினால்தான் ஏற்பட்டது என்பதை அறிந்து கொள்ள முடியும்.

ரியேசன்ட் ஸ்டிரிப் பரிசோதனை

இந்தப் பரிசோதனையில், இராசயனப் பொருள்களுக்குப் பதிலாக, ஸ்டிரிப்பைப் பயன்படுத்துவார்கள். இது ரூத்திராஸ் பரிசோதனையைப் போன்ற பரிசோதனையாகும். அதன் அடிப்படையில் அமைந்த பரிசோதனையாகும்.

ஸ்டிரிப்பைச் சிறுநீரில் நனைத்தவுடன் காவி (MAUVE) நிறமாக அது மாறும். இது சிறுநீரில் 'அஸிட்டோ அஸிட்டிக் அமிலம்' இருப்பதன் அடையாளமாகும்.

பிற கீட்டோன் பொருள்களை இந்தப் பரிசோதனையின் மூலம் கண்டுபிடிக்க முடியாது.

சில மருந்துகளினாலும் இந்தப் பரிசோதனை (+) ஆக இருக்கும்.

'பிரேம் சல்பாப்தலீன்', 'பினையல் கீட்டோன்ஸ்', 'பென்சோபைரிடின்' "லி.டோபா" வளர்சிதை மாற்றம் அடையும்போது ஏற்படும் பொருள்கள் ஆகியவற்றினால் இப்பரிசோதனை (+) ஆக இருக்கும்.

எனவே, மேற்கண்ட மருந்துகளைப் பயன்படுத்துகின்றவர் களுக்கு இப்பரிசோதனையைச் செய்யக்கூடாது. இந்த மருந்து களைச் சாப்பிடுவதை நிறுத்தியவுடன் இப் பரிசோதனையைச் செய்து கொள்ளலாம்.

அஸிட் டெஸ்ட்

இது "ரூத்திராஸ்" பரிசோதனையைப் போன்றதே. இதில், இரசாயனப் பொருள்களைச் சிறுநீரில் சேர்ப்பதற்குப் பதிலாக, மாத்திரையைப் பயன்படுத்துகிறார்கள்.

இந்தப் பரிசோதனையில், இந்த மாத்திரையில் சிறுநீரினைச் சொட்டுச் சொட்டாக விட வேண்டும்.

அப்போது, கத்திரிப்பூ நிறமாக அந்த மாத்திரை மாறும். இது 30 விநாடியில் நிகழும். இது சிறுநீரில், அஸிட்டோ அஸிட்டிக் அமிலம் மற்றும் அஸிட்டோன் இருப்பதை நிரூபிக்கும். பிறகு, மாத்திரையில் ஏற்படும் நிறத்தைப் பொறுத்து எவ்வளவு கீட்டோன் பொருள்கள் இருக்குமென்பதைக் கண்டறிய, நிறம் மாறிய மாத்திரையை அச்சிட்ட காகிதத்திலுள்ள நிறத்துடன் ஒப்பிட்டுப் பார்க்க வேண்டும்.

மஞ்சள் காமாலையும் சிறுநீர் பரிசோதனையும்

பல காரணங்களினால் சிறுநீர் மஞ்சள் நிறமாக இருக்குமென ஏற்கெனவே பார்த்தோம். பித்த நிறமிகள் இருந்தால், மஞ்சள் நிறச் சிறுநீரை டெஸ்ட் டியூப்பில் வைத்துக் குலுக்கினால் அதில் மஞ்சள் நிற நுரை ஏற்படும். இது ஏற்படுவதற்குச் சிறுநீரிலுள்ள பித்த உப்புகள் காரணமாகும்.

பித்தநீர் என்பது கல்லீரலில் சுரக்கப்படும் ஒரு திரவம். இதில், பித்த நிறமியான 'பில்லிரூபின்' என்ற பொருள் இருக்கும். சிவப்பணுக்கள் சிதைந்தவுடன், அதிலுள்ள 'ஹீமோகுளோபின்' என்ற நிறமி, ஹீம் (HAEM) என்ற பகுதியாகவும், குளோபின் (GLOBIN) என்ற பகுதியாகவும் தனித்தனியே பிரிந்துவிடும். குளோபீன் பகுதியை மீண்டும் சிவப்பணுக்கள் உற்பத்திக்கு உடல் பயன்படுத்திக் கொள்ளும். ஹீம் பகுதி, சிதைந்து, அதிலிருந்து உருவாகின்ற மஞ்சள் நிறமிப் பொருள்தான் பில்லிரூபின் என்பது.

இந்தப் பில்லிரூபின் இரத்தத்தில் 1 மி.கி. அளவிற்கும் குறைவாக இருக்கும். இந்த நிறமி, பித்த நீரின் மூலம் குடலுக்கு வந்து அங்கு உணவில் உள்ள கொழுப்பை ஜீரணிக்க உதவும், இது, ஆரோக்கியமாக இருப்பவர்களின் சிறுநீரில் வெளி வருவதில்லை.

பெரும்பாலும், கல்லீரல் செல்கள் பாதிக்கப்படுவதாலும், பித்தநீர் வருகின்ற வழித்தடம் தடைப்படுவதாலுமே இது ஏற்படும். இதன் காரணமாக, பித்த நீர் இரத்தத்தில் மிகுந்து

பில்லிரூபினின் அளவும் அதிகமாகிவிடும். எனவே, இந்த நிறமி சிறுநீரிலும் அதிகமாக வெளியேறும்.

பித்த நிறமியும் பில்லிரூபினும் இருப்பதை அறிந்து கொள்வதற்கான சிறுநீர்ப் பரிசோதனை:

நுரை பரிசோதனை

இதில் டெஸ்ட் டியூப்பில் 10 மி.லி. அளவு சிறுநீரை எடுத்துக் கொள்ள வேண்டும்.

டெஸ்ட் டியூப்பை நன்றாகக் குலுக்க வேண்டும். அப்போது மஞ்சள் நுரை, சிறுநீரின் மேற்பகுதியில் உண்டாகும். ஏற்கனவே, சிறுநீர் வேறு இவர்களுக்கு மஞ்சளாக இருக்கும். இதிலிருந்து இவர்களுக்குச் சிறுநீரில் பில்லிரூபின் உள்ளது என்பதனைக் கண்டுபிடித்து விடலாம்.

ஜெமிலின் பரிசோதனை

5 மி.லி. அளவுள்ள சிறுநீரை ஒரு டெஸ்ட் டியூப்பில் எடுத்துக் கொள்ள வேண்டும். அதே அளவு மஞ்சள் நைட்ரிக் அமிலத்தை அதில் ஊற்ற வேண்டும்.

இவை இரண்டும் சேருமிடத்தில் பச்சை நிற வளையம் உண்டாகும். இவ்வாறு ஏற்பட்டால் இது பில்லிரூபின் இருப்பதை நிரூபிக்கும்.

ஐக்டோ டெஸ்ட்

இந்தப் பரிசோதனைக்கு என ஒரு மாத்திரை உள்ளது. இதில், பரிசோதனைக்கென உள்ள தகட்டில் 10 சொட்டுச் சிறுநீரை விட வேண்டும். அதில் 'ஐக்டோ டெஸ்டிற்'கான மாத்திரையை வைக்கவேண்டும். அதன் மீது, சில சொட்டுகள் சிறு நீரை விட வேண்டும். இது மாத்திரையில் பட்டுத் தட்டிற்கு வரும்.

ஒரு நிமிடம் கழித்து, அந்த தட்டில் உள்ள சிறுநீரில் ஏற்படும் நிற மாற்றத்தைக் காண வேண்டும். ஊதா கலந்த கத்தரிப்பூ நிறமாக மாறினால் அந்தச் சிறுநீரில் பில்லிரூபின் இருக்கின்றது என்று தெரிந்து கொள்ளலாம்.

வேறு நிறம் ஏற்பட்டால் அதில் பித்த நிறமி இல்லையென்பதைத் தெரிந்து கொள்ளலாம்.

சிலருக்கு மேற்கூறியபடி பரிசோதனை செய்கின்றபோது, நிறமாற்றம் ஏற்படும் என்றாலும், இவர்களுக்கு மஞ்சள் காமாலை இருக்காது. பல்வெறு மனவியாதிகளுக்குப் பயன் படக்கூடிய "குளோர்புரோமைஸின்" மருந்து சாப்பிடுகின்றவர் களுக்கு இந்தப் பரிசோதனை (+) ஆக வரும்.

எனவே, இவர்களுக்குச் சிறுநீருக்குப் பதிலாக இரத்தத்தில் பில்லிரூபின் பரிசோதனை செய்ய வேண்டும்.

பில்லிரூபின் நிறமியோடு, பித்த உப்புகளும் சிறுநீரில் வெளிப்படும். இதனை அறிந்து கொள்வதற்கெனச் சில பரிசோத னைகள் உள்ளன. இது குறித்து இனி அறிந்து கொள்ளலாம்.

"ஹெய்" பரிசோதனை

இந்தப் பரிசோதனையில் "சல்ஃபர் பொடிகளை" சிறுநீரின் மேற்பரப்பில் தூவுவார்கள். இவை சிறுநீரில் மூழ்கி, சிறுநீரின் அடிப்பகுதிக்குச் சென்று தங்கும். இவ்வாறு, தங்கினால், பித்த உப்புகள் சிறுநீரில் இருப்பது உறுதியாகும். பித்த உப்புகள் சிறுநீரின் மேற்பகுதி அழுத்தத்தை (SURFACE TENSION) குறைப்பதனாலேயே சல்ஃபர் பொடிகள் சிறுநீரில் மூழ்குகின்றன.

இவ்வாறு சல்ஃபர் பொடிகள் மூழ்காமல், சிறுநீரின் மேற்பரப்பிலேயே மிதந்தால், அந்தச் சிறுநீரில் பித்த உப்புகள் இல்லை என அறிந்து கொள்ளலாம்.

ஸ்டிரிப் பரிசோதனைகள்

இந்தப் பரிசோதனையில் பில்லிரூபின் சிறுநீரில் உள்ளதா என்பதைக் கண்டறியலாம். இதற்கெனப் பரிசோதனை செய்ய தனியாக ஸ்டிரிப் கிடைக்கிறது. இதனைச் சிறுநீரில் நனைக்கின்ற போது ஸ்டிரிப் சிவப்பாக மாறிவிடும். இதன் மூலம் சிறுநீரில் பில்லிரூபின் இருப்பதை அறியலாம்.

ஸ்டிரிப்பிலுள்ள இரசாயனப் பொருள் (DIAZOTIZED DICHLORO ANILINE) சிறுநீரிலுள்ள பில்லிரூபினோடு சேர்வதால்

இந்த நிறமாற்றம் ஏற்படும். ரிஃபாம் பிஸின் குளோர்புரோ மைஸின், மற்றும் பென்ஸோ பைரிடின் ஆகிய மருந்துகளும் இது போன்ற நிற மாற்றத்தை ஏற்படுத்தி விடுவதால் கவனமாக இருக்க வேண்டும்.

சிறுநீரில் யூரோ பில்லினோஜின் மற்றும் யூரோபில்லின் பரிசோதனைகள்

சாதாரணமாகப் பித்தநீர், சிறுகுடலை அடைந்து அங்குள்ள கொழுப்பு உணவை ஜீரணிக்க உதவுமென்பதைப் பார்த்தோம். அவ்வாறு கொழுப்பு உணவை ஜீரணித்தவுடன், அதன் ஒரு பகுதி மீண்டும் கல்லீரலுக்குச் சென்று மீண்டும் பித்தநீராக வெளியே வரும். மற்றொரு பகுதி குடலின் வழியாக மலத்துடன் வெளி யேறிவிடும். இது "ஸ்டெர்கோ பில்லிநோஜின்" (Stercobilinogen) என்ற பெயரில் வெளியேறி, மலம் காற்றில் படுகின்றபோது, "ஸ்டெர்கோ பில்லிநோஜின்", "ஸ்டெர்கோபில்லின்" (Stercobilin) என்ற பொருளாக மாறும். பித்தநீர் நிறமிகளான இவற்றினால் தான் மலம் மஞ்சள் நிறமாகக் காணப்படுகிறது.

இதே போன்று பித்தநீரின் ஒரு சிறிய பகுதி, இரத்த ஓட்டத்துடன் கலந்து சிறுநீரகத்தைச் சென்று அடையும். அங்கு இவை "யூரோபில்லினோஜீன்" (UROBILINOGEN) என்ற பொரு ளாகச் சிறுநீரில் வெளிப்படும். சிறுநீர் காற்றில் படுகின்றபோது யூரோபில்லின் (UROBILIN) என்ற பொருளாக அது மாறிவிடும். இதுவே, சிறுநீருக்குச் சிறிதளவு மஞ்சள் நிறத்தைத் தருகிறது. எனவே, இது ஒரு குறிப்பிட்ட அளவு சிறுநீரில் இருக்கும். பித்த நீர் வழித்தடம் முழுவதுமாக அடைபட்டுப் போய்விடுகிறவர் களுக்குப் பித்தநீர் சிறுகுடலுக்குக் கொஞ்சம் கூட வராது. எனவே, சிறுநீரில் இவர்களுக்கு யூரோபில்னோஜீன் கொஞ்சம் கூட இருக்காது.

சிறுநீரில் இரண்டு காரணங்களால், யூரோபில்லினோஜீன் வரலாம். ஒன்று, கல்லீரல் சாதாரணமாக இருக்கும். உடலில், சிவப்பணுக்கள் அதிகமாகச் சிதைந்து அதனால், "யூரோ பில்லினோஜீன்" சாதாரணமான அளவில் இருந்தால் கூட, அந்த அளவை கல்லீரல் சமாளிக்க முடியாத நிலையில், "யூரோபில்லினோஜீன்" சிறுநீரில் அதிகமாகிவிடும்.

முதலில் கூறிய பாதிப்பு, சிவப்பணுக்கள் சிதைவதால் உண்டாகும். இரண்டாவது கூறிய பாதிப்பு, பல்வேறு வைரஸ் கிருமிகளின் பாதிப்பினாலும், கல்லீரல் இறுக்கி நோயினாலும் ஏற்படும்.

முதலாவதாக கூறிய பாதிப்பில் சிறுநீரில் "யூரோபில்லினோஜீன்" மட்டும் இருக்கும்; பில்லிருபின் இருக்காது. இரண்டாவது பாதிப்பில் யூரோபில்லினோஜீனுடன், பில்லிருபினும் சிறுநீரில் இருக்கும்.

இனி, சிறுநீரில் யூரோபில்லினோஜீன் உள்ளது என்பதனை எப்படிக் கண்டறியலாம் என்பதைப் பார்ப்போம்.

எர்லிஹைஹச் ஆல்டிஹைட் பரிசோதனை

டெஸ்ட் டியூப்பில் 10 மிலி அளவுள்ள சிறுநீரை எடுத்துக் கொள்ள வேண்டும். அதில் 2.5 மிலி அளவு 'பேரியம் குளோரைடு' மருந்தைச் சேர்க்க வேண்டும். பின்னர் அதனை வடிகட்ட வேண்டும்.

வடிகட்டியதில், 2-3 மிலி அளவு எடுத்துக் கொள்ள வேண்டும். அதில் 0.5 மி.லி. ஆல்டிஹைட் மருந்தைச் சேர்க்க வேண்டும். இதனை அப்படியே 3 நிமிடங்கள் வைத்திருக்க வேண்டும். சிவப்பு அல்லது கத்தரிப்பூ நிறத்தில் மாற்றம் உண்டானால், அந்தச் சிறுநீரில் யூரோபில்லினோஜீன் உள்ளது என்பதை அறியலாம்.

இந்தப் பரிசோதனையைச் சிறுநீர் கழித்தவுடனே செய்ய வேண்டும். இல்லையென்றால் சிறுநீரிலுள்ள "யூரோபில்லினோஜீன்" மாற்றமடைந்து "யூரோபில்லினாக" மாறிவிடும். இந்தப் பரிசேதனையின் மூலமாக இதனைக் கண்டுபிடிக்க முடியாது.

சிறுநீரில் "பார் போபில்லினோஜீன்" இருந்தாலும் இந்தப் பரிசோதனையில் (+) வரும். இது "பார்பைரியா" (Porphyria) என்ற பிறவிக் கோளாறு காரணமாக அதிக அளவில் சிறுநீரில் வெளியேறும். இவை காற்றுப்பட்டவுடன், கரிய திராட்சை ரச நிறத்தைப் போல மாறிவிடும்.

ஸ்டிரிப் பரிசோதனை

இதில் மேற்கூறிய அடிப்படையிலேயே சிறுநீர் பரிசோதனை செய்யப்படுகிறது. இந்தப் பரிசோதனையில் இதற்கென உள்ள "ஸ்டிரிப்பை"ப் பயன்படுத்துவார்கள். இதில் சிறுநீர் பட்டவுடன், அது நிற மாற்றத்தை அடையும். அது மஞ்சள் நிறத்திலிருந்து, பிரௌன், ஆரஞ்சு நிறம் வரையில் மாறும். இந்த நிற மாற்றத்தை இதற்கெனக் கொடுக்கப்பட்டுள்ள தனியான "நிற அட்டவணை"யை (Chart) வைத்து எவ்வளவு "யூரோபில்லினோஜீன்" உள்ளது என்பதைக் கண்டறியலாம்.

சிலவகை மருந்துகளைச் சாப்பிடுவதாலும், நிற மாற்றம் ஏற்படும். குறிப்பாகக் காசநோய்க்குத் தருகின்ற 'பாரா அமினோ சாலிசிலிக் அமிலம், பெனஸோ பைரிடின்' ஆகிய மருந்து களினால் இந்த நிறமாற்றம் ஏற்படும்.

சிலருக்கு யூரோபில்லினோஜீன் சிறுநீரில் இருந்த போதும், நீண்ட நேரம் கழித்து அந்தச் சிறுநீரைப் பரிசோதனை செய்தால் அது யூரோபில்லினோஜீன் இல்லை என்ற முடிவையே தெரியப் படுத்தும். ஏனெனில், நீண்ட நேரம் ஆகும்போது சிறுநீரிலுள்ள "யூரோபில்லினோஜீன்" யூரோபில்லின் என்ற பொருளாக மாறிவிடும்.

சிறுநீரில் இரத்தம் இருப்பதை அறிவதற்கான பரிசோதனை

சிறுநீரில் இரத்தம் உள்ளதா? இல்லையா? என்பதைக் கண்டுபிடிப்பதற்காகச் செய்யப்படும் பரிசோதனை மிகவும் முக்கியமான பரிசேதனை ஆகும். இது சாதாரண நோயிலிருந்து கொடிய புற்று நோய் வரையில் எந்த நோயின் காரணமாகவும் ஏற்படலாம்.

இது, மலத்தில் இரத்தம் உண்டா? எனப் பரிசோதனை செய்யும் முறையைப் போன்றதே ஆகும்.

பென்ஸீடீன் டெஸ்ட் (BENZIDINE TEST)

இந்தப் பரிசோதனையில் பென்ஸீடீன் மருந்தை அஸிட்டிக் அமிலத்தில் கலந்து தயாரித்துக் கொள்வார்கள்.

இதிலிருந்து சில சொட்டுகள் டெஸ்ட் டியூப்பில் இட்டு அதே அளவு சிறுநீரையும் இட வேண்டும்.

இத்துடன் 'ஹைட்ரஜன் பெராக்ஸைடு' மருந்தையும் சேர்க்க வேண்டும்.

இப்போது ஊதா நிறம் ஏற்பட்டால் இது சிறுநீரில் இரத்தம் இருக்கிறது என்பதைக் காட்டிவிடும்.

ஆர்தொடாலுயூடின் டெஸ்ட் (ORTHOTOLUI DINE TEST)

இது சிறுநீரில் இரத்தம் உள்ளதா? என்பதைக் கண்டறிவதற்கான மற்றொரு பரிசோதனையாகும். இதில் பென்ஸிடீனுக்குப் பதிலாக, ஒரு சதவீதம் ஆர்தோடாலுயூடின் மருந்தைக் கிளைசியல் அஸிட்டிக் அமிலத்துடன் கலந்து தயாரிப்பார்கள். இதிலும் ஊதா நிறம் வந்தால் இரத்தம் சிறுநீரில் இருப்பதை அது காட்டிவிடும்.

இதிலும் சிறுநீருடன் ஒரு சதவீதம் ஆர்தோடாலுயூடின் மருந்தைச் சேர்த்து, அதன்பிறகு ஹைட்ரஜன் பெராக்ஸைடு மருந்தைச் சேர்க்க வேண்டும்.

O

4. சிறுநீர்க் கசடு பரிசோதனை: (DEPOSIT)

பொதுவாக சிறுநீரைப் பரிசோதனை செய்ய மருத்துவர்கள் எழுதும்போது சர்க்கரை, உப்பு சத்து உள்ளதா என்ற பரிசோதனைக்குப் பிறகு, Deposit என்ற ஒரு பரிசோதனையையும் கண்டறியும்படி எழுதுவார்கள். நீங்கள் அடிக்கடி பார்க்கக் கூடியதும், செய்யக்கூடியதும் ஆகிய இப்பரிசோதனைகளைக் குறித்தும் தெரிந்து கொள்வோம்.

சிறுநீருடன் பல்வேறு பொருள்களும், துகள்களும் கலந்து வரலாம். எனவே, இந்தப் பரிசோதனை மிகவும் அவசியமானதாகும்.

சில நீரோடைகளில் தெளிவாக ஓடும் நீரைக் கொஞ்சம் கலக்கிவிட்டுப் பார்த்தால், மேல்மட்டம், கலங்கிப்போய்,

மண்நிறத்திற்கு மாறி விடும். சிறிதுநேரம் கழித்து, கலங்கிய பல்வேறு பொருள்களும் கொஞ்சம் கொஞ்சமாக அடிமட்டத்தில் படியும்.

அது போலச் சிறுநீரிலும் அடியில் தங்கும் பல்வேறு பொருளை எடுத்துப் பரிசோதனை செய்ய வேண்டும். சிறுநீரை ஒரு டெஸ்ட் டியூப்பில் எடுத்து அதைச் சில நிமிடங்கள் வைத்துவிட்டு, அதன் அடிமட்டத்தில் ஏதாவது பொருள்கள் தங்குகின்றனவா எனப் பார்க்கவேண்டும். அவ்வாறு அடியில் பொருள்கள் தங்கி இருந்தால், மேல்மட்ட சிறுநீரை வடித்து எடுத்துவிட்டு, அடிமட்டத்தில் படிந்ததை எடுத்துப் பரிசோதனை செய்ய வேண்டும்.

பெரும்பாலும், பல்வேறு நுண்ணிய பொருள்களும் சாதாரணமாக டெஸ்ட் டியூப்பில் கொஞ்ச நேரம் வைப்பதால் மட்டும் படிந்துவிடுவதில்லை. எனவே, இவ்வாறு படிவதற்கு, டெஸ்ட் டியூப்பில் சிறுநீரை எடுத்து அதனை அதற்குரிய ஒரு உபகரணத்தில் (Centrifuger) வைத்துச் சுழற்றச் செய்ய வேண்டும். மின்சார உதவியுடன் வேகமாகச் சுழலும் இதன் உட்பகுதியில் வைக்கப்பட்ட சிறுநீரில், சிறிது நேரத்திற்குப் பின்பு, ஏதாவது பொருள்கள் இருந்தால் அது எளிதில் படிந்துவிடும்.

பிறகு, அதனை எடுத்துப் பரிசோதனை செய்யலாம். இவ்வாறு **1000-1500** rpm வேகத்தில் மூன்று நிமிடங்கள் சுழலச் செய்தால் போதுமானது.

படியும் பொருட்களில் பலவகைகள் உண்டு. அதைப்பற்றிய படத்தில் மாதிரி வடிவங்கள் கொடுக்கப்பட்டுள்ளன.

சிறுநீரகக் கற்கள் பரிசோதனை

சிலருக்குச் சிறுநீரகக் கற்கள் தோன்றியிருக்கலாம் அல்லது தோன்ற வாய்ப்புகள் இருக்கலாம். இவர்களது சிறுநீருடன் கற்களின் துகள்கள் வெளிப்படும். இப்படி வெளிப்படுகிற கசடினை எடுத்து நுண்ணோக்கிக் கருவியைப் (Microscope) பயன்படுத்திக் கற்களைக் காணலாம்.

கற்களில் பல வகைகள் உள்ளன. அவற்றின் வடிவத்தையும், தோற்றத்தையும் வைத்து அவை எந்தவகைக் கற்கள் என்பதனைக் கண்டுபிடித்து விடலாம்.

இனி சில முக்கியச் சிறுநீரக கற்களின் வகைகளையும், அவற்றின் தோற்றத்தையும் காணலாம்.

சில கல் துகள்கள், அமிலத் தன்மையுள்ள சிறுநீரில் அதிக அளவில் காணப்படும். சில கல்துகள்கள், காரத்தன்மையுள்ள சிறுநீரில் அதிக அளவில் காணப்படும்.

அ. அமிலத்தன்மையுள்ள சிறுநீரில் காணப்படும் கல் துகள்கள்

யூரிக் அமில கல் துகள்கள்

இவை மஞ்சள் நிறத்தில் காணப்படும். இவை குச்சிக் குச்சியாக நீண்டு கூர்மையான முனை கொண்டவையாகக் காணப்படும்.

அதே நேரம் யூரேட் கல் துகள்கள் சிவப்பு நிறத்தில் காணப்படும். இவை, கண்ணீர்த் துளியின் வடிவத்தைப் பெற்றிருக்கும். இவை அதிகமாக இருந்தால் சில மூட்டுவாத நோய்கள் (Gout) இருக்கிறது என்பது தெரியவரும்.

கால்சியம் ஆக்ஸலேட் கற்கள்

இவை பிரிஸம் போலக் காணப்படும். இவை காரத் தன்மையுள்ள சிறுநீரிலும் காணப்படும். இவையும், கடித உறை (Envelope) போலக் காணப்படும்.

சிஸ்டின் கற்கள்

இவை அறுகோண வடிவம் கொண்ட கற்களாகக் காணப்படும். ஒளி ஊடுருவும் தன்மையைப் பெற்றிருக்கும். இவை ஒரு வகை பிறவிக் கோளாறினால் ஏற்படும். (CYSTINURIA)

லியூசின் / டைரோஸின் கற்கள்

லியூசின் கற்கள், வட்ட வடிவில் காணப்படும். டைரோஸின் கற்கள், நீண்ட ஊசி போலக் காணப்படும்.

ஆ. காரத்தன்மையுள்ள சிறுநீரில் காணப்படும் கல் துகள்கள்

பாஸ்பேட் கற்கள்

இவை நிறமற்றவை. இவை இறகு போன்ற தோற்றம் கொண்டவை. சில நேரங்களில் இலை போன்றும் காணப்படும். இதில் டிரை பாஸ்பேட், இறகு, இலை போன்ற வடிவங்களில் இருக்கும். டைபாஸ்பேட் நிறமற்ற பிரிஸம் போலக் காணப் படும். இவை கடித உறை (ENVELOPE) போன்ற அமைப்பைக் கொண்டதாக இருக்கும்.

கால்சியம் கார்பனேட், ஆக்ஸலேட் கற்துகள்கள்

இவையும் மிகவும் முக்கியமான கற்துகள்களாகும்.

இவை தவிர, கொலஸ்டிரால் படிவங்களும் சிலருக்கு உண்டாகலாம்.

இ. கண்ணுக்குப் புலப்படாத பல்வேறு நுண்ணிய பொருள்களின் பரிசோதனை

புதிதாக எடுத்த சிறுநீரில் பல்வேறு நுண்ணிய பொருள் களையும் நுண்நோக்கிக் கருவியைப் (MICROSCOPE) பயன் படுத்திக் கண்டுபிடிப்பார்கள்.

அவற்றில் சிலவற்றை இங்கே காணலாம்.

சிவப்பணுக்கள்

இவை சாதாரணச் சிறுநீரில், 1. ச.மி.மீல் 3தான் காணப் படும். சிறுநீரைச் சுழற்றி, அதன் கசடில் பரிசோதனை செய்தால் அதில் அதிகபட்சம் ஒன்றுதான் இருக்கும்.

இவ்வாறு இல்லாமல் சிவப்பணுக்கள் அதிகமாக இருந்தால் நோயாளி, ஏதாவது ஒருவகை சிறுநீரகக் கோளாறினால் பாதிக்கப்பட்டிருக்கிறார் என்று அர்த்தம்.

சிவப்பணுக்களைப் பரிசோதனை செய்யும்போது இது போன்ற தோற்றத்தைக் கொண்ட, பூஞ்சைக்காளான்

சிறுநீரில் காணப்படும் பல்வேறு கல் துகள்கள்
(Urine - Crystals)

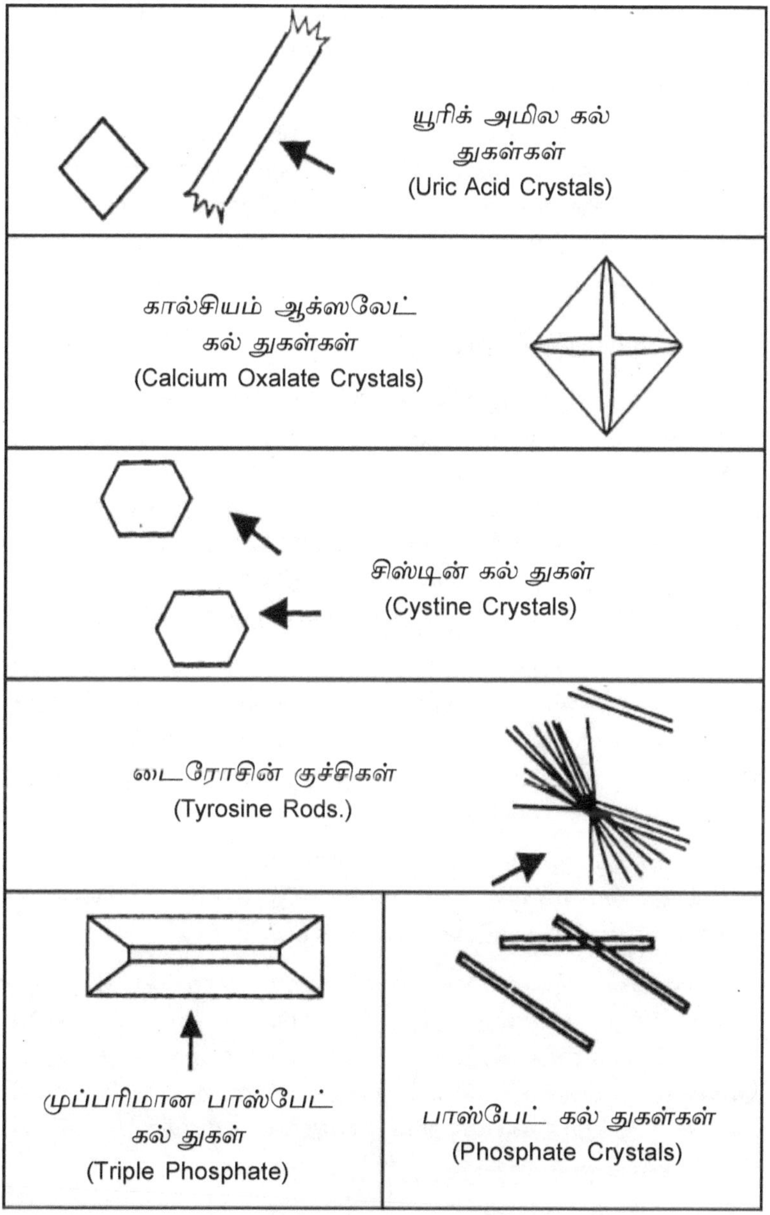

எண்ணெய்த் துளிகள் ஆகியவற்றிலிருந்து இவற்றை வேறுபடுத்தி அறிய வேண்டியது அவசியமாகும். ஏனெனில், இவை இரத்த ஒட்டத்தில் இருபதைப் போல அல்லாமல், சிறுநீரில் வட்ட வடிவில் வளையம் போலக் காணப்படும். இதன் மையப்பகுதி கொஞ்சம் மஞ்சள் நிறமாக இருக்கும்.

இவை, சிறுநீரக அழற்சி நோய்களில் (GLOMERULO NEPHRITIS) காணப்படலாம். பல்வேறு கற்களின் அடைப் பினாலும் சிலவகையான புற்றுநோய்களினாலும் ஏற்படலாம். இதயப் பாதிப்பினாலும் (BACTERIAL ENDOCARDITIS) இவை ஏற்படலாம்.

வெள்ளையணுக்கள் (WBCs)

இவை சிவப்பணுக்களைவிடப் பெரிதாகத் தெரியும். உருண்டையாகக் காணப்படும். பல கருக்கள் (கரு பிளவுகள்) கொண்டதாக இருக்கும். இவற்றின் சைட்டோ பிளாசம் ஒளிபட்டு, வெளிர்நிறமாய்த் தெரிவதாக இருக்கும். சிறுநீரை அமிலத்தன்மை கொண்டதாக மாற்றினால், இது நன்கு தெரியும். ஏனெனில், அமிலத் தன்மை சிவப்பணுக்களை அழித்துவிடும். இவை ஒன்றோடு ஒன்று சேர்ந்து கூட்டமாகவும் இருக்கும்.

பெண்களுக்குச் சாதாரண சிறுநீரில் 1 ச.மி.மீல் 10க்கும் மேற்பட்ட வெள்ளையணுக்கள் இருந்தால் அது நோயின் அறிகுறியாகும். இது போன்ற ஆண்களுக்கு 1 ச.மி.மீல் 3-க்கும் மேற்பட்ட வெள்ளை யணுக்கள் இருந்தால் அது ஏதோ பாதிப்பினால் ஏற்படுவதாகும்.

பெரும்பாலும், சிறுநீரில் வெள்ளையணுக்கள் அதிகரிப்பது, ஏதாவது "அழற்சியின்" காரணமாக இருக்கலாம். சிலருக்குச் சிறுநீரக கற்களின் பாதிப்பினாலும் ஏற்படலாம்.

எனவே, இவர்களுக்குச் சிறுநீரில் ஏதாவது கிருமிகள் தென்படுகிறதா? என்ற பரிசோதனையும் செய்ய வேண்டும். சிறுநீரில் ஏதாவது கிருமிகள் வளருகிறதா என்பதை அறிய, அதனை ஆய்வுக்கூடத்தில், தகுந்த சீதோஷ்ண நிலையில், ஊட்டச் சத்துப் பொருளில் வைத்துப் பார்க்க வேண்டும் (CULTURE).

சிலருக்கு வெள்ளையணுக்கள் சிறுநீருடன் அதிகம் போகாமல், பழுப்புச் செல்கள் போகும். இவர்களுக்குக் கிருமிகளும் சிறுநீரில் தென்படாது. இது காசநோயின் பாதிப்பினால் சிறுநீரகம் பாதிக்கப்பட்டிருப்பதற்கான அறிகுறிகளாகும்.

ஸ்டிரிப் பரிசோதனை (STRIP TEST)

வெள்ளையணுக்களில் ஒரு நொதி (ESTERASES) காணப்படும். இது, ஸ்டிரிப்பிலுள்ள பொருளோடு வினைபுரிந்து மாற்றங்களை ஏற்படுத்தும். எனவே, வெள்ளையணுக்கள் சிறுநீரில் அதிகம் காணப்பட்டால், இந்தப் பரிசோதனை (+) ஆக இருக்கும். சிறுநீரில் 1 ச.மி.மீல் 10க்கும் மேற்பட்ட வெள்ளையணுக்கள் இருந்தால், இந்தப் பரிசோதனை, (+) ஆக இருக்கும்.

சிலருக்கு வெள்ளையணுக்கள் இருந்த போதும், சில காரணங்களினால், சிறுநீரில் வெள்ளையணுக்கள் இருப்பதைக் கண்டறிய முடியாது.

சிறுநீரின் அடர்த்தி அதிகமாக இருந்தாலும், சிறுநீரில் அதிகமாகக் குளுக்கோஸ் இருந்தாலும், டெட்ராஸைக்கிளின், நெப்பலோஸ்போரின், ஆக்ஸாலிக் அமிலம் ஆகியவற்றைப் பயன்படுத்தியிருந்தாலும் இந்த பரிசோதனை தவறுதலாகவே வரும்.

சீழ் செல்கள் (PUS CELLS)

இவை மிகுதியாக இருந்தால் சிறுநீரகப் பகுதிகளில் அழற்சி ஏற்பட்டுள்ளது என்பது தெரியவரும். காச நோயினால் இவை மிகுதியாக ஏற்படலாம். சிறுநீரை எடுக்கும்போது, பிறப்புறுப்புகளின் வெளி பகுதிகளில் சிறுநீர் படுவதாலும், இவை ஏற்படலாம்.

எபித்தீலியல் செல்கள் (EPITHELIAL CELLS)

இந்தவகை செல்கள், சிறுநீரக நுண்ணிய குழாய்களின் உட்பகுதியிலிருந்து வருகின்றன. இவை வெள்ளையணுக்களைப் போலவே தோற்றம் அளிக்க கூடியவை. இவர்களுக்கு, ஆஸ்பிரின் மருந்தைக் கொடுத்துவிட்டால், எபீதிலியல் செல்கள், மட்டும் நன்கு தெரியும்.

சிறுநீரில் காணப்படும் பல்வேறு நுண்ணிய பொருள்கள்

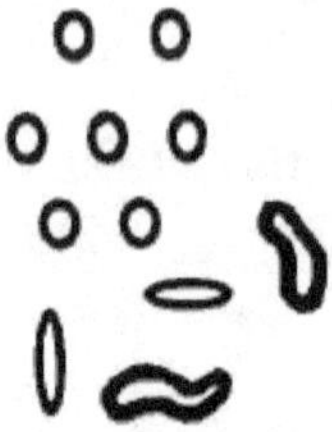 சிவப்பணுக்கள் (RBC's)	 வெள்ளையணுக்கள் (WBC's)
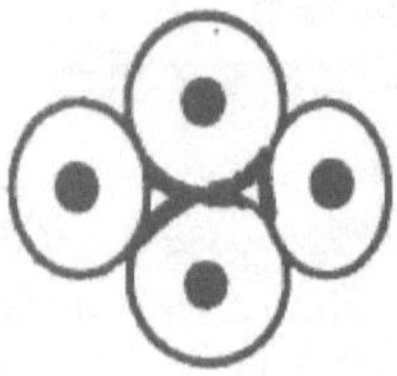 சிறுநீர்ப்பை எபிதிலீயல் செல் (Bladder epithellal cell)	 பூஞ்சை காளான் வகை (Budding Yeast)
 ‘டிரைகோமொனஸ் வெஜய்னாலிஸ்’ கிருமி (Trichomonas Vaginalis)	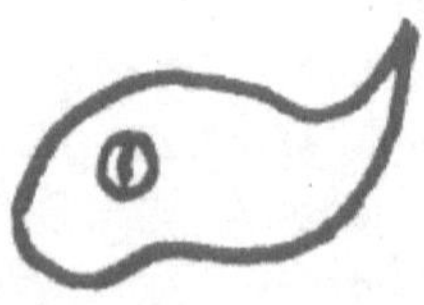 சிறுநீரக பேப்பிலரி எபிதிலீயல் செல் (Renal Papillary Epithelial Cell)

சிறுநீர்ப்பை மற்றும், சிறுநீர் குழாய்களின் உட்பகுதியிலிருந்தும் (ureter) செல்கள் சிறுநீரில் வெளிப்படலாம். இவை நீளவட்டவடிவில் (OVAL) காணப்படும்.

சிலருக்குப் பலகோணங்கள் கொண்ட மெல்லிய செல்கள் கூட்டமாக, மொத்தமாக அடுக்கி வைக்கப்பட்டதைப் போலக் காணப்படும். இவை சிறுநீர் புறவழிப் பாதையிலிருந்தோ அல்லது பிறப்புறுப்பின் உட்பகுதியிலிருந்தோ வரலாம்.

விந்தணுக்கள் (SPERMATOZOA)

இவை ஆணின் சிறுநீரிலும், பெண்ணின் சிறுநீரிலும் காணப்படலாம். இதன் நீண்ட அமைப்பையும், வால்பகுதி தலைப்பகுதியென இதற்கென உள்ள சில சிறப்பு அம்சங்களை வைத்தும் எளிதாகக் கண்டுபிடித்து விடலாம்.

செல் திரட்டுகள் / திரிகள் (CASTS)

ஏற்கனவே, சிறுநீரில் வெளிப்படக்கூடிய பல்வேறு செல்களைக் குறித்துப் பார்த்தோம்.

இந்தச் செல்கள் பலவும் சேர்ந்து திரட்டுகளாகவோ, திரிகளாகவே காணப்படலாம். செல்லின் தன்மைக்கு ஏற்ப இவையும் அமைப்பில் மாறுபட்டு இருக்கும்.

இனி இவற்றிலுள்ள பல்வேறு வகைகளைக் குறித்து காணலாம்.

ஹைலின் திரட்டு (HYALINE CASTS)

இவை நிறமற்றவை. ஓரளவு ஒளிபுகக் கூடியவை. சிறுநீரக உள் நுண் குழாயின் உட்பகுதியிலிருக்கும் செல்களில் காணப்படும் ஒரு வகையான புரதப்பொருள் உறைந்து விடுவதால் (MUCO PROTEIN) இந்தத் திரட்டு உண்டாகும்.

குறைவாக இத்திரட்டுகள் இருந்தால் பரவாயில்லை. ஆனால், இவை அதிகம் காணப்பட்டால் தான் அது சிறுநீரக நோயின் பாதிப்பாகக் கருதப்படும்.

தெளிவற்ற திரட்டுகள் (GRANULAR CASTS)

மேற்கூறிய தெளிவான திரட்டு மீது பல்வேறு பிறசெல்களும் சேர்ந்து, இதுபோன்ற அமைப்பை ஏற்படுத்திவிடும். இது காணப் பட்டால் அது பெரும்பாலும் சிறுநீரக நோயின் பாதிப்பாக இருக்கும்.

எபீதிலியல் திரட்டுகள் (EPITHELIAL CASTS)

இவை தெளிவான திரட்டுகளின் மீது சிறுநீரக நுண்குழாய் செல்கள் படிவதால் ஏற்படுவதாகும்.

சிவப்பணு திரட்டுகள் (RED CELL CASTS)

ஏற்கனவே ஏற்பட்டு விட்ட தெளிவான திரட்டுகளில் சிவப்பணுக்கள் சேர்ந்து இவை ஏற்படும். இரத்தம் கசிவதனால் இவை ஏற்படும். இவை சிறுநீரக உள் அழற்சியினால் (Acute glomerulonephritis) ஏற்படும்.

பழுப்புத் திரட்டுகள் (PUS CASTS)

இவை ஏற்கனவே, ஏற்பட்ட தெளிவான திரட்டுகளுடன் சேர்ந்து, ஒன்றாகத் திரண்டு ஏற்படும். சிறுநீரக அழற்சிகளினால் இது ஏற்படும்.

கொழுப்புத் திரட்டுகள் (FAT CASTS)

இதில், கொழுப்புப் பொருள்கள் பலவும், உறைந்த புரதப் பொருளோடு சேர்ந்து காணப்படும். இது "எபிதீலியல் செல்கள்" நலிவடைவதால் ஏற்படுவதாகும்.

மெழுகு திரட்டுகள் (WAXY CASTS)

இவை அமைப்பில் தெளிவான திரட்டுகளைப் போலக் காணப்படும். ஆனால், ஒளிபுகாதவாறு மெழுகுபோல இருக்கும். இவை சிறுநீரகச் செயலிழப்பிற்கு முன்பாகக் காணப்படும்.

பெரிய திரட்டுகள் (BROAD CASTS)

இவை பார்ப்பதற்குப் பெரிய அளவில் இருக்கும் சிறுநீரக நுண்ணிய குழாயின் உட்பகுதியிலிருந்து வரக்கூடியவை. இந்தச்

செல்கள் பெருமளவு பாதிக்கப்படுவதால் ஏற்படக்கூடியதாகும். இவை பெரும்பாலும் "சிறுநீரகச் செயலிழப்பு" தோன்றுவதற்கு முன்பாக ஏற்படக்கூடியவையாகும். (Renal Failure Casts)

பெரும்பாலான திரட்டுகளும், திரிகளும் சிறுநீரக நுண்ணிய குழாயின் உட்பகுதியிலிருந்து தோன்றுவதால் இவை உருளையாகத் தெரியும். இவற்றின் வெளிப்பகுதி வட்டமாக வளைந்து இருக்கும். இதன் சில பகுதிகள், உடைந்து அல்லது சிதைந்து காணப்படும்.

வெள்ளையணுத் திரட்டுகள் (WBC CASTS)

உறைந்த புரதப் பொருள்களுடன், வெள்ளை அணுக்கள் ஒன்று சேர்ந்து, இந்தத் திரட்டு உண்டாகும். இவையும் பல அழற்சிகளின் காரணமாக ஏற்படலாம். இதுபோன்ற திரட்டுகளையும், திரிகளையும், நீண்ட நேரம் மிஷனில் சிறுநீரைச் சுழற்றினால், இவை உடைந்து சிதறி மறைந்துவிடும். எனவே, இவற்றைக் காண முடியாது.

○

5. நுண்ணுயிர் பரிசோதனைகள்

சிறுநீரில் வருகின்ற பல்வேறு நுண்கிருமிகளையும் எளிய பரிசோதனைகளின் மூலமாகக் கண்டறியலாம்.

சிறுநீரை Centrituger-ல் வைத்து அடியில் படியும் படிவத்தை எடுத்துப் பரிசோதனை செய்வார்கள்.

இதில் எல்லாக் கிருமிகளையும் ஒரே முறையில் பார்த்துப் பரிசோதனை செய்ய முடியாது.

ஒவ்வொரு கிருமியையும் பரிசோதனைச் செய்து கண்டு பிடிக்க, சில குறிப்பிட்ட முறைகள் உள்ளன. இவற்றைச் செய்து, பின்பு நுண்நோக்கிக் கருவிகொண்டு இவற்றைக் காண வேண்டும்.

சில கிருமிகளைப் பார்ப்பதற்குச் சிறுநீரை சுழற்றாமல் அப்படியே Slide-ல் வைத்து தயாரித்து நுண்நோக்கிக் கருவி

சிறுநீரில் காணப்படும் பல்வேறு செல் வகைகளும், திரட்டுக்களும்

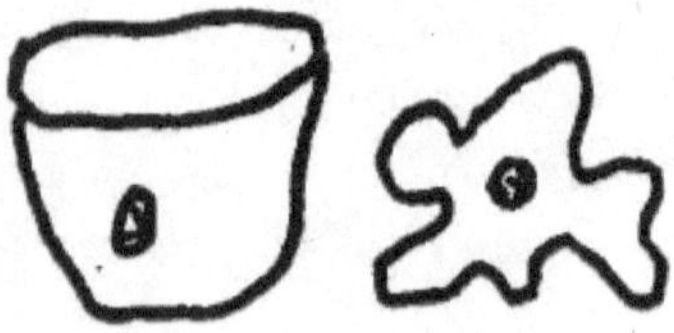

பெண்ணினப் பிறப்புறுப்பின் வெளிப்புற எபதிலீயல் செல்
(Vaginal Squamous Epithelial Cell)

எபீதிலீயல் செல் சிறுநீரக நுண்ணிய உட்குழாய் எபீதிலீயல் செல்
(Renal Tubular Epithelial Cell)

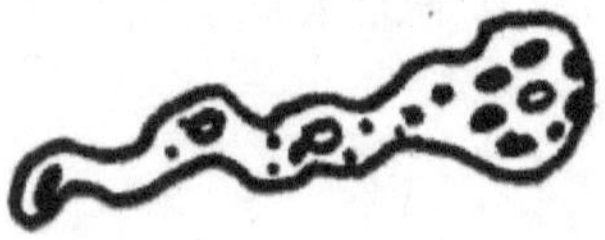

சிவப்பணுத் திரட்டு
(Red cell Casts)

தெளிவற்ற திரட்டு
(Granular Casts)

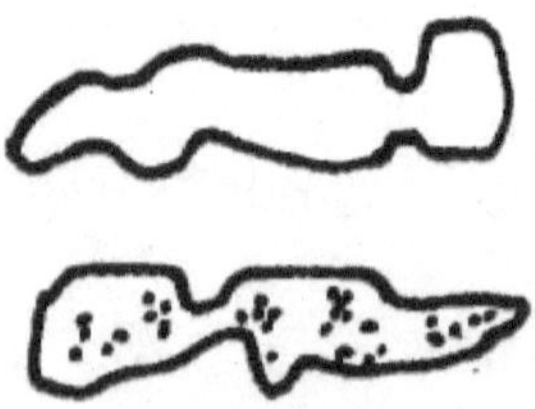

ஹைலின் திரட்டு
(Hyaline Casts)

வெள்ளையணுத் திரட்டு
(White cell Casts)

கொண்டு பார்க்க வேண்டும். குறிப்பாக, நகரக்கூடிய கிருமிகளைக் காண இவ்வாறு செய்ய வேண்டும்.

சுழற்றிய சிறுநீரின் அடிப்பகுதியில் உள்ள கசடை எடுத்துப் பரிசோதனை செய்தால், அதனை அப்படியே பார்த்தால் தெரியாது. ஆகவே, இதனை Staining என்ற முறையில் பல்வேறு வண்ண இரசாயனப் பொருள்களையும் திரவங்களையும் ஊற்றி, கிருமியை நிலைப்படுத்திய பின்பு, நுண்ணோக்கிக் கருவி மூலம் இதனைக் காணவேண்டும்.

இவ்வாறு Staining தயாரித்துக் கிருமிகளை காண்பதில் எண்ணற்ற வகைகள் உள்ளன. இதற்கான எண்ணற்ற வண்ண இரசாயனத் திரவங்களும் உள்ளன. இதில் முக்கியமானது:-

GRAM-STAINING என்பதாகும்.

இதன் மூலம் பல்வேறு முக்கிய நுண்கிருமிகளையும் காண முடியும்.

பெண்களுக்கு அழற்சியை ஏற்படுத்தும் டிரைகோமொனஸ் வெஜய்னாலிஸ் (TRICHOMONAS VAGINALIS) என்ற கிருமியும் சில நேரங்களில் சிறுநீரில் தெரியும். பெண் பிறப்புறுப்பிலிருந்து இது சிறுநீருக்கு வந்துவிடும்.

இதுபோலவே பல்வேறு பூஞ்சைக்காளான் கிருமிகளும் சிறுநீரில் காணப்படலாம். நீரிழிவு நோயாளிகளுக்கு இது பெரிதும் காணப்படும்.

"டிரைகோமொனஸ்" கிருமி, வட்ட வடிவத்திலேயோ அல்லது நீள்வட்ட வடிவத்திலேயோ இருக்கும். இதன் ஒரு பகுதி குறுகியும், மற்றொரு பகுதி நீண்டும் காணப்படும்.

பூஞ்சை வகைகள் வட்டவடிவமாக இருக்கும். இவை சிவப்பணுக்களைவிடச் சிறியவை. இவற்றை, எண்ணெய்த் துளிகள், காற்று முட்டைகள் ஆகியவற்றிலிருந்தும் வேறுபடுத்தி யாக வேண்டும்.

சிலருக்கு இரத்த நாளங்களில் வாழும் ஒருவகை ஒட்டுண்ணி யின் பாதிப்பினாலும் சிறுநீர்ப்பையில் அழற்சி ஏற்படும். இவ் வகை ஒட்டுண்ணியின் முட்டை (SCHISTOSOMA HAEMATOBIUM) இவர்களது சிறுநீரில் தெரியும். இதனுடைய அமைப்பின் மூலம்

இம்முட்டையினைப் பிறவகை முட்டையிலிருந்து எளிதாக வேறுபடுத்திக் கண்டுபிடித்துவிடலாம். சிறுநீரில் கிருமி உள்ளதா என்பதைப் பரிசோதனை செய்வதற்கு, முதலில் செல்லும் சிறுநீரை விட்டுவிட்டு இடைப்பட்ட சிறுநீரை எடுத்துப் பரிசோதனை செய்து பார்க்கவேண்டுமென முன்னரே கூறியுள்ளோம், (MIDSTREAM URINE) இதன் மூலம், முதலில் செல்லும் சிறுநீரில் கிருமிகள் புறவழியிலிருந்து வந்து கலந்தால் அவை முதலில் செல்லும் சிறுநீரோடு சேர்ந்து வெளியேறிவிடும்.

சிறுநீரைப் பிடிக்கும் குப்பிகளில் நுண்கிருமி ஒழிப்பு மருந்துகள், கிருமிநாசினிகள் எதுவும் இல்லாமல் இருக்க வேண்டியது மிக அவசியம்.

பெண்கள் சிறுநீர் பிடிப்பதற்கு முன்னால், புறவழிப் பகுதியினை நன்கு சுத்தம் செய்து அதன் பிறகு சிறுநீரைப் பிடிக்க வேண்டும். பெண்களுக்கு மாதவிடாய் இருந்து, அந்த நேரத்தில் சிறுநீரைப் பிடித்துப் பரிசோதனை செய்தால், கிருமிகள் இருப்பது சரியாகத் தெரிவதில்லை.

சில நேரங்களில், சிறுநீர்ப்பையிலிருந்தே சிறுநீரை எடுத்துப் பரிசோதனை செய்ய வேண்டியது வரும் (Suprapubic Aspiration of Urine). இதில், சிறுநீர்ப்பை உள்ள அடிவயிற்றுப் பகுதியில் சிறுநீரை, ஒரு ஊசி மூலமாக உறிஞ்சி வெளியே எடுப்பார்கள்.

நோயாளி பலமணிநேரம் சிறுநீரைக் கழிக்காமல் இருந்தால் சிறுநீர்ப்பை நிறைந்துவிடும். அந்த நேரத்தில் சிறுநீர்ப்பை உள்ள இடத்தைச் சுத்தம் செய்து, அதன் வழியாக ஊசியைச் செலுத்திச் சிறுநீரை எடுப்பார்கள்.

பெரும்பாலும், சிறுநீரில் கிருமிகள் உள்ளதா என்பதைக் கண்டறிவதற்கு, காலையில் எடுக்கும் சிறுநீர் நல்ல முடிவுகளைத் தரும். இவ்வாறு எடுக்கப்பட்ட சிறுநீரை 2 மணி நேரத்திற்குள் ளாக, ஆய்வுக் கூடத்தில் உள்ள வளர்ப்புப் பொருளில் (Media) வளர்க்க (Culture) வேண்டும்.

அதற்கு மேல் ஆகுமென்றால், அந்தச் சிறுநீரை உடனடி யாக, குளிர்சாதனப் பெட்டியில் 4°C என்ற உஷ்ணநிலையில் வைத்திருக்க வேண்டும். இது சிறுநீரில் கிருமிகள் வளர்வதைத் தடை செய்யும்.

சிறுநீரில் சிலவகைக் கிருமிகள் இருக்கலாம். இவை வெளிப்புறத் தொடர்புகளால் சிறுநீரில் வந்திருக்கலாம். ஆனால் 1 மி.லி. சிறுநீரில் 1,00,000 பாக்டீரியாக்களுக்கு மேலிருந்தால் அந்தச் சிறுநீரில் கிருமிகள் அதிகமுள்ளன; நோயாளிக்குச் சிறுநீரக அழற்சி நோயின் பாதிப்பு உள்ளது என்பதை அறிந்து கொள்ளலாம். சிலருக்குச் சிலவேளைகளில், சிறுநீரில் வெளிக் கிருமிகள் கலந்து வளர்ந்து விடுவதும் உண்டு (Contamination). அப்போதும் இது போல எண்ணிக்கையில் கிருமிகள் அதிகமாக இருக்கலாம்.

சிலருக்கு, ஒரு கிருமியினால் அழற்சி ஏற்பட்டிருக்கலாம். இன்னும் சிலருக்குப் பல்வேறு கிருமிகளினால் பாதிப்புத் தோன்றியிருக்கலாம். கிருமியின் தன்மைக்கு ஏற்ப நுண்ணுயிர்க் கொல்லி மருந்தைக் கண்டறிந்து சிகிச்சை அளிக்க வேண்டும்.

கிருமிகளை வளர்த்துப் பரிசோதனை

"சிறுநீரில் கிருமிகள் உள்ளனவா?" என்பதை அறிய ஆய்வுக்கூடத்தில் கிருமிகள் வளர்ப்புப் பரிசோதனை (URINE CULTURE & SENSITIVITY) நடத்துவார்கள்.

சிறுநீரில் ஏற்படும் கசடினை எடுத்து அதில் நுண் கிருமிகள் உள்ளனவா? என்று பரிசோதனை செய்யும் முறையை ஏற்கனவே பார்த்தோம். இதில் பல்வேறு நுண்கிருமிகளையும் கண்டறிய லாம்.

நுண்கிருமிகளின் பாதிப்பு அதிகமிருந்தால் தான் இதனை எளிதாகக் கண்டறிய முடியும். சிலருக்கு நுண்கிருமிகள் குறைவாக இருந்தால் சில வேளைகளில் இதனைக் கண்டறிய முடியாமல் போகலாம். இப்படிப்பட்டவர்களுக்கு, அவர்களின் சிறுநீரை எடுத்து ஆய்வுக் கூடத்தில் வைத்து, அதன் பிறகு அதில் நுண்கிருமிகள் உள்ளனவா என்று பரிசோதனை செய்வார்கள். அதாவது கிருமிகள் பெரும்பாலும், ஒரு குறிப்பிட்ட சீதோஷ்ண நிலையில், அசையாமல், வளர்வதற்கான ஒரு உணவுப் பொருளின் மீது (MEDIA) வைத்தால், இவை அந்தத் தகுந்த சூழ்நிலையில், அதன் சத்தைப் பெற்று நன்கு வளரும். இவ்வாறு குறிப்பிட்ட காலம் வரை வைத்திருந்த பின்பு, அதில் வளர்ந்த நுண்கிருமிகளை எடுத்து, நுண்ணோக்கியின் மூலம் பார்த்து, அது

என்னவகை கிருமிகளெனக் கண்டுபிடிப்பார்கள். இவை எந்த நுண்கிருமி மருந்திற்குக் கட்டுப்படும் என்பதையும் கண்டு பிடிப்பார்கள்.

இதற்காகச் சில முக்கியமான நுண்கிருமி மருந்துகளின் பொடியை வளரும் கிருமிக் கூட்டத்தின் (Colonies) அருகில் வைப்பார்கள். இந்த மருந்துகளைச் சுற்றி (அவற்றிற்கு அருகில்) நுண்கிருமிகள் வளராமல் போயிருக்கும். மற்ற இடங்களில் கிருமிகள் நன்கு வளர்ந்திருக்கும். அப்படியென்றால், நுண்கிருமி களை வளரவிடாமல் அந்தக் குறிப்பிட்ட நுண்கிருமி மருந்து, அவற்றைத் தாக்கி வேலை செய்திருக்கிறது என்பதை இதன் மூலம் அறியலாம். இதனை Drug Sensitive என்று கூறுவார்கள்.

இப்படியில்லாமல், அந்த மருந்தைச் சுற்றி நுண்கிருமிகள் நன்கு வளர்ந்திருந்தால், அந்த மருந்தினால், இந்த நுண்கிருமி களின் வளர்ச்சியும் பெருக்கமும் பாதிக்கப்படவில்லை என்பது தெரியவரும். அதாவது, இந்த மருந்தைக் கொடுத்தாலும் எந்த விதப் பயனுமில்லை. இதனை Drug Resistance என்று கூறுவார்கள்.

ஆக, Drug Resistance இருந்தால் அந்த மருந்தைக் கொடுப் பதனால் எந்தவிதப் பயனுமில்லை. ஏனெனில் அந்த மருந்திற்கு இந்த நுண்கிருமிகள் கட்டுப்படமாட்டா. இதற்கு நேர்மாறாக, Drug Sensitive இருந்தால், அந்த மருந்திற்கு, நுண்கிருமிகள் கட்டுப்படும். எனவே, இந்த மருந்தை அவர்களுக்குக் கொடுக் கலாம்.

இந்த “Drug Sensitive” நிலையையும் மூன்று நிலைகளாக வகைப்படுத்தியுள்ளனர்.

1. Mild Sensitive
2. Moderate Sensitive
3. Highly Sensitive

1. ‘Mild Sensitive’ என்றால் அந்தக் குறிப்பிட்ட மருந்திற்கு நுண்கிருமிகள் கொஞ்சம்தான் கட்டுப்படும். (மருந்தினைச் சுற்றி நுண்கிருமிகள் பெரிதும் வளர்ந்திருக்கும்)

2. “Moderate Sensitive” என்றால் அந்தக் குறிப்பிட்ட மருந்திற்கு நுண்கிருமிகள் ஓரளவு கட்டுப்படும். (மருந்தினைச் சுற்றி ஓரளவு கிருமிகள் வளர்ந்திருக்கும்)

3. "Highly Sensitive" என்றால், மருந்தைச் சுற்றி கிருமிகள் சரிவர வளராது. இந்நிலையில் அந்த மருந்திற்கு நுண்கிருமிகள் நன்கு கட்டுப்படும்.

இந்தப் பரிசோதனையின் மூலம், எந்த நோய்க் கிருமியினால் பாதிப்பு ஏற்பட்டது என்பதை மட்டுமல்லாமல், எந்த மருந்திற்கு அது உடனே கட்டுப்படும் என்பதையும் கண்டறிந்து நன்கு சிகிச்சை செய்து அந்த நோயை எளிதாக விரைவாகக் குணப்படுத்த முடியும்.

பெரும்பாலான நோய்க்கிருமிகளை இவ்வாறு ஆய்வுக் கூடத்தில் 48 மணிநேரம் (2 நாட்கள்) வளர்ப்பார்கள்.

இவ்வாறு வளர்ப்பதற்குப் பயன்படும் சத்துப் பொருள் நிறைந்த பகுதியினை "MEDIA" என்பார்கள்.

அதில் பல வகைகள் உண்டு. அதனைக் குறித்து இனி காணலாம். நுண்கிருமிகளை ஆய்வுக்கூடத்தில் வளர்ப்பதற்கு முன்பாகச் சில முக்கியமான விஷயங்களைப் புரிந்து கொள்ள வேண்டும்.

இந்தப் பரிசோதனைக்காக, இவர்கள் சிறுநீரை வீட்டி லிருந்தே எடுத்துச் செல்லக் கூடாது. ஆய்வுக் கூடத்தில் தரும் குப்பியில்தான் சிறுநீரை எடுத்துத் தரவேண்டும். ஏனெனில் ஆய்வுக் கூடத்தில் தரப்படும் குப்பிகளும் டெஸ்ட் டியூப்களுமே சுத்தமானவையாக (Sterile) இருக்கும்.

○

6. 24 மணி நேரம் சிறுநீரைச் சேகரித்து செய்யப்படும் பல்வேறு பரிசோதனைகள்

"மைக்கிரோ -அல்புமின்" பரிசோதனை

சிறுநீரில் புரதம் 24 மணிநேரத்தில் 15 முதல் 150 மி.கி. வரை இருக்கலாம். இந்தப் புரதம் 'அல்புமின்' எனப்படும் புரத வகையைச் சேர்ந்ததாகும். இதற்கு அதிகமாக சிறுநீரில் புரதம் இருப்பதைக் கண்டுபிடிக்கும் பரிசோதனையை எற்கனவே நாம்

பார்த்தோம். ஆனால் அந்தப் பரிசோதனையில், சிறுநீரில் 300 மி.கி. அளவிற்கும் அதிகமாகப் புரதம் இருந்தால்தான் தெரியும். அதற்குக் குறைவாகப் புரதம் இருந்தால் அதனைக் கண்டுபிடிக்க "மைக்ரோ அல்புமின்" (MICRO ALBUMIN) பரிசோதனையைச் செய்ய வேண்டும்.

சிறுநீரகப் பாதிப்பு ஆரம்ப நிலையிலிருக்கும்போது, அவர்களுக்கு, மிகக்குறைந்த அளவு ஆல்புமின் சிறுநீரில் (150 மி.கி.க்கும் அதிகமாக) வெளிப்படும். அதனைக் கண்டு பிடிப்பதற்கு மைக்கிரோ-அல்புமின் பரிசோதனை பயன்படும்.

பொதுவாக, நீரிழிவு நோயினால் சிறுநீரகம் பாதிப்படையும் போது, ஆரம்ப நிலையில் நோயாளிக்கு எந்தவிதத் தொந்தரவு களும் இருக்காது. ஆனால், சிறுநீர்ப் பரிசோதனையில், "மைக்ரோ அல்புமின்" ஆரம்ப நிலையில் காணப்படும். இதனை அறிந்து நன்கு தீவிர சிகிச்சை செய்தால், இது குறைவதுடன் நீரிழிவினால் சிறுநீரகம் பாதிப்படைவதையும் தடுத்து நிறுத்த முடியும். இவ்வகை "மைக்ரோ அல்புமின்" இரண்டு வகை நீரிழிவு நோயாளிகளுக்குமே ஏற்படும். என்ற போதிலும் இளம் வயது நீரிழிவு நோயாளிகளுக்கு இது எளிதில் வந்துவிடும்.

கிரியேட்டின் பரிசோதனை

சிறுநீரில் கிரியேட்டின் 24 மணி நேரத்தில் இருக்க வேண்டிய அளவு ஆண்/பெண் இருபாலினருக்கும் மாறுபடும்.

ஆண்களுக்கு 24 மணி நேரத்தில் 0-40 மி.கி வரை கிரியேட்டின் இருக்கலாம். (அதாவது 0-30 மி. மொல்)

பெண்களுக்கு 0-100 மி.கி. வரை இருக்கலாம். (0-0.76 மி.மொல்). கிரியேட்டின், சிறுவர்களுக்கும் கர்ப்பிணிப் பெண்களுக்கும் அதிகமாக இருக்கும்.

வேறு எந்த நோய்களினால் சிறுநீரில் கிரியேட்டின் குறைந்து காணப்படும்?

சிறுநீர் வெளியேற முடியாத காரணங்களினால் இரத்தத்தில் கிரியேட்டின் மிகுந்தும் சிறுநீரில் கிரியேட்டின் குறைந்தும் காணப்படலாம்.

சிறுநீரகச் செயலிழப்பின் போது (Chronic Renal Failure) சிறுநீர் வடிகட்டும் திறன் சிறுநீரகத்திற்குக் குறைந்து விடும். அப்போதும், இரத்தத்தில் கிரியேட்டின் மிகுந்து, சிறுநீரில் கிரியேட்டின் குறைந்து காணப்படும்.

கிரியேட்டின் பரிசோதனை

இந்தப் பொருளை அளப்பதற்கும் 24 மணி நேரம் சிறுநீரைப் பிடித்துப் பரிசோதனை செய்ய வேண்டும்.

இது ஆண்களுக்கு, 1-2 கிராம் வரை 24 மணி நேரத்தில் வெளிப்படலாம். (அதாவது, 8.8-17.6 மி. மொல் அளவு)

பெண்களுக்கு 0.8 கி. முதல் 1.8 கிராம் வரை 24 மணி நேரத்தில் வெளிப்படும் (அதாவது 7.0 முதல் 15.8 மி.மொல் வரை இருக்கலாம்).

கிரியேட்டினின் சிறுநீரில் எந்தெந்த நோய்களில் இருக்கும்?

சிறுநீரகச் செயலிழப்பின் போது, இரத்தத்தில் இப்பொருள் மிகுந்துவிடும். சிறுநீரில் குறைவாகக் காணப்படும். ஏனென்றால், சிறுநீரை வடிகட்டும் திறன், சிறுநீரகத்திற்குக் குறைந்து விடும்.

"ப்ளோரைடு" (FLUORIDE)

சிறுநீரில் 24 மணி நேரத்தில் 1 மி.கி. அளவிற்கும் குறைவாகவே இருக்கும் (அதாவது 0.053 மி.மொல் அளவு).

அதிகமாகக் கடல் மீன்களைச் சாப்பிடுகின்றவர்களுக்கும், தேநீர் (Tea) அருந்துகின்றவர்களுக்கும் இது சிறுநீரில் மிகுந்து காணப்படும்.

உடலுக்குத் தேவையான அளவு ஃப்ளோரைடு கிடைக்காத நிலையில் இது சிறுநீரில் குறைவாக வெளிப்படும்.

ஃப்ளோரைடு குறைவால் பற்சிதைவுகள் ஏற்படும் (Dental caries) ஃப்ளோரைடு மிகுதியால் எலும்புப் பாதிப்புகள் ஏற்படும் (FLUOROSIS).

மெக்னீஷியம் (MAGNESIUM)

24 மணி நேரத்தில் சிறுநீரில் 6 முதல் 8.5meg /என்ற அளவில் மெக்னீஷியம் வெளிப்படும். (அதாவது 3-4.3 மி.மொல் அளவு)

எந்தெந்த நோய்களில் சிறுநீரில் அதிகமாக மெக்னீஷியம் வெளிப்படும்?

பல்வேறு சிறுநீரக நோய்களின் காரணமாகச் சிறுநீரில் மெக்னீஷியம் அதிகமாக வெளிப்படும். சிறுநீரக நுண்குழாய் நோய்கள் (Renal Tubular Acidosis) (Acute Tubular Necrosis) போன்றவை முக்கியமானவை.

நீரிழிவு நோய் கட்டுப்படாமல் போகின்ற போது ஏற்படும் அமிலத் தன்மை மிகுதியாலும் (Ketoacidosis) நீண்டகாலம் மது அருந்தி வருவதாலும், பல்வேறு மருந்துகளினாலும், (உம். Gentamicin, Diuretics) ஆல்டோஸ்டிரான் ஹார்மோன் மிகுதியாலும் சிறுநீரில் மெக்னீஷியம் அதிகமாக வெளிப்படும்.

ஈயம் (LEAD)

சிறுநீரில் 24 மணி நேரத்தில் 100 மைக்ரோ கிராமிற்கும் குறைவாக இருக்கும். (அதாவது 0.48 மைக்ரோ மொல் அளவிற்கும் குறைவாக)

பொட்டாசியம் (POTASSIUM)

இது சிறுநீரில் 24 மணி நேரத்தில் 40 முதல் 80 M.Eq என்ற அளவில் இருக்கும். (அதாவது 40-80 மி.மொல் அளவு)

பொட்டாசியம் சிறுநீரில் எப்போது குறைவாக வெளிப்படும்?

சிறுநீரகப் பாதிப்பு நோயினால் (Renal Failure) பாதிப்பு ஏற்படுகின்ற போது சிறுநீரில் பொட்டாஷியம் குறைவாகச் செல்லும், பல்வேறு இணைப்பு திசு நோய்களினால் சிறுநீரகம் பாதிக்கப்படும் போதும், நுண்ணிய சிறுநீரக உட்குழாய்களில் இருந்து பொட்டாஷியம் சரிவர வெளிப்படுவதில்லை.

பல்வேறு நாளமில்லாச் சுரப்பி நோய்களினாலும் (Addison's disease, Hypo Aldosteronism) ஆகியவற்றினாலும் பொட்டாஷியம் குறைவாக வெளிப்படும்.

சிலருக்குச் சிறுநீரில் "பொட்டாஷியம்" மிகவும் அதிகமாக வெளியேறும்.

பல்வேறு சிறுநீரகக் கோளாறுகள்:- (TUBULAR NECROSIS) (RENAL TUBULAR ACIDOSIS)

நாளமில்லாச் சுரப்பி நோய்கள்:- (Primary Aldosteronism) (Cushing's Syndrome)

அதிகமாக சிறுநீரை வெளியேற்றச் செய்யும் மருந்து களினால் "பொட்டாஷியம்" சிறுநீரில் அதிகமாக வெளியேறும் (Diuretics).

சோடியம் (SODIUM)

சோடியம் சிறுநீரில் 24 மணி நேரத்தில் 75 முதல் 200 M.Eq. என்ற அளவில் வெளிப்படும்.

எந்தெந்தப் பாதிப்புகளில் சோடியம் அதிகமாக வெளிப் படும்?

சிறுநீரகக் கோளாறுகள், பல்வேறு மருந்துகள், குறிப்பாக, சிறுநீரை அதிகமாக வெளியேற்றப் பயன்படுகின்ற மருந்துகள் (Diuretics) போன்றவற்றால் சிறுநீரில் சோடியம் அதிகமாக வெளியேறும்.

சில நோய்களின் காரணமாக ஆல்டோஸ்டிரான் (Aldosterone) ஹார்மோன் மிகும்போது, (Primary Hyper Aldosteronism) அதிக அளவு சோடியத்தைச் சிறுநீரகம் வெளியேற்றாமல் உறிஞ்சும். இதன் காரணமாகச் சிறுநீரில் சோடியம் குறைவாகப் போகும்.

துத்தநாகம் (ZINC)

24 மணி நேரத்தில் சிறுநீரில் 0.15 முதல் 1.2 மி.கி வரை துத்தநாகம் வெளிப்படும். (அதாவது 2.3 முதல் 18.4 மைக்ரோ மொல் அளவு)

துத்தநாகச்சத்து மிகுந்த உணவுகளை (கோதுமை, கல்லீரல், மாட்டிறைச்சி, பிரட், ஓட்ஸ், கொட்டைகள், பருப்பு வகைகள், தானியங்கள்) உட்கொள்பவர்களுக்கும் இச்சத்து நிறைந்த மருந்து, மாத்திரைகளைச் சாப்பிடுகின்றவர்களுக்கும் சிறுநீரில் துத்தநாகம் அதிகமாக வெளிப்படும்.

இந்தச் சத்தின் பற்றாக்குறை இருக்கின்றபோது சிறுநீரில் துத்தநாகம் குறைவாகக் காணப்படும்.

குளோரைடு (CHLORIDE)

குளோரைடு சிறுநீரில் 140 முதல் 250 M.Eq. என்ற அளவில் வெளிப்படும். (அதாவது 140-250 மி.மொல் என்ற அளவு)

எந்தெந்தப் பாதிப்புகளில் குளோரைடு அதிகமாகச் சிறுநீரில் வெளிப்படும்?

அமிலத்தன்மை மிகுந்துவிடுகின்றபோது சிறுநீரில் குளோரைடு அதிகமாகக் காணப்படும்.

ஆர்சனிக் (ARSENIC)

24 மணி நேரத்தில் சிறுநீரில் 50 மைக்ரோ கிராமிற்கும் குறைவாக, இது வெளிப்படும். (அதாவது 0.65 மைக்ரோ மொல் என்ற அளவில்/லிட்டருக்கு)

இந்த உலோகப் பொருள் நிறைந்த உணவுகளை உட்கொள்ளும்போது, சிறுநீரில் ஆர்சனிக் அதிகமாக வெளியேறும்.

பல்வேறு ஹார்மோன்கள் மற்றும், ஹார்மோன் பொருள்கள் பலவும் சிறுநீரில் வெளிப்படும். இவற்றைச் சிறுநீரில் பரிசோதனை செய்வதன் மூலமாக, பல்வேறு நாளமில்லாச் சுரப்பி நோய்களையும் கண்டறிய முடியும்.

○

7. பல்வேறு ஹார்மோன் பரிசோதனைகள்

ஆல்டொஸ்டிரான் (ALDOSTERONE)

இந்த ஹார்மோன், சிறுநீரகத்தின் மேற்புறத்தில் அமைந்துள்ள "அட்ரீனல்" சுரப்பியின் நடுப்பகுதியிலுள்ள மெடுல்லா (Medulla) என்ற உறுப்பு சுரக்கும் முக்கிய "ஹார்மோன்" ஆகும்.

இந்த ஹார்மோன் 24 மணி நேரத்தில் 2 முதல் 26 மைக்ரோ கிராம் என்ற அளவில் காணப்படும் (அதாவது 5.5 முதல் 72 மி.மொல் என்ற அளவில்).

இந்த ஹார்மோன் எப்போது சிறுநீரில் அதிகமாக இருக்கும்?

அட்ரீனல் சுரப்பியில் கட்டி (Adrenal Adenoma) ஏற்படுகின்ற போது அவர்களுக்கு அதிக அளவு ஆல்டொஸ்டிரான் ஹார்மோன் சுரக்கும். இதன் காரணமாகச் சிறுநீரில் அதிக அளவு ஆல்டொஸ்டிரான் ஹார்மோன் வெளிப்படும்.

கெட்டகாலமைன்ஸ் (CATECHOLAMINES)

இவ்வகை "ஹார்மோன்"கள் பலவும் சிறுநீரில் வெளிப் படும். இவையும் அட்ரீனல் நாளமில்லாச் சுரப்பியின் 'மெடூல்லா' பகுதியிலிருந்து உற்பத்தி ஆகின்றன.

இவற்றில் பலவகைகள் உண்டு. எப்பிநெபிரின் (EPINEPHRINE) நார் எப்பிநெபிரின் (NOR-EPINEPHRINE) மொத்த 'மெட்டாநெப்ரின்'னின் அளவு என இதில் பல்வேறு பரி சோதனைகளும் செய்யலாம்.

இதில் 24 மணி நேரத்தில் கெட்டகாலமைன்ஸ் 100 மைக்ரோ கிராமிற்கும் குறைவாக இருக்கும்.

எப்பிநெப்ரின் 10 மைக்ரோ கிராமிற்கும் குறைவாக இருக்கும். நார் எப்பிநெப்ரின் 100 மைக்ரோ கிராமிற்கும் குறைவாக இருக்கும்.

மொத்த கெட்டகாலமைன்ஸின் அளவு 4-126 மைக்ரோ கிராம் வரை இருக்கலாம்.

மொத்த மெட்டா நெப்பிரின்ஸின் அளவு 0.1 முதல் 1.6 மி.கி.வரை இருக்கலாம்.

இனி எந்தெந்தப் பாதிப்புகளில் இவை அதிகரிக்கும் எனப் பார்க்கலாம்.

அட்ரீனல் சுரப்பியின் மையப்பகுதியில் எற்படும் (Adrenal Medulla) பல்வேறு புற்றுநோய்களில் இவ்வகை ஹார்மோன்கள் மிகுதியாகச் சுரக்கும். எனவே, இவை சிறுநீரில் அதிகமாக வெளிப்படும்.

இவர்களுக்குப் பல்வேறு நாளமில்லாச் சுரப்பி நோய்களும், புற்று நோய்களும் சேர்ந்து காணப்படலாம்.

ஈஸ்டிரோஜீன் (OESTROGENS)

இது ஒரு முக்கியமான பெண்ணின ஹார்மோனாகும். இது ஆண்களின் இரத்தத்திலும் ஓரளவு இருக்கும். பெண்கள் உடலில், அவர்களின் பருவத்திற்கு ஏற்றவாறு இதன் அளவு இரத்தத்தில் காணப்படும்.

ஆண்களுக்கு 24 மணி நேரத்தில் 5 முதல் 18 மைக்ரோ கிராம் வரை இந்த ஹார்மோன் இருக்கும்.

பெண்கள் கருத்தரிக்கிறபோது 28 முதல் 100 மைக்ரோ கிராம் வரை இந்த ஹார்மோன் காணப்படும்.

மாதவிடாய் காலத்தில் இதன் அளவு குறைந்து 4 முதல் 25 மைக்ரோ கிராம் வரையில் காணப்படும்.

கர்ப்பிணிப் பெண்களுக்கு 45.000 மைக்ரோ கிராம் வரை இது உயர்ந்துவிடும்.

மாதவிடாய் நின்றபிறகு, இதன் அளவு 10 மைக்ரோ கிராம் அளவு காணப்படும்.

"ஈஸ்டிரோஜீன்" ஹார்மோனில் பல வகைகள் உள்ளன. இனி அவற்றைக் குறித்துத் தனித்தனியாகக் காணலாம்.

இதிலுள்ள "ஈஸ்டிரோன்" (ESTRONE) ஹார்மோன் கர்ப்பிணியாகாத பெண்களுக்கு 2 முதல் 25 மைக்ரோ கிராம் வரையில் காணப்படும் (அதாவது 7 முதல் 93 மி.மொல் அளவு).

"ஈஸ்டிரோடையால்" (ESTRADIOL) ஹார்மோன் 0 முதல் 10 மைக்ரோ கிராம் வரையில் காணப்படும். (0-37 மி.மொல் அளவு ஈஸ்டிரீயால்) (ESTRIOL) ஹார்மோன் 3 முதல் 30 மைக்ரோ கிராம் வரையில் காணப்படும். (7 முதல் 105 மி.மொல் அளவு)

இனி எந்தெந்தப் பாதிப்புகளில் இவை மாறுபடுமெனக் காணலாம்.

தாயின் கர்ப்பப்பையில் கரு வளர்ச்சியடைவதற்கு இந்த ஹார்மோன் பெரிதும் உதவுகிறது. மாதவிடாய் தொடங்கும்

முன்பாக உள்ள முதல் 14 நாள்களில் இது அதிகமாகக் காணப்படும். குறிப்பாக 9 முதல் 14 வரையுள்ள நாள்களில் (OESTRUS PHASE) இந்த ஹார்மோன் அதிகமாக இருக்கும்.

மேலும், பெண்ணின் மார்பகம் வளர்ச்சியடைவதற்கு இந்த ஹார்மோன் பெரிதும் உதவுகிறது. எனவே, பெண்ணின் மார்பகம் நன்கு வளர்ச்சி அடைந்து வருகின்ற பருவத்தில் இந்த ஹார்மோன் பெண்களுக்கு மிகுதியாகச் சுரக்கும். எனவே, இது சிறுநீரில் அதிகமாக வெளிப்படும்.

'கரு' வளர்ச்சியைத் தூண்டும் ஹார்மோன் (Follicle Stimulating Hormone) (FSH)

இது மூளையிலுள்ள பிட்டியூட்டரி என்ற நாளமில்லாச் சுரப்பியிலிருந்து உற்பத்தியாகி பெண்களின் கருப்பையைத் (OVARY) தூண்டி, அதன் மூலம் கருவளர்ச்சி அடையத் தேவையான ஈஸ்டிரோஜின் (Oestrogen) என்னும் ஹார்மோனை உற்பத்தி செய்ய உதவுகிறது. இதன் மூலம் கருவளர்ச்சி அடைந்து வெளிப்படும் (Ovulation).

இது பெரியவர்களுக்கு, 24 மணி நேரச் சிறுநீரில் 6 முதல் 50 M.V.U என்ற அளவில் (அதாவது 5 முதல் 25 மி.லி யூனிட்/ மி.லி சிறுநீரில்) இருக்கும்.

(முதிர்ச்சி) பருவமடையாத பெண்களுக்கு 10 M.V.U அளவிற்கும் அதிகமாக இருக்கும். கரு வளர்ச்சியடைகின்ற போது சாதாரணமாய் இருப்பதைவிட இரண்டு மடங்கு அதிகமாக இருக்கும்.

"கோனடோடிராப்பின்ஸ்" (Gonadotrophins)

இந்த ஹார்மோன் 24 மணி நேரத்தில் 10 முதல் 50 M.V.U. என்ற அளவில் சிறுநீரில் காணப்படும்.

Chorionic Gonadotrophins ஹார்மோன், கர்ப்ப நேரத்திலும், சிலவகையான புற்று நோய்களிலும் இரத்தத்தில் மிகுதியாக இருக்கும். இவை சிறுநீரில் அதிகமாக வெளிப்படும்.

எடியோகோலனோலன் (ETIOCHOLANOLONE)

இந்த ஹார்மோன் ஆண்களுக்கு 24 மணி நேரச் சிறுநீரில் 1.4 முதல் 5 மி.கி. வரையில் வெளிப்படும். (அதாவது 4.8 முதல் 17.2 மைக்ரோ மொல் என்ற அளவில்)

பெண்களுக்கு இவ்வகையான ஹார்மோன் 24 மணி நேரச் சிறுநீரில் 1.8 முதல் 4 மி.கி (அதாவது 2.8 முதல் 13.8 மைக்ரோ மொல்) என்ற அளவில் வெளிப்படும்.

டீஹைட்ரோ எபி ஆன்டிரோஸ்டிரோன் (DEHYDRO EPI ANDROSTERONE)

இந்த ஹார்மோன் ஆண்களுக்கு 24 மணிநேரத்தில் 0.2 முதல் 2 மி.கி. என்ற அளவில் சிறுநீரில் வெளிப்படும். பெண்களுக்கு 0.2 மி.கி. முதல் 1.8 மி.கி வரை 24 மணி நேரச் சிறுநீரில் வெளிப்படும்.

அதாவது ஆண்களுக்கு 0.7 முதல் 6.9 மைக்ரோ மொல் என்ற அளவிலும், பெண்களுக்கு 0.7 முதல் 6.2 மைக்ரோ மொல் என்ற அளவிலும் வெளிப்படும்.

11-கீட்டோ ஆன்டிரஸ்டிரோன் (11- KETO ANDORSTERONE)

இந்த வகை ஹார்மோன் ஆண்களுக்கு 24 மணி நேரச் சிறுநீரில் 0.2 முதல் 1.0 மி.கி. வரை இருக்கும். (அதாவது 0.7 முதல் 3.3 மைக்ரே மொல் வரை) பெண்களுக்கு 0.2 முதல் 0.8 மி.கி வரை 24 மணி நேரச் சிறுநீரில் காணப்படும். (அதாவது 0.7 முதல் 2.6 மைக்ரோ மொல் வரை)

11-கீட்டோ எடியோகலனோலன் (11- KETO ETIOCHOLANDOLONE)

இவ்வகை ஹார்மோன் ஆண்களுக்கு 24 மணிநேரச் சிறுநீரில் 0.2 முதல் 1 மி.கி வரை (அதாவது 0.7 முதல் 3.3 மைக்ரோ மொல் அளவு) காணப்படும்.

பெண்களுக்கு 0.2 முதல் 0.8 மி.கி வரையில் (அதாவது 0.7 முதல் 2.6 மைக்ரோ மொல் வரை) காணப்படும்.

11-ஹைட்ராக்ஸி ஆன்டிரோஸ்டிரோன் (11-HYDROXY ANDROSTERONE)

இந்த ஹார்மோன் 24 மணி நேரச் சிறுநீரில் ஆண்களுக்கு 0.1 முதல் 0.8 மி.கி வரையில் (அதாவது 0.3 முதல் 2.6 மி.மொல் அளவு) இருக்கும்.

பெண்களுக்கு 0.0 முதல் 0.5 வரையில் (அதாவது 0.0 முதல் 1.6 மைக்ரோ மொல் என்ற அளவு) 24 மணி நேரச் சிறுநீரில் காணப்படும்.

11-ஹைட்ராக்ஸி எடியோகலனோலன் (11-HYDROXY ETIOCHOLANOLONE)

இந்த வகை ஹார்மோன் 24 மணி நேரச் சிறுநீரில் ஆண்களுக்கு 0.2 முதல் 0.6 மி.கி வரையில் (அதாவது 0.7 முதல் 2 மைக்ரோ மொல் என்ற அளவு) காணப்படும்.

இந்த வகை ஹார்மோன்கள் 24 மணிநேரச் சிறுநீரில் பெண்களுக்கு 0.1 முதல் 11 மி.கி வரையில் (அதாவது 0.3 முதல் 3.6 மைக்ரோ மொல் என்ற அளவு) காணப்படும்.

"பிரக்நான்டீயால்" (PREGNANEDIOL)

இந்த ஹார்மோன் 24 மணி நேரச் சிறுநீரில் ஆண்களுக்கு 0 முதல் 1.5 மி.கி. (அதாவது 0 முதல் 4.7 மைக்ரோ மொல் என்ற அளவில்) காணப்படும்.

பெண்களுக்கு பொதுவாக 1 முதல் 8 மி.கி. வரை 24 மணி நேரச் சிறுநீரில் (அதாவது 3 முதல் 25 மைக்ரோ மொல் என்ற அளவில்) காணப்படும்.

பெண்களுக்குக் கருத்தரிப்பு (OVULATION) நடைபெறுகின்ற காலத்தில் இவ்வகை ஹார்மோன் மிகுதியாகக் காணப்படும்.

கர்ப்பக் காலத்தில் 50 மி.கி அளவு வரை (அதாவது 136 மைக்ரோ மொல் என்ற அளவில்) காணப்படலாம். இவ்வகை ஹார்மோன் குழந்தைகளுக்கு இருக்காது.

○

8. சிறுநீரில் பிற பொருள்கள்

'பாஸ்பரஸ்' (PHOSPHORUS)

சிறுநீரினைப் பரிசோதனை செய்கின்ற போது பாஸ்பரஸ் 0.9 முதல் 1.3 கிராம் வரை (அதாவது 29 முதல் 42 மில்லி மொல் என்ற அளவில்) 24 மணி நேரச் சிறுநீரில் காணப்படும்.

சிறுநீரகச் செயலிழப்பின் போது இவை முறையாக வடியாமல் தங்கிவிடும். எனவே இரத்தத்தில் பாஸ்பேட் மிகுந்து விடும். சிறுநீரில் பாஸ்பேட் குறைவாக வெளிச்செல்லும்.

யூரியா ஹைட்ரஜன்

சிறுநீரில் 24 மணி நேரத்தில் 6 முதல் 17 கிராம் வரையில் (அதாவது 0.21 மொல் முதல் 0.60 மொல் வரை)காணப்படும்.

யூரிக் அமிலம் (URIC ACID)

24 மணிநேரச் சிறுநீரில் 250 முதல் 750மி.கி. வரை (அதாவது 1.48 முதல் 4.43 மி.மொல் என்ற அளவில்) காணப்படும்.

சில நாளமில்லாச் சுரப்பி நோய்களினாலும், (Hyper parathyroidism) சில புற்றுநோய்களினாலும் (Lymphoma Leukaemia) சிலவகை மருந்துகளினாலும் (Diuretics Cytotoxics) சிறுநீரில் யூரிக் அமிலம் குறைவாகக் காணப்படும். அதே நேரம் இரத்தத்தில் இது மிகுந்து காணப்படும்.

சிறுநீரகச் செயலிழப்பின் போது, இவை சிறுநீரில் குறைவாக வெளிப்படும். அதே நேரம் இரத்தத்தில் மிகுந்து காணப்படும்.

வெனிலியல் மென்டெலிக் அமிலம் (V.M.A. VANILLYL MANDELIC ACID)

இது 24 மணி நேரச் சிறுநீரில் 1.5 முதல் 7.5 மி.கி. (அதாவது 7.6 முதல் 37.9 மைக்ரோ மொல்) என்ற அளவில் காணப்படும். இவ்வகை ஹார்மோன் அட்ரீனல் சுரப்பியின் மையப்பகுதியில் (Medulla) ஏற்படும் புற்றுநோயின் காரணமாக அதிகமாக உற்பத்தியாகிச் சிறுநீரில் வெளியேறும்.

யூரோபார்பைரின்ஸ் (UROPORPHYRINS)

24 மணி நேரச் சிறுநீரில் இவை, 10 முதல் 30 மைக்ரோ கிராம் வரை (அதாவது 0.012 முதல் 0.037 மைக்ரோ மொல் வரை) காணப்படும்.

பரம்பரைக் காரணங்களினால் சில நொதிகளின் குறைபாடுகள் இருக்கும்போது "ஹீமோகுளோப்பின்" வளர்-சிதை மாற்றத்தில் மாறுதல்கள் ஏற்படும். இதன் காரணமாக 'யூரோபார்பைரின்ஸ்' சிறுநீரில் அதிகமாக வெளியேறும். இந்த நோய்களை 'பார்பைரியா' என்று கூறுவார்கள். இதில் முக்கியமானது Cutaneous Hepatic Porphyria-வாகும். இவர்களுக்குப் பிறவியிலேயே "Uroporphyriogen decarboxylase" என்ற நொதியின் குறைபாடு இருக்கும்.

"யூரோபெப்ஸின்" (UROPEPSIN)

இதனைச் சிறுநீரில் பரிசோதனை செய்கின்றபோது 15 முதல் 45 யூனிட்ஸ் / ஒரு மணி நேரத்தில் (அதாவது 111 முதல் 332 யூனிட் / மணி நேரத்தில்) 24 மணி நேரச் சிறுநீரில் 1500 முதல் 5000 யூனிட்ஸ் வரை (அதாவது 11 முதல் 37 கி. யூனிட்ஸ் என்ற அளவில்) யூரோ பெப்ஸின் காணப்படும்.

மியூசின் (MUCIN)

இது 24 மணிநேரச் சிறுநீரில், 100 முதல் 150 மி.கி.வரையில் காணப்படும்

மியூராமிடோஸ் என்ஸைம் (MURAMIDASE)

இந்த நொதி 24 மணி நேரச் சிறுநீரில் 1.3 முதல் 36 மி.கி. வரையில் காணப்படும்.

மீத்தாக்ஸி - ஹைட்ராக்ஸி மெண்டாலிக் அமிலம் (3-METHOXY- 4 -HYDROXY MANDELIC ACID)

இந்தப் பொருள் 24 மணி நேரச் சிறுநீரில் பெரியவர்களுக்கு, 1.5 முதல் 7.5 மி.கி வரை (அதாவது 7.6 முதல் 37.9 மைக்ரோ மொல் என்ற அளவு) காணப்படும்.

சிறுவர்களுக்கும் குழந்தைகளுக்கும், 24 மணிநேரச் சிறுநீரில் 83 மைக்ரோ கிராம்/ ஒரு கி.கி. உடல் எடைக்கு ஏற்ப காணப்படும்.

அட்ரீனல் நாளமில்லாச் சுரப்பியிலுள்ள மையப்பகுதியில் (Medulla) உள்ள செல்களில் ஏற்படும் "புற்று நோயினால்" (Phaeochromocytoma), இவ்வகை ஹார்மோன்கள் மிகுந்து விடும். இவர்களுக்கு இவ்வகை ஹார்மோனின் மிகுதியால் இரத்த அழுத்தம் அதிகரித்துவிடும். இவர்களில் பலருக்கு வேறுபல புற்று நோய்களின் பாதிப்புகளும் காணப்படும்.

குறிப்பாகத் தைராய்டு சுரப்பியில் புற்றுநோய் ஏற்படலாம். சிலருக்கு நரம்புத் தொடர்பான புற்றுநோய்களும் ஏற்படலாம்.

இவர்களது சிறுநீரில் 3 மீத்தாக்ஸி -4- ஹைட்ராக்ஸி மென்டாலிக் அமிலம் மிகுந்து காணப்படும்.

ஆஸ்கார்பிக் அமிலம் (ASCORBIC ACID)

இது சிறுநீரில் சாதாரணமாக 1 முதல் 7 மி.கி வரையில் (அதாவது 0.06 முதல் 0.40 மி.மொல்/ ஒரு லிட்டர் அளவில்) இருக்கலாம்.

24 மணிநேரப் பரிசோதனையில் சிறுநீரில் 50 மி.கி. (அதாவது 0.29 மில்லி மொல் அளவிற்கும் குறைவாக இருக்கும்) அளவிற்கும் மேலாகக் காணப்படும்.

அமோனியா ஹைட்ரஜன் (AMMONIA NITROGEN)

இது சிறுநீரில் 24 மணிநேரத்தில் 20 முதல் 70 M.Eg. என்ற அளவில் காணப்படும். (அதாவது 20 முதல் 70 மைக்ரோ மொல் என்ற அளவில் காணப்படும்) அதாவது 500 முதல் 1500 மி.கி அளவில் இருக்கும்.

அமைலேஸ் (AMYLASE)

சிறுநீரில் "அமைலேஸ்" என்ற நொதியின் அளவு 35 முதல் 260 Somogyi யூனிட்ஸ் என்ற அளவில் ஒரு மணி நேரத்தில் காணப்படும்.

பல்வேறு கணைய அழற்சி நோய்கள், கணையக் கற்கள் நோய்கள், கணையப் புற்று நோய்கள் ஆகியவற்றினால் அமைலேஸ் சிறுநீரில் மிகுதியாக வெளிப்படும்.

டீ-அமீனோ லீவுயூலினிக் அமிலம் (D-AMINO LEVULINIC ACID)

இது பெரியவர்களுக்கு 0.1 முதல் 0.6 மி.கி. /ஒரு டெஸி லிட்டர் அளவில் இருக்கும். (அதாவது 7.6 முதல் 45.8 மி.மொல் என்ற அளவில் /லிட்டருக்கு இருக்கும்).

குழந்தைகளுக்கும் சிறுவர்களுக்கும் 0.5 மி.கி. /ஒரு டெஸி லிட்டரில் காணப்படும் (அதாவது 38.1 மைக்ரோ மொல்/ஒரு லிட்டர் அளவில் காணப்படும்).

கொப்ரோபார்பைரின் (CORPROPORPHYRIN)

இது பெரியவர்களுக்கு 3 முதல் 20 மைக்ரோ கிராம்/ஒரு டெஸி லிட்டர் அளவில் இருக்கும். (அதாவது 0.045 முதல் 0.30 மைக்ரோ மொல்/ ஒரு லிட்டர் அளவில் இருக்கும்)

24 மணி நேரச் சிறுநீரில் 50 முதல் 160 மைக்ரோ கிராம் என்ற அளவில் காணப்படும். (அதாவது 0.075 முதல் 0.24 மைக்ரோ மொல் என்ற அளவில் இருக்கும்). சிறுவர், சிறுமியருக்கு இது 0 முதல் 80 மைக்ரோ கிராம் வரை, 24 மணி நேரச் சிறுநீரில் இருக்கும் (அதாவது 0.00 முதல் 0.12 மைக்ரோ மொல் அளவாக)

இந்தப் பொருள் ஒரு வகைப் பிறவி நோயினால் (Hereditary Coproporphyria) *சிறுநீரில் அதிகமாக வெளிப்படும். இவர்களுக்கு, ஒரு நொதியின் குறைபாடு* (Corproporphyrinogen Oxidase) *காணப் படும்.*

சின்டைன் மற்றும் சிஸ்டீன் (CYSTEINE & CYSTINE)

24 மணி நேரச் சிறுநீரில் 10 முதல் 100 மி.கி வரை (அதாவது 0.08 முதல் 0.83 மி.மொல் என்ற அளவில்) இருக்கலாம்.

ஆனால் சில வகைப் பிறவி நோய்களில் (CYSTINURIA) *இப்பொருள்கள் மிகுந்து காணப்படும். இவர்களது சிறுநீரில் அதிக அளவு அமினோ அமிலங்களான சிஸ்டீன்* (Cystine),

ஆர்னிதைன் (Ornithine), ஆர்ஜினைன் (Arginine) மற்றும் லைசின் (Lysine) ஆகியவை மிகுந்து காணப்படும். இவர்களுக்கு அதிக சிஸ்டீனின் போக்கால், இவ்வகைச் சிறுநீரகக் கற்கள் உண்டாகும்.

இவர்கள் தினமும் அதிக அளவு தண்ணீர் குடிக்க வேண்டும். சிறுநீர் காரத்தன்மை கொண்டதாக இருக்க அதற்குரிய மருந்துகளைச் சாப்பிட வேண்டும்.

சிஸ்டீன் மட்டும் (CYSTINE)

ஒரு தடவை, சிறுநீரை எடுத்துப் பரிசோதனை செய்து பார்க்கும்போது இது காணப்படாது. 24 மணி நீரினை மொத்தமாகப் பிடித்துப் பார்த்தால்தான் சிறுநீரில் இது காணப்படும்.

ஃபிராக்டோஸ் (FRUCTOSE)

24 மணி நேரமும் பிடித்த சிறுநீரில் இது 30 முதல் 65 மி.கி. என்ற அளவில் இருக்கும் (அதாவது 0.17 முதல் 0.36 மில்லி மொல் அளவாக).

இந்த வகைச் சர்க்கரைச் சத்து சிலவகைப் பிறவி நோய்களில் சிறு நீரில் மிகுந்து காணப்படும் (FRUCTOSURIA)

பிக்குலு (FIGLU: N:FORAMINO GLUMATIC ACID)

இது 24 மணி நேரமும் பிடித்த சிறுநீரில், 3 மி.கி. அளவிற்கும் குறைவாகக் (அதாவது 17 மைக்ரோ மொல் அளவிற்கும் குறைவாக) காணப்படும்.

இவர்களுக்கு 15 கிராம் "எல்.ஹிஸ்டிடீன்" (L-HISTIDINE) என்ற அமினோ அமிலம் கொடுத்த பிறகு பரிசோதனை செய்து பார்த்தால் 24 மணி நேரச் சிறுநீரில் 4 மி.கி. என்ற அளவில் (அதாவது 23 மைக்ரோ மொல் என்ற அளவில்) தெரியும்.

போரேட் (BORATE)

24 மணி நேரமும் பிடித்த சிறுநீரினை எடுத்துப் பரிசோதனை செய்தால் சிறுநீரில் இது லிட்டருக்கு 2

மி.கி.அளவிற்கும் குறைவாக இருக்கும். (அதாவது 32 மைக்ரோ மொல் என்ற அளவில்/லிட்டருக்கு காணப்படும்).

கால்சியம் (CALCIUM)

சிறுநீரில் 'கால்சியம்' ஓரளவு காணப்படும். 24 மணி நேரமும் பிடித்த சிறு நீரில் கால்சியம் 100 முதல் 240 மி.கி. அளவு (அதாவது 2.50 முதல் 6.25 மி.மொல்) காணப்படும்.

அதிகமாகக் கால்சியம் நிறைந்த உணவுகளைச் சாப்பிட்ட போதிலும், இது அதிகபட்சமாக 300 மி.கி./24 மணி நேரத்தில் இருக்கும். (அதாவது 6.25 முதல் 7.50 மில்லி மொல் என்ற அளவில் காணப்படும்)

பேரில்லியம் (BERYLLIUM)

இது 24 மணி நேரச் சிறுநீரில் 0.05 மி.கி. அளவிற்கும் குறைவாகக் காணப்படும் (அதாவது 5.55 மைக்ரோ மொல் என்ற அளவில் இருக்கும்).

அஸிட்டோன் (ACETONE)

இது, சாதாரணமாகச் சிறுநீரில் காணப்படாது.

அஸிட்டோ அஸிட்டிக் அமிலம்: (ACETOACETIC ACID)

இதுவும் சாதாரணமாகச் சிறுநீரில் காணப்படாது.

அஸிட்டோன், மற்றும் அஸிட்டோ அஸிட்டிக் அமிலம் ஆகிய இவை இரண்டும் "(Ketones)" கீட்டோன்ஸ் எனப்படும். நீரிழிவு நோய்க்கு முறையாகச் சிகிச்சை செய்து இரத்தக் குளுக் கோஸ் அளவைக் கட்டுப்பாட்டில் வைத்திருக்காதவர்களுக்கு இது இரத்தத்தில் மிகுந்து விடும். எனவே, சிறுநீரில் அதிகமாக வெளிப்படும்.

மேலும், அதிகமாகத் தொடர்ந்து வாந்தி எடுப்பவர் களுக்கும், வயிற்றோட்டம் உள்ளவர்களுக்கும், தொடர்ந்து உண்ணாவிரதம், பட்டினி இருப்பவர்களுக்கும் 'கீட்டோன்ஸ்' சிறுநீரில் மிகுந்து காணப்படும்.

சிறுநீரக DPD- பரிசோதனைகள்

வயதானவர்களுக்கும், மாதவிடாய் நின்ற பெண்களுக்கும் எலும்புகளில் மாற்றம் ஏற்படும். அவர்களது எலும்புப் பகுதிகள் சிதைந்து, அரிக்கப்படும். இந்த எலும்பு அரிப்பால், அவர்களுக்கு லேசான காயம் பட்டால்கூட எலும்பு முறிந்துவிடும். இவ் வாறான எலும்புச் சிதைவை "Osteoporosis" என்று கூறுவார்கள். இதனை அறிந்து கொள்ளச் சிறுநீரில் DPD என்ற பரி சோதனையைச் செய்வார்கள். இதன் மூலம் எலும்பு அரிப்பை அடையாளம் கண்டுகொள்ள முடியும்.

○

9. போதை மருந்துகளின் அளவை சிறுநீரில் கண்டறிதல்

நாம் சாப்பிடுகின்ற உணவிலும், பருகின்ற திரவங்களிலும் இருந்தும் வெளியேறுகிற தேவையற்ற பகுதிகளை மட்டும் சிறுநீரகம் வெளியேற்றுவதில்லை. உட்கொள்ளும் மருந்துகள் உடலுக்குள் சென்று செயலாற்றியவுடன், பல்வேறு பொருள் களாக மாறி அவையும் சிறுநீரின் மூலம் வெளியேற்றப்படு கின்றன. எனவே, சிறுநீரைப் பரிசோதனை செய்வதன் மூலமாக, அவர் எந்த மருந்தை உட்கொண்டார் என்பதும் தெரிய வரும்.

விளையாட்டுத் துறைகளில் இப்பரிசோதனை இன்று பெரிதும் பயன்படுகிறது. விளையாட்டு வீரர்கள், சில வகையான போதை மருந்துகளைச் சாப்பிடக்கூடாது என்று ஒலிம்பிக் விளையாட்டுத் துறை முடிவு செய்து விதிகளை அறிவித்துள்ளது.

சில விளையாட்டு வீரர்கள், தங்களது உந்து சக்தியை அதிகரிக்கச் செய்வதற்காகச் சிலவகை மருந்துகளைப் போட்டி களில் பங்கெடுப்பதற்கு முன்னதாகப் பயன்படுத்துவார்கள். இதனைக் கண்டுபிடிப்பதற்காகப் பல்வேறு சிறுநீர்ப் பரிசோதனைகளும் செய்யப்படுகிறது.

நீங்கள் கூட படித்திருக்கலாம். கேள்விப்பட்டிருக்கலாம். கனடா நாட்டைச் சேர்ந்த பென் ஜான்சன் என்ற ஓட்டப் பந்தய

வீரர் 100 மீ ஓட்டப் பந்தயத்தில் அதிவேகத்தில் ஓடி வந்து, சீயோல் ஒலிம்பிக்கில் முதலாவதாக வந்தார். இவருக்குத் தங்கப்பதக்கமும் வழங்கப்பட்டது. ஆனால், அதன்பின் அவரது பதக்கம் பறிக்கப்பட்டு இரண்டாவதாக வந்த கார்ல் லூயிஸ் என்ற புகழ்பெற்ற அமெரிக்க நாட்டைச் சேர்ந்த ஓட்டயப் பந்தய வீரருக்குக் கொடுக்கப்பட்டது. ஏன் இவ்வாறு செய்யப்பட்டது? பென் ஜான்சன், ஒட்டப் பந்தயத்தில் வெற்றி பெறுவதற்காகவும், அதிக ஆற்றலுடன் ஓடுவதற்காகவும், "Stanolol" என்ற "Anabolic Steroid" மருந்தைச் சாப்பிட்டிருந்தார். இந்த மருந்தை இவர் சாப்பிட்டிருக்கிறார் என்பது அவரது சிறுநீரைப் பரிசோதனை செய்த போது கண்டுபிடிக்கப்பட்டது.

இதே போலவே, பளு தூக்கும் வீரர்கள், "Frusemide" என்ற மருந்தைச் சாப்பிடுவார்கள். இது, சிறுநீரை அதிகமாக வெளியேற்றும், உடல் லேசானது போன்ற உணர்வைத் தரும். சிலர் உறக்கத்தைத் தடுக்க வல்ல "Amphetamine" என்ற மருந்தைப் பயன்படுத்துவார்கள்.

இது போன்ற ஊக்கமருந்தைப் பயன்படுத்தக் கூடாது என்று அறிவிக்கப்பட்ட மருந்துகளையும், வீரர்கள் தவிர்க்க வேண்டும். இந்தக் கட்டுப்பாடுகளை மீறினால் அவர்கள் பல்வேறு விளையாட்டு, மற்றும் தடகளப் போட்டிகளில் கலந்து கொள்ள அனுமதிக்கப்பட மாட்டார்கள். ஒருவேளை அனுமதிக்கப் பட்டாலும், சிறுநீர்ப் பரிசோதனையில், இவர்களுக்கு, குறிப்பிட்ட ஊக்க மருந்தின் அம்சம் இருப்பது தெரிய வந்தால், அவர்களது பதக்கம் பறிக்கப்படும். போதை மருந்துகளுக்கு அடிமையானவர்களையும், பல்வேறு மருந்துகளைப் பயன் படுத்தி வருபவர்களையும் அவர்களது சிறுநீரைப் பரிசோதனை செய்து எளிதில் கண்டுபிடித்து விடலாம்.

முக்கியமான பல்வேறு போதை மருந்துகள் உட்கொண் டிருப்பதைச் சிறுநீரில் செய்யப்படும் சோதனைகள் மூலமாகக் கண்டுபிடித்துவிடலாம்.

கீழ்க்கண்ட மருந்துகளைச் சிறுநீர் பரிசோதனை மூலம் கண்டுபிடிக்கலாம்.

OPIATES
CANNABINOIDS
COCAINE
PHENCYCLIDINE
BENZODIAZEPINES
METHADONE
AMPHETAMINE/METHAMPHETAMINE
BARBITURATES

ஆகியவற்றைச் சிறுநீர் பரிசோதனையின் மூலம் கண்டு பிடிக்கலாம்.

10. கர்ப்பிணியா? என்பதைக் கண்டறிய உதவும் சிறுநீர்ப் பரிசோதனை (Pregnancy Test)

கர்ப்பிணி என்பதைக் கண்டறிவதற்கும், அதை உறுதியாகக் கூறுவதற்குமான எளிய முதல் பரிசோதனை சிறுநீர்ப் பரிசோதனைதான்!

ஓர் இளம்பெண் வாந்தி எடுக்கிற காட்சிக்குப் பின்னர், அவள் கர்ப்பிணியாகிவிட்டாள் என்பதைப் பிற கதா பாத்திரங்கள் உறுதி செய்வதைப் பல திரைப்படங்களில் நாம் பார்த்திருக்கிறோம்.

இதனை (Morning Sickness) காலை நேரத்தில் ஏற்படும் தொந்தரவுகள் என்று கூறுவார்கள். கர்ப்பமான முதல் 3 மாதங்களில் கர்ப்பிணிப் பெண்களுக்கு இந்த வாந்தி ஏற்படும். முதன்முதலில் கர்ப்பமான பெண்ணிற்கு அதிகம் இந்த வாந்தி உண்டாகும். உடலில் ஏற்படும் பல்வேறு மாறுதல்களினாலும், ஹார்மோன் மாற்றங்களினாலும் வாந்தி ஏற்படும். பிறகு, கொஞ்சம், கொஞ்சமாக குறைந்து விடும்.

ஆனால், இந்தத் தொந்தரவுகள் ஏற்படுவதற்கு முன்பாகவே, மாதவிடாய் நின்ற ஓரிரு வாரங்களிலேயே, ஒரு பெண் கர்ப்ப மானதை சிறுநீர்ப் பரிசோதனை மூலம் அறிந்து கொள்ள முடியும்.

கர்ப்பமானவுடன், பெண்ணின் உடலில், ஒருவகை ஹார்மோன் அதிகமாகச் சுரக்கத் தொடங்கும். Human Chorionic Gonodotrophien Hormone - HCG என்ற ஹார்மோன் அதிகமாகச் சுரக்கும். இது சிறுநீரிலும் வெளிப்படும். இது சிறுநீரில் இருப்பதை வைத்து, அந்தப் பெண் கர்ப்பம் அடைந்து விட்டாள் என்பதை எளிதில் கண்டுபிடித்து விடலாம்.

அந்தக் காலத்தில் இதற்குப் பல்வேறு கடினமான பரிசோதனைகளைச் செய்து வந்தார்கள். இப்போது இதற்கு மிகவும் எளிய பரிசோதனைகள் செய்யப்படுகின்றன.

HCG என்று சுருக்கமாகக் கூறப்படும், "Human Chorionic Gonadotropin" ஹார்மோன் என்பது ஒரு வகையான கிளைக்கோ புரதத்தால் (GLYCOPROTEIN) ஆனது. பெண்ணின் கரு விந்தணு வால் கருத்தரித்த பின்பு, கரு பெண்ணின் கர்ப்பப்பைக்கு வந்து அதன் உட்பகுதியில் தங்கும். அப்போது உருவாகும் நச்சுக் கொடியின் செல்களினால் (Placental Trophoblastic) இந்த ஹார்மோன் உற்பத்தி செய்யப்படும்.

இந்த ஹார்மோன், கர்ப்பம் ஏற்பட்டவுடன் சிறுநீரில் தோன்றுவதுடன், "கருத்தரித்த கரு" வளர்ந்து வருகின்ற போது, இது அதிகரித்துக் கொண்டேவரும்.

கருத்தரிப்பு நடைபெற்றபின் 7 முதல் 10 நாட்களிலேயே இந்த ஹார்மோன் சிறுநீரில் தென்படத் தொடங்கும்.

முதன்முதலாகப் பெண்ணிற்கு மாதவிடாய் நின்றவுடன் சிறுநீரில் 100 MIU/ மி.லி. என்ற அளவில் காணப்படும் இந்த ஹார்மோன், 2-3 மாதத்தில் மிகவும் அதிகரித்து 30,000 முதல் 1,00,000 MIU வரை வந்துவிடும்.

தற்சமயம் கருவுற்றதைக் கண்டறிவதற்கு, மிக எளிய பரிசோதனைகள் செய்யப்படுகின்றன. ஆனால், இவை மிகவும் நுட்பமான பரிசோதனைகளாகும் (Immuno Assay).

இதில் இந்த ஹார்மோனுக்கு எதிரான ஆன்டிபாடீஸ் (Monoconal antibody to HCG) பயன்படுத்தப்படுகிறது.

இப்பரிசோனை செய்ய சிறுநீரை எடுத்து, ஆன்டிபாடீஸ் உள்ள தட்டில் மூன்று துளிகள் விட வேண்டும். பிறகு

கர்ப்பம் உள்ளதா, இல்லையா என்பதை அறியப் பயன்படும் பரிசோதனைகள்

(Immunoassay Test) (Urine - Pregnancy Test)

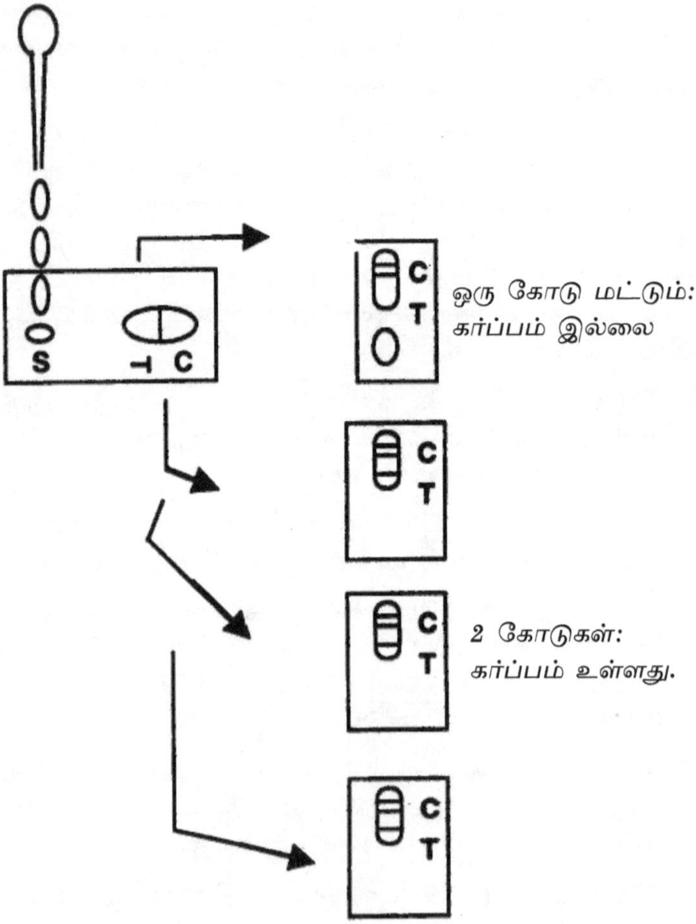

3 நிமிடங்கள் கழித்து அதில் என்ன மாற்றங்கள் ஏற்படுகின்றன என்பதைக் கண்காணிக்க வேண்டும்.

அந்தப் பெண் கர்ப்பமடைந்து சிறுநீரில் HCG ஹார்மோன் கலந்து வந்திருந்தால், அத்துடன் ஆன்டிபாடீஸ் சேர்ந்து மாற்றம் ஏற்படும். இதனை ஆன்டீபாடீஸ் உடன் சேர்க்கப்பட்டுள்ள dye-காண்பிக்கும்.

இவ்வாறு ஹார்மோன் உள்ளவர்களுக்கு, இதில் இரண்டு கோடுகள் தெரியும். "Control"-ல் உள்ள கோட்டுடன், கீழே உள்ள Test-ல் உள் கோடு தெரியும். அது கத்திரிப்பூ நிறம் கலந்த கோடாகத் இருக்கும். இக்கோடு அடர்த்தியாகத் தெரிந்தால், அவர்களுக்கு ஹார்மோன் மிகுதியாக இருக்கும். மாறாக, இலேசாகத் தெரிந்தால் ஹார்மோன் குறைவாக இருக்கலாம்.

கர்ப்பமானவுடன், பெண்களுக்குச் சிறுநீரில் வெளிப்படும் ஹார்மோனின் அளவு ஒருவருக்கு ஒருவர் வேறுபடும்.

இவ்வாறு கோடு தோன்றாமல் Control-ல் உள்ள கோடு மட்டுமே தெரிந்தால் அவர்களுக்கு HCG-ஹார்மோன் இல்லை என்பது தெரியும். அதாவது அவர்கள் கர்ப்பமாகவில்லை என்பது புலப்படும்.

கர்ப்பத்தைக் கண்டறிய, சிறுநீரில் செய்யப்படும் இப்பரிசோதனைக்கு அதிகாலையில் எடுக்கப்படும் சிறுநீரே சிறந்தது. ஏனெனில் அதில் HCG-ஹார்மோன்கள் மிகுதியாகக் காணப்படும்.

சிறுநீரைச் சுத்தமான கண்ணாடிக் குப்பியில் சேகரிப்பது நல்லது.

சிறுநீர் கலங்கியிருந்தாலோ அல்லது சிறுநீரக அழற்சியிருந்தாலோ, பாக்டீரியாக்களின் தாக்கத்தால் சிறுநீர் இந்தப் பரிசோதனைக்கு ஏற்றதாக அமையாது. எனவே, இது போன்ற நேரங்களில் இப்பரிசோதனை செய்யக்கூடாது. செய்தால் சரியான முடிவு தெரியாது.

சிறுநீரை எடுத்த உடனேயே பரிசோதனைக்கு அனுப்ப வேண்டும். தாமதம் ஆகும் என்றால், சிறுநீரைக் குளிர் சாதனப் பெட்டியில் 2-8ºC என்ற வெப்பநிலையில் இருக்குமாறு வைத்து

24 மணி நேரம் பாதுகாக்கலாம். பரிசோதனை செய்யும் முன்பாக குளிர்ந்துவிட்ட சிறுநீர் மறுபடியும் அந்த அறையின் உஷ்ணநிலைக்கு வந்த பின்னரே பரிசோதனை செய்ய வேண்டும்.

நீண்ட நேரமாகுமாயின், அதனை -20°C என்ற உஷ்ண நிலையில், குளிர்வித்து, வைத்திருக்க வேண்டும். பரி சோதனைக்கு முன்பாக, அதனை அறையின் உஷ்ணநிலைக்குக் கொண்டுவர வேண்டும்.

சிலருக்கு Controlலில் கோடு ஏற்படாமல் போகலாம். ஏதாவது சந்தேகம் இருந்தால், 2 நாட்கள் கழித்து மீண்டும் இப்பரிசோதனையைச் செய்து பார்க்க வேண்டும். சிலருக்கு, HCG-ஹார்மோன், சிறுநீரில் இருந்தபோதும் அவர்களுக்குக் கர்ப்பம் ஏற்பட்டிருக்காது. இது போலவும் சில நேரங்களில் ஏற்படலாம்.

சிலருக்குச் சிலவகை புற்றுநோய்களினால் இது போல HCG-ஹார்மோன் வெளிப்படும். Chorionic Carcinoma-மற்றும் Hydatidiform Mole-போன்ற புற்றுநோய்களின்போது இவ்வகைப் புற்றுநோய்க் கட்டிகள் HCG-என்ற ஹார்மோனை அதிகமாக உற்பத்தி செய்யும். இதன் காரணமாகவும் சிறுநீரில் HCG-ஹார்மோன் மிகுந்திருக்கும்.

சில நேரங்களில் கர்ப்பமான ஆரம்பக் கட்டங்களில் சிலருக்கு HCG-ஹார்மோன் போதுமான அளவு உற்பத்தியாகாது. எனவே, இவர்களுக்கு ஆரம்பக் கட்டத்தில் சிறுநீர்ப் பரிசோதனை (-) ஆகவே இருக்கும். இது போன்ற சந்தேகங்கள் தோன்றினால் இவர்களுக்கு மீண்டும் ஒரு முறை இந்தப் பரிசோதனையை 2 நாட்கள் கழித்துச் செய்ய வேண்டும்.

சாதாரணமாகவோ, சிஸேரியன் அறுவையின் மூலமா கவோ குழந்தை பெற்றவர்களுக்கும், கருச்சிதைவு ஏற்பட்டவர் களுக்கும், கருச்சிதைவு செய்து கொண்டவர்களுக்கும், பல்வேறாக இந்த HCG-ஹார்மோன் மூலமாகவோ சிறுநீரில் காணப்படும். எனவே கவனம் தேவை. சிலருக்குக் கருத்தரித்த கரு (Fertilized Ovum) கருவெளியேறும் குழாயிலேயே தங்கி, அங்கேயே வளரத் தொடங்கும். இது கர்ப்பப்பைக்கு வருவ

தில்லை. இது போன்ற நேரங்களில் HCG-ஹார்மோன் மிகவும் குறைவாகக் காணப்படும். பிறகு, கொஞ்சம்தான் அதிகரிக்கும். சாதாரணக் கர்ப்பத்தில் அதிகரிப்பதைப் போல் இந்த ஹார்மோன் HCG-அதிகரிப்பதில்லை.

சிலருக்கு, சிறுநீரின் Specific Gravity-குறைவாக இருந்தால், அதில் HCG-ஹார்மோன் மிகவும் குறைவாகவே காணப்படும். இதனால், இந்தப் பரிசோதனை (-) ஆக வரலாம். எனவே, இது போன்ற வேளைகளில் அதிகாலைச் சிறுநீரில் பரிசோதனை செய்வதே சிறந்தது.

சிலருக்குச் சிலவகை மருந்துகளினாலும் பிற நோய்களின் காரணமாகவும் இந்தப் பரிசோதனை (-) ஆக இருக்கலாம்.

கீழ்க்கண்ட மருந்துகளைப் பயன்படுத்துபவர்கள் இது குறித்து கவனமாக இருக்க வேண்டும்.

Acetaminophen, Acetyl Salicylic Acid, Ampicillin, Ascorbic Acid, Atropine, Caffeine, Phhenothiazine, Phenyl Propanolamine, Salicylic Acid, Tetracycline - போன்ற மருந்துகளை மருத்துவரின் ஆலோசனையின் படி நிறுத்திவிட்டு இந்தப் பரிசோதனையைச் செய்ய வேண்டும்.

சிலருக்குப் பல்வேறு நோய்களின் காரணமாகவும் சிறுநீரில் இந்தப் பரிசோதனை (-) ஆக மாறிவிடும். சிறுநீரில் கீழ்க்கண்ட பல்வேறு சிதைமாற்றப் பொருள்கள் இருந்தால் கவனமாக இருக்க வேண்டும்.

Billrubin(பித்தநிறமி), Glucose (குளுக்கோஸ்), Haemoglobin (ஹீமோகுளோபின்-சிவப்பணு நிறமி), Ketones(கீட்டோன்ஸ் பொருள்கள்), Protein (புரதப்பொருள்கள்), Triglycerides (கொழுப்புப் பொருள்கள்).

○

11. மலேரியா கிருமியைப் பரிசோதனை மூலம் கண்டறிதல்

வளரும் நாடுகள் பலவற்றில் 'மலேரியா' நோய் இன்னும் கட்டுப்பாட்டிற்குள் வரவில்லை. பொது சுகாதாரத்தைக் கடைபிடித்து, சுற்றுப் புறத்தைத் தூய்மையாக வைத்துக் கொள்ளாததால்தான் இந்நிலைமை ஏற்பட்டுள்ளது. சிறந்த கழிவுநீர் வடிகால்கள் இல்லாமையாலும், மழைநீர் தேங்குவதாலும் கழிப்பிட வசதிகள் மேம்படாததாலும் மக்களுக்குப் போதுமான மருத்துவ விழிப்புணர்வு ஏற்படாமையாலும் இந்நிலை தொடர்கிறது.

வளரும் நாடுகளில் 'மலேரியா' கிருமியான 'பிளாஸ்மோடியத்தை' கண்டறிவதற்கு நோயாளியின் இரத்தத்தை எடுத்து கண்ணாடித் தகட்டில் தடவி பரிசோதனைக்காக அனுப்புகிறார்கள்.

இதில் மெல்லிய தடவல், அடர்த்தியான தடவல் என இரண்டு வகைகள் உண்டு.

மெல்லிய தடவல், மலேரியா கிருமியான பிளாஸ்மோடியம் உள்ளதா இல்லையா என்பதைக் கண்டுபிடிக்க உதவும். அடர்த்தியான தகவல், அது எவ்வகை பிளாஸ்மோடியம் கிருமியினால் வந்தது என்பதைக் கண்டுபிடிக்க உதவும். ஆனால், இப்பரிசோதனைகள் அல்லாது QBC என்ற புதிய முறையில் 'மலேரியா' கிருமியைக் கண்டறிகிறார்கள்.

பிளாஸ்மோடியம் கிருமியில் நான்கு வகைகள் உள்ளன.

1. பிளாஸ்மோடியம் வைவாக்ஸ்
2. பிளாஸ்மோடியம் ஃபால்சிபாரம்
3. பிளாஸ்மோடியம் மலேரியே
4. பிளாஸ்மோடியம் ஓவேல்

என்பனவாகும்.

இவற்றில் பெரும்பாலும் மலேரியாவை உண்டாக்குபவை பிளாஸ்மோடியம் வைவாக்ஸ் கிருமியும், பிளாஸ்மோடியம் ஃபால்சிஃபராம் கிருமியுமாகும்.

இதில் 'பிளாஸ்மோடியம் ஃபால்சீஃபராம்' கிருமி உயிரிழைப்பை ஏற்படுத்திவிடும். ஏனெனில், இது உடலைப் பெரிதும் தாக்கி மயக்க நிலையை உண்டாக்கிவிடும். மேலும் சாதாரண மலேரியா தடுப்பு மருந்துகளுக்குக் கட்டுப்படாது. எனவே இக்கிருமி உள்ளதா என்பதனை ஆரம்பத்திலேயே இரத்தப் பரிசோதனையின் மூலம் கண்டுபிடிக்க வேண்டும். இதற்கு உதவியாக, புதிய பரிசோதனை முறை ஒன்று அறிமுகப்படுத்தப் பட்டுள்ளது. அது மிக எளிய பரிசோதனை. உடனடியாக, மலேரியா கிருமியான, 'பிளாஸ்மோடியம் ஃபால்சீஃபராம்' கிருமி உள்ளதா இல்லையா என்பதைக் கண்டறிவதற்கான பரிசோதனையாகும்.

'பாராசைட் எஃப்' எனப்படும் இந்தப் புதிய பரிசோதனையின் மூலம் இக்கிருமி உள்ளதா என்பதை உடனடியாகக் கண்டுபிடித்துவிடலாம்.

இதில் சிறுநீரில் குளுக்கோஸ் உள்ளதா என்பதைக் கண்டுபிடிப்பதற்காகப் பயன்படுத்தப்படும் 'Dipstick' போன்ற நீண்ட குறுகிய துண்டுகள் இருக்கும். இக்குச்சியை சிறுநீரில் முக்கினால் இக்கிருமி இருந்தால், கத்திரிப்பூ நிறத்தில் கோடு உண்டாகும். இல்லையென்றால் கோடு வராது.

இந்தப் பரிசோதனையின் மூலம் எண்ணற்ற நோயாளிகளை ஒரே நேரத்தில் எளிதாக 'மலேரியா' கிருமிக்கு ஆட்பட்டுள்ளார்களா என்பதை சோதனை செய்து கண்டுபிடித்துவிடலாம்.

இந்தியா போன்ற வளரும் நாடுகளில், அதுவும் மலேரியா நிறைந்துள்ள நாடுகளில் இது மிகவும் பயன்தரக்கூடிய பரிசோதனையாகும். இதனைப் பராமரிக்க குளிர்சாதன பெட்டிகளோ, பெரிய உபகரணங்களோ தேவையில்லை. மேலும், நீண்டநாட்கள் கெடாமலும் இருக்கும். இதனை சாதாரணமாக யாராலும் எளிதாக எடுத்துச் செல்ல முடிவதுடன், பெரிய மருத்துவப் படிப்போ, அனுபவமோ பயிற்சியோ இல்லாதவர்கள்கூட இதைப் பயன்படுத்தி மலேரியாவைக் கண்டறியலாம். இவர்களுக்கு மலேரியா குறித்து மருத்துவ ரீதியாக தெரியாமல் இருந்தால்கூட பரவாயில்லை. இப்பரிசோதனை மிகவிரைவாகவும் அதே சமயம் துல்லியமாகவும் மலேரியா காய்ச்சலைக் கண்டறிய உதவுகிறது.

○

12. குடல் உள்நோக்கிக் கருவிகள் கொண்டு பரிசோதனைகள்
(ENDOSCOPIC EXAMINATION)

வயிற்றுவலி, இரத்தவாந்தி, வயிற்றுப்போக்குடன் இரத்தம் வெளியேறுதல் இப்படி எல்லா வயிற்றுப் பிரச்சனைகளுக்கும் வயிற்றை பரிசோதனை செய்து பார்த்துத்தான் நோயைக் கண்டுபிடிக்க முடியும். இன்னும் சில பரிசோதனைகளும் இருக்கின்றன. மலம் பரிசோதனை, மாவு கொடுத்து எக்ஸ்ரே எடுத்தல் போன்றவை அவை. இவையெல்லாம் தலையைச் சுற்றி மூக்கைத் தொடுவது போன்றதுதான்.

எனவே, விரைவாகவும், அதே சமயம் எளிதாகவும் நேரடியாகவும் குடல் பிரச்சனைகளை அறிய, குடல்நோய்களைக் கண்டுபிடிக்க குடலின் உட்பகுதியை நேரடியாகவே பார்க்க 'குடல் உள்நோக்கிக் கருவி' கண்டுபிடிக்கப்பட்டுள்ளது.

இக்கருவியின் மூலம் மேற்குடலின் பகுதி, இரைப்பை சிறுகுடலின் முன்பகுதி ஆகியவற்றைக் காணமுடியும்.

மேலும், கீழ்க்குடல், மலக்குடல், பெருங்குடல், சிறு குடலும் பெருங்குடலும் இணையுமிடம் ஆகிய பகுதிகளையும் 'குடல் உள்நோக்கி' கருவியின் துணைகொண்டு காணமுடியும்.

வகைகள்

குடல் உள்நோக்கிக் கருவிகளில் இரண்டு வகைகள் உள்ளன.

முதல்வகை, மேற்பகுதி உணவுக் குழலைக் காண உதவும் 'உள்நோக்கிக் கருவியாகும்'.

இரண்டாம் வகை, கீழ்ப்பகுதி உணவுக் குழாயைக் காண உதவும் உள்நோக்கிக் கருவியாகும்.

மேற்குடல் உள்நோக்கிக் கருவி

'மேற்பகுதி' உணவுக் குழலைக் காண உதவும் கருவியின் மூலம் தொண்டைப் பகுதியில் தொடங்கி சிறுகுடலின் முன் பகுதிவரை குடலின் உட்பகுதிகளை எளிதாகக் காணமுடியும்.

பரிசோதனை முறை

இந்தக் கருவியின் துணையுடன் குடலைப் பரிசோதனை செய்யும்போது நோயாளி எந்த உணவையும் சாப்பிடக்கூடாது. காலையில் பரிசோதனை செய்வது என முடிவு செய்தால் முதல்நாள் இரவு 8 மணிக்கே சாப்பாட்டை முடித்துக் கொள்ள வேண்டும். அதாவது காலையில் காலியான வயிற்றுடன் சென்று பரிசோதனை செய்ய வேண்டும். சாப்பிட்ட பிறகு பரிசோதனை செய்தால் குடலின் உட்பகுதியை நன்கு காணமுடியாமல் உணவுகள் தடை செய்யும்.

மேலும் உணவு சாப்பிட்ட பின்னர் பரிசோதனைக் குழாயினை உட்செலுத்தும்போது நோயாளிக்கு வாந்தியும் குமட்டலும் ஏற்படலாம். அப்போது மேல்நோக்கி வரும் உணவுப் பொருட்கள் சுவாசக் குழாயினுள் நுழைந்து மூச்சுக் குழாயினை அடைக்கலாம். அல்லது நுரையீரலுக்குள் புகுந்து 'நிமோனியா'வை ஏற்படுத்தலாம். எனவேதான் நோயாளி இந்தப் பரிசோதனை செய்யும்போது சாப்பிடாமல் காலியான வயிற்றுடன் இருக்க வேண்டியது மிக அவசியமாகும்.

எவ்வாறு பரிசோதிக்கப்படுகிறது?

இதில், நீண்ட ஒரு குழாயின் முன்பகுதியை மூக்கின் வழியாகவோ அல்லது வாயின் வழியாகவோ உட்செலுத்து வார்கள். அவ்வாறு செலுத்தும்போது நோயாளி உணவை விழுங்குவதைப் போல தொண்டையில் உணவு இருப்பதாக நினைத்துக் கொண்டு விழுங்க வேண்டும். அப்போது குழாய் எளிதாக உணவுக் குழலினுள் நுழையும். இவ்வாறு உள்ளே சென்ற குழாயின் நுனியில் சிறிய, அதிக வெளிச்சத்தைத் தரக்கூடிய 'பல்ப்' இருக்கும். வெளிப்புறம் குழாயின் மறு முனையிலுள்ள பகுதியின் மூலம் பல்பை இயக்கலாம். வெளியே உள்ள பகுதியில் ஒரு லென்ஸ் இருக்கும். பல்ப்பை எரிய விட்டு அந்த 'லென்ஸின்' வழியாகப் பார்க்கும்போது, குடலின் உட்பகுதி தெரியும். இந்த 'உள்நோக்கி கருவியிலுள்ள' குழாயின் உட்பகுதியில் உள்ளே எரியும் பல்பிலிருந்து வரும் ஒளியினை மருத்துவரின் கண்பகுதிக்குக் கொண்டுவர உள்ளே ஒளி கடத்தும் நுண்ணிய நைலான் போன்ற இழைகள் இருக்கும். இதன் உதவியால்தான் குடலின் உட்பகுதியைக் காண முடிகிறது.

இந்தப் பரிசோதனையினைச் செய்வதற்கு மயக்க மருந்தோ ஊசிகளோ தேவையில்லை. 'குழாய்' நுழையும்போது ஏற்படும் சிரமத்தைக் குறைக்க மட்டும் வழவழப்பான மதமதப்பை உண்டாக்கும் 'ஜெல்லி'யை குழாய் செல்லும் பகுதியில் பயன்படுத்துவார்கள்.

எதற்குப் பயன்படும்?

இந்தப் பரிசோதனையின் மூலம் மேல் உணவுக்குழல், இரைப்பை, சிறுகுடலின் முன்பகுதி, ஆகிய இடங்களிலுள்ள புண்கள், சாதாரணக் கட்டிகள், புற்றுநோய்க் கட்டிகள், இரத்தக்குழாய் கசிவுகள் ஆகியவற்றைக் காண முடியும்.

புண், கட்டிகள், சந்தேகப்படும் குடலின் 'உட்பகுதி ஆகியவற்றை' பரிசோதனைக்காக திசுவையும் எடுக்க முடியும். அதை பரிசோதனைக்கு அனுப்பி என்ன நோய் என்பதைக் கண்டறியவும் முடியும். மேலும் இரைப்பை சிறுகுடல் சிறுகுழாய்களின் மூலம் உறிஞ்சி எடுத்து அதில் இரசாயனப் பரிசோதனைகள் செய்து 'புற்றுநோய்' செல்கள் இருக்கின்றனவா என்பதை அறியும் பரிசோதனை ஆகியவற்றையும் செய்ய முடியும்.

சிகிச்சைக்கும் பயன்படும்

'மேற்குடல் உள்பரிசோதனைக் குழாய்' மேற்கூறிய வெறும் பரிசோதனைகளுக்கு மட்டுமே பயன்படும் என்பதில்லை. சில நேரங்களில் சிகிச்சை செய்யவும் பயன்படுகிறது. உதாரணமாக இரைப்பை, சிறுகுடல் பகுதியில் ஒரு கட்டி இருக்குமானால், சில நேரங்களில் அது என்ன கட்டி என்பதை அறிய முடியாது. அப்போது கட்டியை எடுத்து பரிசோதனைக்கு அனுப்ப வேண்டும். அந்தக் கட்டியினை வேரோடு முழுவதுமாக உள்நோக்கி குழாயின் மூலம் எடுத்து பரிசோதனைக்கு அனுப்பலாம். அது 'புற்றுநோய்' கட்டி என்று பரிசோதனையில் தெரிய வந்தால் மீண்டும் புற்றுநோய் பழைய இடத்தில் தோன்றுகிறதா, வேறு இடத்தில் உள்ளதா என்றெல்லாம் ஆராய்ந்து சிகிச்சை செய்ய வேண்டியது வரும். அது 'சாதாரண கட்டி' என்று தெரிய வந்தால், முன்பு நாம் கட்டியை பரிசோத

னைக்காக எடுத்ததே சிகிச்சை ஆகிவிடும். உட்பகுதியில் கசியும் இரத்தத்தைத் தடுத்து நிறுத்த பாதிக்கப்பட்ட இரத்தக் குழாய்களின் சுவர்களை இதன் மூலம் அடைக்க முடியும். குழந்தைகள் விழுங்கிய காசு, பிற விளையாட்டு பொருட்களை வெளியேற்ற முடியும். உட்பகுதி ரணத்தை 'தையல்' போட முடியும்.

மேலும் சிறுகுடலின் மேற்பகுதியில் கல்லீரல், கணையம் ஆகியவற்றிலிருந்து வந்து சேரும் பித்தக் குழாய், கணையக் குழாய் ஆகியவற்றின் உட்பகுதிகளையும் இதில் இணைக்கப் பட்டுள்ள சிறு குழாயின் மூலமாக ஆராய முடியும். இதன் மூலம் கல்லீரல் கணைய நோய்களையும் கண்டுபிடிக்க முடியும்.

கீழ்க்குடல் உள்நோக்கிக் கருவி

மேற்குடல் உள்நோக்கிக் கருவியைப் போலவே கீழ்க்குடல் உள்நோக்கிக் கருவியும் பயன்படுகிறது. இந்தப் பரிசோதனை காலையில் செய்யப்படுவது என்றால் முன்தினம் எட்டு மணிக்குள் திட உணவை முடித்துக் கொள்ள வேண்டும். பிறகு கீழ்க்குடலை சுத்தம் செய்யும் மருந்தை உட்கொண்டு பேதியை உண்டாக்கி விடுவதால் எளிதாக பெருங்குடல், மலக்குடல், கீழ்க்குடல் ஆகியவற்றைப் பரிசோதனை செய்ய முடியும்.

பயன்கள்

இக்கருவியின் மூலமாகப் பெருங்குடல் பகுதிகளில் தோன்றும் புண்கள், பிறவிக் கட்டிகள், பாரம்பரியக் கட்டிகள், புற்றுநோய்க் கட்டிகள், இரத்தக் கசிவு ஆகியவற்றை அறிந்து கட்டியின் சிறு பகுதியினை எடுத்து பரிசோதனைக்கு அனுப்பலாம். சில கட்டிகளை முழுவதுமாகவும் நீக்கலாம்.

இந்தக் குடல் உள்நோக்கி கருவிகளும் குழாய்களும் குடலில் ஏற்படும் பல்வேறு நோய்களை எளிதில் அறியவும் சிகிச்சை செய்யவும் பெரிதும் உதவுகின்றன.

13. சளிப் பரிசோதனைகள்

பெரும்பாலும் நம் மக்களுக்கு இரத்தம் மற்றும் நீர்ப் பரிசோதனைதான் தெரியுமென்றாலும், அவ்வப்போது 'சளி' பரிசோதனை குறித்தும் சிலர் கேள்விப்பட்டிருக்கலாம். சிலர், தனக்கோ, தன் உறவினர்களுக்கோ கூட இதுபோன்ற பரிசோதனையைச் செய்திருக்கலாம்.

'சளி' என்பது என்ன?

இதிலேயே மிகவும் ஆச்சரியப்படக் கூடிய விஷயம் என்னவென்றால் நம்மில் பலருக்கும் சளி என்றால் என்னவென்று தெரியாமல் இருப்பதுதான். சிலர் வாயில் சுரக்கும் 'உமிழ்நீரை' சளியென நினைத்துக் கொண்டிருக்கிறார்கள். சிலர், மூக்கிலிருந்து ஜலதோஷத்தின்போது வடியும் நீரை சளியென நினைத்துக் கொண்டிருப்பார்கள். உண்மையில் சளி என்பது, கிருமி, தொண்டையிலிருந்து கட்டியாக பிசின் போல வெளியேறுவதுதான். இது சுவாச குழல் பகுதியிலிருந்து வெளிப்படும். இதனை சிலர் 'கோழை' என்றும் கூறுவார்கள்.

ஆனால், சிலருக்கு, தொண்டை அழற்சியினாலும் பல்வேறு கிருமிகளின் தாக்கத்தாலும், தொண்டைப் பகுதியில் இருமுகின்ற போது சளி வெளிப்படும். சிலருக்கு ஜலதோஷத்திற்கான பல்வேறு மருந்துகளையும் சாப்பிடுவதால், நீர் மூக்கிலிருந்து வழிவது குறைந்து, அது அடர்த்தியாகி, சளியாகத் தடிமனாக வெளிப்படும்.

என்றாலும் சுவாசக் குழல் பகுதியிலிருந்து கிருமி வெளியெடுக்கப்படும் தடிமனாக உள்ள பிசின் போன்ற கூழ் 'சளி' என்று அழைக்கப்படுகிறது. அதுதான் பல்வேறு பரிசோதனைக்கும் உட்படுத்தப்படுகிறது. இதன் மூலம், பல்வேறு உடல்நோய்கள் குறித்தும், குறிப்பாக, சுவாச மண்டல நோய்கள் குறித்து நம்மால் அறிந்து கொள்ள முடியும்.

சளிப் பரிசோதனைகள்

இனி, சளியில் என்னென்ன பரிசோதனைகள் செய்யலாமெனப் பார்க்கலாம்.

நுண்ணோக்கிப் பரிசோதனை

இப்பரிசோதனையை 'சளி' எடுத்தவுடனேயே செய்ய வேண்டும். இதன் மூலம், சளியிலுள்ள 'நுண்கிருமிகள்' என்னென்ன என்பதைக் குறித்து தெரிந்து கொள்ள முடியும். இந்தக் கிருமிதான் சுவாசப் பாதையில் அழற்சியை ஏற்படுத்தியவை. இதனால்தான் 'சுவாசக் குழாய் நுரையீரல்' பாதிக்கப்பட்டு நோய்கள் வந்துள்ளது என்பதைக் கண்டுபிடிக்க முடியும். அந்தக் கிருமிகளுக்கான உரிய மருந்துகளை, உரிய அளவில் மருத்துவரின் ஆலோசனையைக் கேட்டு பயன்படுத்தினால் 'சளி' குறைந்துவிடும். நோயும் மறைந்துவிடும்.

இவ்வாறான கிருமியுள்ளதா என்பதைக் கண்டறிய 'நுண்ணோக்கிக் கருவி' பெரிதும் (MICROSCOPE) பயன்படுகிறது. ஆனால், சளியை நேரடியாக நுண்ணோக்கிக் கருவியில் பார்க்க முடியாது. இக்கருவியில் பார்க்கும் வகையில், 'சளி'யை தயார் செய்ய வேண்டும்.

இதற்கென பல இரசாயனக் கரைசல்கள் உள்ளன. இவற்றைக் கொண்டு 'சளி'யை தயார் செய்வதை 'Staining' என்று கூறுகிறார்கள். இவ்வாறு தயார் செய்வதில் பல்வேறு, முறைகள் உள்ளன. இந்த முறைகளுக்கு ஏற்ப அந்தக் குறிப்பிட்ட இரசாயனப் பொருட்களும் மாறுபடும். இனி இவற்றில் சிலவற்றைக் காணலாம்.

சளியிலுள்ள கிருமிகளை ஆய்வுக்கூடத்தில் வளர்த்துப் பார்த்தல் (Sputumculture & Sensitivity Test)

சிலருக்குச் சளியை முன்பு கூறியபடி Staining முறையில் பரிசோதனை செய்து பார்த்தால், அதில் நுண்கிருமிகள் தெரியாமல் இருக்கலாம். ஆனால், இவர்களுக்குத் தொடர்ந்து 'சளி' தொந்தரவு இருந்துகொண்டே இருக்கும். சளி பரிசோதனையில் நுண்கிருமிகள் தெரியவில்லை என்பதற்காக இவர்களுக்குக் கிருமிகளின் தாக்கமில்லை என்று கூற முடியாது. இவர்களது 'சளி'யில் கிருமிகளைக் கண்டறிய முடியவில்லை என்றுதான் பொருள். இதற்காக சளியில் தெரியாமலிருக்கும் அல்லது ஓரளவு இருந்து, பரிசோதனையில் கண்டுபிடிக்க முடியாத நுண்கிருமிகளைக் கண்டுபிடிக்க, சளி 'Culture'

பரிசோதனை என்ற இந்தப் பரிசோதனை செய்யப்படுகிறது. இந்தப் பரிசோதனையில் சளியை எடுத்து, ஆய்வுக்கூடத்தில் குறிப்பிட்ட நாட்கள் வைத்து அதில் நுண்கிருமிகள் வளருகின்றனவா எனப் பார்ப்பார்கள். இதற்காக சளி நல்ல ஊட்டச்சத்துள்ள பொருட்கள் உள்ள கண்ணாடித் தகட்டின் மீது வைக்கப்பட்டு ஒரு குறிப்பிட்ட சீரான சீதோஷ்ண நிலையில் இருக்குமாறு வைக்கப்படும். ஆக, ஊட்டச் சத்தும், குறிப்பிட்ட சீதோஷ்ண நிலையும், சளியிலுள்ள அதேசமயம் பரிசோதனையில் புலப்படாத கிருமிகளைப் பெருகச் செய்யும். அதனை பரிசோதனை செய்வதன் மூலம் சளியில் 'கிருமிகளின்' பாதிப்புகள் ஏற்பட்டிருப்பதைக் கண்டுபிடிக்க முடியும். மேலும், எந்த வகை நுண்கிருமியால் இந்த பாதிப்பு ஏற்பட்டது என்பதையும் கண்டுபிடிக்க முடியும். இந்த அடிப்படையில் அந்த நோயாளிக்கு உடனடியாக சிகிச்சை அளிக்க முடியும்.

○

14. மலப் பரிசோதனைகள்

மலப்பரிசோதனை பொதுவாக செய்யப்படுகின்ற அதே நேரம் மிகவும் முக்கியமான பரிசோதனையாகும்.

இப்பரிசோதனையின் மூலமாக பல முக்கிய நோய்களையும், உடற்பாதிப்புகளையும் கண்டுபிடிக்கலாம்.

எவ்வாறு சேகரிக்க வேண்டும்?

மலத்தை சேகரித்து வர, கண்ட, கண்ட குப்பிகளையோ, டப்பாக்களையோ பயன்படுத்தக் கூடாது. ஆய்வுக் கூடத்திலிருந்து பெறப்படும் சேகரிப்பு குப்பியை மட்டுமே பயன்படுத்த வேண்டும். மேலும், மலமிருந்த அரை மணி நேரத்திற்குள்ளாகவே கொண்டு போய் ஆய்வுக் கூடத்தில் கொடுத்துவிட வேண்டும். தாமதமாக, தாமதமாக சரியாக மலப்பரிசோதனை செய்ய முடியாது. அதிலிருந்து உடற்பாதிப்புகளையும் கண்டுபிடிக்க முடியாது. மலம் உலர்ந்து போகும். உயிருள்ள கிருமிகள் இறந்து போகும். அவற்றின் அசையா நிலைகளும் அழிந்து விடும். எனவே, இதில் கவனமாக இருக்க வேண்டும்.

அ. நேரடிப் பரிசோதனை (MACROSCOPIC EXAMINATION)

மலத்தை நேரடியாகவே பார்த்து சில நோய்களைக் கண்டுபிடிக்கலாம்.

அது சாதாரணமாக 'மஞ்சள்' நிறத்தில் இல்லாமல் வெளிறிப் போய், களிமண் போல இருந்தால் பித்தநீர் வரும், பித்தக் குழாயில் அடைப்பு ஏற்பட்டுள்ளது என அறியலாம்.

மேலும், மலத்தில் இரத்தம் காணப்பட்டால் அது பெருங்குடலில் உள்ள புண், புற்றுநோய் ஆகியவற்றாலோ, அல்லது மலவாயைச் சுற்றி ஏற்பட்டிருக்கும் புண், விரிசல், மூலநோய் ஆகியவற்றின் பாதிப்பினால் ஏற்பட்டிருக்கலாம். சிலருக்கு, மலம், மஞ்சளாக இல்லாமல் 'தார்' போல கருப்பாகச் சென்றால், அவர் இரும்புச் சத்துள்ள டானிக், மாத்திரைகளை அதிகமாக சாப்பிட்டிருக்கலாம். அல்லது கீரைகளை அதிகமாக உட்கொண்டிருக்கலாம். மேலும், மேற்குடல் புண்களால் (அல்சர்) புற்றுநோய் பாதிப்புகளாலும் இரத்தக் கசிவு ஏற்பட்டு மலம் கருத்துப் போகலாம்.

நாடாப் புழுக்களின் பாதிப்பு, குடலில் எற்பட்டிருந்தால், மலத்தில் நாடாப் புழுக்களின் நாடாப் பகுதிகள், துண்டுகள் காணப்படலாம்.

மேலும், உட்கொண்ட பல்வேறு உணவுப் பொருட்களும் காணப்பட்டால் ஜீரண சக்தி குறைவாக இருக்கிறது என்பதை கண்டுபிடிக்கலாம்.

சிலருக்கு, சிறு புழுக்கள் மலத்தில் காணப்படலாம்.

ஆ. நுண்ணோக்கிப் பரிசோதனை (MICROSCOPIC EXAMINATION)

மேலும், மலத்தை நுண்ணோக்கி பரிசோதனை செய்து பார்ப்பதன் மூலம்

1. மலத்திலுள்ள பல்வேறு தீங்கு செய்யும் கிருமிகள் ஒட்டுண்ணிகள் ஆகியவற்றைக் கண்டுபிடிக்கலாம்.

(உ-ம்) அமீபா போன்ற கிருமிகள்

2. மலத்தில் ஒட்டுண்ணிகள் இல்லாவிட்டாலும் அவற்றின் செயல்படாத நிலையிலுள்ள Cysts-கள் காணப்படும்.

3. 'புழுக்கள்' குடலில் இருந்தால், மலப்பரிசோதனையில் அவற்றின் 'முட்டைகள்' காணப்படும். இவற்றின் அமைப்புக் கொண்டு அவை எவ்வகைப் புழுக்களால் ஏற்பட்ட முட்டைகள் என்பதைக் கண்டுபிடிக்க முடியும்.

பிற பரிசோதனைகள் (MOTION CULTURE)

அ. மேலும், மலத்தை ஆய்வுக் கூடத்தில் ஊட்டச் சத்து பொருளில் வைத்து, அதில் எவ்வகை நுண்கிருமிகள் வளருகின்றன என்பதைக் கண்டறியும் பரிசோதனையும் உள்ளது. அக்கிருமிகள் எந்த மருந்திற்குக் கட்டுப்படும் என்பதை அறிந்து அதன்பின் அதற்குரிய சிகிச்சைகளை அளிக்கலாம்.

ஆ. மேலும், மலத்தில் பல்வேறு ஜீரண, உணவுச் சத்துக்கள் உறிஞ்சு எடுக்கும் குறைபாடுகள் இருப்பதைக் கண்டறிய மலத்திலுள்ள 'கொழுப்புச் சத்தை' அளக்கும் பரிசோதனையும் ஒன்று.

இ. கண்களுக்குத் தெரியாத இரத்தக் கசிவைக் கண்டறிய மலத்தில், இரத்த சிவப்பணுக்கள் உள்ளனவா? என்பதைக் கண்டறியவும் பரிசோதனை உள்ளது?

○

15. திசுப் பரிசோதனை

திசுப் பரிசோதனை என்பது நமது உடலில் செய்யப்படும் மிகவும் முக்கியமான பரிசோதனையாகும். நமது உடலிலிருந்து ஒரு திசுவின் ஒரு சிறிய துண்டை எடுத்து ஆய்வுக்கூடப் பரிசோதனைக்கு அனுப்புவார்கள். இதனை பரிசோதனை செய்து, அந்த முடிவைத் தருவதற்கென பிரத்தியேக மருத்துவ நிபுணர்கள் உள்ளனர். இவர்கள், எம்.பி.பி.எஸ் படிப்பிற்கு பிறகு எம்.டி படிப்பை படிப்பார்கள். அதில் (PATHOLOGY) நோய்வியல் குறித்த படிப்பாகும். இவர்கள்தான் திசுப் பரிசோதனைக்கென

படிக்கும் மருத்துவ நிபுணர்கள். இவர்களது முடிவை வைத்துத்தான் பல்வேறு சிகிச்சைகளும் அமைகின்றன.

'திசுக்கள்' எங்கிருந்து வேண்டுமானலும் எடுக்கலாம். நமது உடலிலுள்ள அனைத்து பாகங்களிலுமே நோய் வர வாய்ப்பு உள்ளதால் இந்த பாகங்களின் பகுதியிலிருந்து திசுக்கள் எடுக்கப்படுகின்றன. இவ்வாறு திசுக்களை பரிசோதனைக்காக எடுத்துத் தருபவர் பெரும்பாலும் ஒரு அறுவை சிகிச்சை நிபுணராகவே இருப்பார். இவர்கள்தான், அறுவை சிகிச்சையில் பயிற்சியும் அனுபவமும், நிபுணத்துவமும் பெற்றிருப்பதால் எளிதாக திசுக்களைப் பரிசோதனைக்கு எடுத்துத் தருகின்றனர். இருந்தாலும் அறுவை சிகிச்சையில்லாத மருத்துவ நிபுணர்கள் சிலரும்கூட இதுபோல திசுக்களை பரிசோதனைக்காக எடுத்து அனுப்புகிறார்கள். குறிப்பாக கல்லீரலிலிருந்து திசு, நுரையீரல் உறை திசு, சிறுநீரக திசு, குடல்வழி குழாய் திசு ஆகிய திசுக்களை இந்த மருத்துவ நிபுணர்கள்தான் எடுத்து பரிசோதனைக்குத் தருகிறார்கள்.

திசுப்பரிசோதனையில் பல்வேறு வகைகள் இருக்கின்றன.

1. உடலின் வெளிப்புறங்களிலுள்ள திசுக்களிலிருந்து எடுக்கப்படும் திசுப் பரிசோதனை

2. உடலின் உள்உறுப்புகளிலிருந்து எடுக்கப்படும் திசுப் பரிசோதனை

1. உடலின் வெளிப்புற திசுக்களிலிருந்து எடுக்கப்படும் திசுப் பரிசோதனை

உடலின் வெளிப் பகுதியிலிருந்து திசுக்களை எடுப்பது எளிதானது, விரைவானது. இதற்கென விசேஷ ஏற்பாடுகள் எதுவும் செய்ய வேண்டியதில்லை. இதனை 'வெளிப்புற நோயாளி'யாகவே வந்து செய்து கொள்ளலாம். திசு எடுத்த அன்றேகூட வீட்டிற்கு போகலாம்.

2. உடலின் உள்உறுப்புகளிலிருந்து எடுக்கப்படும் திசுப் பரிசோதனை

உடலின் உட்பகுதியிலிருந்து 'திசுப்பரிசோதனை'செய்வது அவ்வளவு எளிதானது அல்ல.

இதற்கென நேரம் ஒதுக்கவேண்டும். நோயாளியை உள் நோயாளியாக்க வேண்டும். திசுப் பரிசோதனைக்கு நோயாளியை த் தயார் செய்ய வேண்டும். தேவைப்பட்டால், 'மயக்க மருந்துகளை' பயன்படுத்த வேண்டிய சூழ்நிலையும் ஏற்படும்.

திசுப் பரிசோதனையில் மற்றுமொரு முறையும் உள்ளது.

1. அறுவை சிகிச்சைக்கு முன்பாக திசுவை எடுத்துப் பரிசோதனை செய்தல்.

2. அறுவை சிகிச்சைக்குப் பிறகு திசுவை எடுத்துப் பரிசோதனை செய்தல்.

1. அறுவை சிகிச்சைக்கு முன்பாக திசுவை எடுத்துப் பரிசோதனை செய்தல்:

உடல் திசுக்களில் ஏற்படும் மாற்றங்களையோ, கட்டிகளையோ அறுவை சிகிச்சை செய்வதற்கு முன்பாக, 'திசுவை' எடுத்துப் பரிசோதனை செய்வதாகும். திசுப்பரிசோதனை முடிவைப் பொறுத்து அதற்கேற்ப பிறகு 'அறுவை சிகிச்சை' செய்வார்கள்.

2. அறுவை சிகிச்சைக்குப் பிறகு திசுவை எடுத்துப் பரிசோதனை செய்தல்:

இந்த முறையில், பாதிக்கப்பட்ட பகுதியையோ கட்டியையோ அறுவை சிகிச்சை செய்து எடுத்துவிடுவார்கள். அதன்பிறகு அதனை திசுப் பரிசோதனைக்கு அனுப்புவார்கள்.

நேரடிப் பரிசோதனை (MACROSCOPIC EXAMINATION)

எடுத்த திசுவை நேரடியாகவே அதன் அமைப்பைக் கொண்டு கூறுவார்கள். இது நுண்ணோக்கி அல்லாத பரிசோதனை எனப்படும். இதில் அந்தத் திசு எப்படியுள்ளது? அதில் இரத்தக் கசிவு உள்ளதா? என்பன போன்ற பல்வேறு கூறுகளை ஆராய்வார்கள்.

நுண்ணோக்கிப் பரிசோதனை (MICROSCOPIC EXAMINATION)

இப்பரிசோதனையில், எடுக்கப்பட்ட திசுவை, சில கண்ணாடித் தகடுகளில் பரப்பி, அதை அந்தத் திசுவுக்கேற்ற

சாயங்களைக் கொண்டு, (STAINING) அதனைத் தயார் செய்வார்கள். அதன்பிறகு நுண்ணோக்கி (MICROSCOPIC) கருவிகொண்டு அந்தத் திசுவை பரிசோதனை செய்து பார்ப்பார்கள். இது நுண்ணோக்கி பரிசோதனை எனப்படும்.

○

16. கண் பரிசோதனை

கண் பரிசோதனை என்பது ஒவ்வொரு மனிதனும் கண்டிப்பாக செய்து கொள்ள வேண்டிய ஒரு முக்கிய பரிசோதனையாகும். நமக்கு கண்கள் இல்லையென்று நினைத்து கண்களை மூடிப் பாருங்கள். கற்பனைகூட செய்ய முடியாத அளவுக்கு படுபயங்கரமாக இருக்கும். எப்போதும் இருளாகவே தெரியும், இரவாகவே தெரியும். இந்த உலகத்தில் வாழ்ந்து என்ன ஆகப்போகிறது? என்று தோன்றும். அப்போதுதான் நமக்கு கண்களின் அருமையும், பார்வையின் பெருமையும் தெரியும். இவ்வளவு முக்கியமான கண்களை நாம் 'கண்டு' கொள்வதே இல்லை. 'கண் பரிசோதனை' செய்து கொள்வதும் இல்லை.

சரி, கண்பரிசோதனை செய்து கொள்ளலாம். எப்போது இதைச் செய்வது என்று நீங்கள் கேட்கலாம். வயதாகும்போது செய்து கொள்ளலாம் என்று நீங்கள் தப்புக் கணக்கு போடலாம். நிறைய பேர் இப்படித்தான் நினைக்கிறார்கள். அரை டவுசர் போட்ட, சின்ன சின்ன பசங்க கூட கண்ணாடி போட்டுகிட்டு போவதை நீங்கள் பார்த்ததில்லையா?

ஆக, சின்ன வயதிலேயே கூட, சிறுவர்களுக்கு கண்ணில் கோளாறு. இதனால் 'பார்வைக் கோளாறு' ஆகியவை ஏற்படுமென நீங்கள் புரிந்து கொள்ளலாம்.

ஆகவே, மிகச்சிறிய வயதிலேயே கூட கண் பரிசோதனை செய்து கொள்ளலாம். குறிப்பாக அப்பா, அம்மா, மற்றும் குடும்பத்திலுள்ளவர்களுக்கு கண் கோளாறுகள் இருந்தால், சிறுவர்களுக்கு 5 வயதில் கூட பரிசோதனை செய்து கொள்ள லாம். அதன்பிறகு கண் மருத்துவரின் ஆலோசனைகளைக் கேட்டு அதன்படி உரிய நேரத்தில் கண் பரிசோதனை செய்து கொள்ள வேண்டும்.

பெரியவர்களுக்கு, மற்ற மருத்துவ பரிசோதனைகளுடன் வருடத்திற்கு ஒரு முறையாவது 'கண் பரிசோதனை' செய்து கொள்ள வேண்டும்.

இனி, கண் மருத்துவர்கள் என்னென்ன பரிசோதனைகளைச் செய்கிறார்கள் என்று பார்க்கலாம்.

கண்ணின் அமைப்பு, கருவிழிப்படலம், வெண்விழிப் படலம், இமைகள் எனப் பல்வேறு கண்ணின் பகுதிகளை பரி சோதனை செய்வதுடன், 'கண் பார்வை' குறித்த பரிசோதனை களையும் இவர்களுக்குச் செய்கின்றனர். இப்பரிசோதனைகளின் மூலம் முக்கியமான மூன்று குறைபாடுகளைக் கண்டறிகிறார்கள்.

இவை:

1. கிட்டப்பார்வை குறைபாடு
2. தூரப்பார்வை குறைபாடு
3. வெள்ளெழுத்துப் பார்வை குறைபாடு

இத்துடன் சிலருக்கு, கோணல், மாணலாய் வளைந்தும் பொருட்கள் தெரியும். இதனை (Astigmatism) என்று கூறுவார்கள். இந்தக் குறைபாடு உள்ளதா என்றும் பரிசோதனை செய்வார்கள்.

இதற்கான பரிசோதனையில், 6 அடி தூரத்திலுள்ள எண்களையோ, எழுத்துக்களையோ வாசிக்கச் சொல்லி பார்வை கோளாறுகளைக் கண்டுபிடிப்பார்கள். இதனை (Sneller's Chart) கூறுவார்கள்.

மேலும், அருகிலுள்ள பொருட்களையும் எழுத்துக்களையும் வாசிக்கச் சொல்வார்கள்.

பேப்பர், மற்றும் புத்தகத்தைக் கொடுத்தும் வாசிக்கச் சொல்வார்கள்.

இப்பரிசோதனைகளுடன், கம்ப்யூட்டர் பரிசோதனை என்று சொல்லப்படும் கருவி மூலமாகவும் கண்களைப் பரிசோதனை செய்வார்கள். இதில் இக்கருவியின் Stand போன்ற பகுதியில், தாடைப் பகுதியை வைத்து, கண்களை நேராகப் பார்க்க வேண்டும். அதில், சில காட்சிகள் தெரியும். பார்வை கோளாறு இருந்தால் அவை, கண்களுக்கு மங்கலாகத் தெரியும். இவற்றை அக்கருவி கண்டறியும். பிறகு, தெளிவாக

தெரியும். அந்தக் காட்சி அமைக்கப்படும். அந்தக் காட்சி தெளிவாகத் தெரிவதற்கு எந்த அளவு ‘பார்வை’ நிவர்த்திக்கான லென்ஸ் பொருத்தப்பட வேண்டுமென்பது கண்டறியப்படும். இதனைத்தான், கண் கண்ணாடி கடைகளில், கம்ப்யூட்டர் கண் பரிசோதனை என்று போர்டு போட்டு வைத்து விளம்பரம் செய்கிறார்கள். ஆனால், இப்பரிசோதனை மட்டும் செய்து கண்களைப் பரிசோதனை செய்து கொள்ள முடியாது. மேற்கூறிய மருத்துவரின் பரிசோதனையுடன் கூடிய, பல்வேறு, கண் மருத்துவ பரிசோதனைகளுடன், இதனையும் செய்ய வேண்டும். அப்போதுதான் ஒட்டு மொத்தமாக கண் பார்வை கோளாறுகளைக் கண்டுபிடிக்க முடியும்.

(Sneller's Chart) போர்டுகளில் எழுதியுள்ள எழுத்துக்கள் மங்கலாகத் தெரியும்போது, பல்வேறு லென்ஸ்களை போட்டு, மீண்டும் படிக்கச் சொல்வார்கள். எப்போது 6 அடி தூரத்திலிருந்து தெளிவாக அந்த எழுத்துக்களைத் தெரிந்து கொண்டு படிக்க முடிகிறதோ அப்போதுதான் பரிசோதனையை நிறுத்துவார்கள். இவ்வாறு, நன்றாக எந்தப் பிரச்சனையுமின்றி எழுத்துக்களைப் பார்க்க முடிகிறது என்று கூறிய பிறகு, இவ்வாறு தெளிவாகத் தெரிவதற்குப் போடப்பட்ட லென்ஸ்களின் ‘பவரை’க் கொண்டு அதற்கேற்ப மருத்துவருக்கு இவர்கள் பரிந்துரை செய்வார்கள்.

இதேபோல எழுத்துக்கள், கோணல் மாணலாகத் தெரியுமானால், அதைப் போக்க உருளை வடிவ லென்ஸ்களை போட்டுப் பார்த்து, அவை தெளிவாகத் தெரியும் வண்ணம் செய்து, அதற்குரிய லென்ஸையும் தேர்ந்தெடுத்துத் தருவார்கள்.

இப்பரிசோதனைகள் முடிந்தவுடன், ஒட்டு மொத்தப் பார்வைக் கோளாறுகளை ஆராய்ந்து அதற்கேற்ப ‘லென்ஸ்களை’ மருத்துவர் பரிந்துரை செய்து ‘கண் கண்ணாடிகளும்’ தருவார். பிறகு, முகத்திற்கேற்ற Frame -ஐ தேர்வு செய்து, கண்ணாடிகளைப் பெற்றுச் செல்லலாம். தற்சமயம் Frame-களிலும் எண்ணற்ற வகைகள் வந்துவிட்டன. கண்ணாடிகளிலும் பல்வேறு வகைகள் வந்துவிட்டன.

கண்ணாடிகள் ‘மெல்லிதானதாக’ இருக்க பிளாஸ்டிக் மற்றும் பல்வேறு செயற்கை முறை கண்ணாடிகளில் செய்யப்

படுகின்றன (Resilence). மேலும், பகலில் வெளியில் - வெயிலில் செல்லும் போது, நிறம் மாறி Cooling Glass- போல கண்களுக்கு குளிர்ச்சித்தர (Photo chromatic lenses) தயாரிக்கப்படுகின்றன.

சிலருக்கு இரண்டு பார்வை கோளாறுகளும் கண்களில் இருக்கலாம். கிட்டப்பார்வையும், Astamatism-ம் சேர்ந்து இருக்க லாம். எனவே இவை இரண்டிற்கும் ஏற்ப ஒரே கண்ணாடியில் வடிவமைப்பு செய்து இவ்வாறு வடிவமைக்கப்பட்ட லென்ஸை இவர்களுக்கு கண் கண்ணாடியாகத் தயாரித்துத் தருவார்கள்.

40 வயதிற்கு மேற்பட்டவர்களுக்குத்தான் வெள்ளெழுத்து பார்வை கோளாறு ஏற்படும். இவர்களுக்குச் சாதாரணமாக பேப்பர், புத்தகங்களைப் படிக்க முடியாது. மிகவும் தள்ளி வைத்து படிக்க முயற்சி செய்வார்கள். அப்படிச் செய்வதால் ஓரளவு அவை தெரியும். இப்படிப்பட்டவர்களுக்கு, வாசிப்பதற் கென தனியாக (கண்ணாடிகள்) லென்ஸ்கள் தயாரிக்கப்பட்டு கிடைக்கின்றன. இவ்வாறாக, வெள்ளெழுத்து பாதிப்பு உள்ளவர்களுக்கு கிட்டப் பார்வையோ, தூரப்பார்வையோ இருந்தால் அதற்குத் தனியாக கண்ணாடி போட வேண்டியது வரும்.

பெரும்பாலும், கிட்டப்பார்வை, தூரப்பார்வை கண்ணாடி களை நோயாளிகள் தொடர்ந்து போட்டுவர வேண்டும். ஆனால், வெள்ளெழுத்து கண்ணாடியைப் படிக்கும் போது மட்டும் போட்டால் போதும். சிலருக்கு, இதுபோல இரண்டு பார்வை கோளாறுகளுக்கு இரண்டு கண்ணாடிகள் இந்த இரண்டு லென்ஸ்களையும் இணைத்தே கண்ணாடிகள் தயாரிக்கப் படுகின்றன. இவை (BIFOCAL LENS) என்று அழைக்கப்படுகின்றன. லென்ஸின் மேற்பகுதியில் தூரப்பார்வை, கிட்டப்பார்வைக்கான லென்ஸ் பொருத்தப்பட்டிருக்கும். கீழ்ப்பகுதியில் வெள்ளெ ழுத்து குறைபாட்டிற்கான லென்ஸ் பொருத்தப்பட்டிருக்கும். மேற்பகுதி லென்ஸ், எளிதில் பொருட்களைப் பார்ப்பதற்குப் பயன்படும். வெள்ளெழுத்து லென்ஸ் கீழ்ப்பகுதியில் இருப்பதால் படிப்பதற்கு எளிதாக இருக்கும்.

இவ்வாறு, பார்வை கோளாறுகளைப் பரிசோதனை செய்யும், ‘கண்பார்வை’ விரிவடையச் செய்யும் சொட்டு மருந்தைக் கண்களில் போட்டு ‘பார்வையை’ (கண்மணியை)

விரிவடையச் செய்யும், கண்ணின் உட்பகுதிகளைப் பரிசோதனை செய்வார்கள்.

இதில் குறிப்பாக, லென்ஸ் மற்றும் விழித்திரை ஆகியவை பரிசோதனை செய்யப்படும். 'கண் லென்ஸ்' மங்கி (Cataract) வெண்ணிறம் ஏறியிருந்தால் அதனாலும், பார்வை மங்கலாம். எனவே, இவர்களுக்கு 'லென்ஸ்' வெளியேற்றும் அறுவை சிகிச்சை செய்து 'லென்ஸை' வெளியேற்றிவிட்டு புதிய லென்ஸை பொருத்த வேண்டும். அல்லது அதற்குரிய தடிமனான கண்ணாடியைப் போடவேண்டும்.

விழித்திரை பிறவியிலேயே பாதிப்பதற்கு சிலருக்கு 'கண் பார்வையில்லாமல்' இருக்கும். வெளியில் கண்கள் பார்ப்பதற்கு சாதாரணமாக இருக்கும் (Retinatis Pigmentosa) இக்குறைபாட்டை கண்டறியவும் கண் பரிசோதனை செய்யப்படும். இப்பரி சோதனையில், விழித்திரையில், படிவுகள் ஏற்பட்டு, விழித்திரை பாதிக்கப்பட்டிருக்கும்.

இதே போல, நீரிழிவு நோய், இரத்த அழுத்த நோய் ஆகிய நோய்களின் பாதிப்பினாலும், விழித்திரை பாதிக்கப்படலாம். எனவே, விழித்திரையின் அமைப்பு, அங்குள்ள நரம்பு, இரத்த நாளங்களின் அமைப்பு, இரத்த கசிவுகள், படிவுகள் ஆகியன உள்ளனவா என்பதைக் கண்டறிய வேண்டும்.

இவ்வாறு, கண்ணின் விழித்திரையைப் பரிசோதனை செய்ய Opthalmoscope போன்ற விசேஷக் கருவிகளைக் கண் மருத்துவ நிபுணர்கள் கையாண்டு கண்களைப் பரிசோதனை செய்கின்றனர்.

கம்ப்யூட்டர் உதவியுடன் கூடிய கண் பரிசோதனை

நீங்கள் கண்ணாடிக் கடைகள் பலவற்றில் பார்த்திருக்கலாம். 'கம்ப்யூட்டர் உதவியுடன் கண் பரிசோதனை செய்து கண்ணாடி வழங்கப்படும்' என்று எழுதியிருப்பார்கள்.

இவ்வாறு கண்ணை பரிசோதனை செய்ய உதவும் கருவி Auto Refractor எனப்படும். இதில், தாடையை வைப்பதற்கு ஓர் இடமுண்டு. அதில் தாடையை வைத்து அக்கருவியில் தெரியும் ஒரு காட்சியைப் பார்க்கும்போது, இதிலிருந்து வெளிப்படும்

கதிர்கள் கண்ணில் மட்டும், அந்தப் பிம்பம் எவ்வாறு ஏற்படுகிறது என்பதை அடிப்படையாக வைத்து, தெளிவாகப் படம் தெரிய எந்த வகையில் லென்ஸ் தேவைப்படும். இதனால் இது எந்த வகை கோளாறு? என்பதை தெரிவித்துவிடும். இதை மருத்துவர்கள் செய்யாமல் கண்ணாடிக் கடையில் உள்ள வர்களே பரிசோதனை செய்கின்ற போது அது நிறைவான முடிவுகளைத் தருவதில்லையென மருத்துவர்கள் கருதுகிறார்கள்.

படித்த கண் மருத்துவர்கள், ஏற்கனவே வழக்கமான முறை களை கையாண்டு பல்வேறு ஒளிவிலகல் கண் நோய்களான, கிட்டப்பார்வை, தூரப்பார்வை, வெள்ளெழுத்துக் கோளாறுகள், சிதறல் பார்வை ஆகியவற்றைக் கண்டுபிடிப்பார்கள். ஆனால் இதே மருத்துவர்கள், தங்களின் வழக்கமான பல்வேறு கண் பரிசோதனையோடு "Auto Refractor" கருவியையும் பயன்படுத்திப் பரிசோதனை செய்தால், உண்மையான "ஒளிவிலகல்" கோளாறுகளைக் கண்டுபிடித்து விடலாம்.

○

17. ஒவ்வாமையைக் கண்டறிவதற்கான தோல் பரிசோதனைகள்

1. தோல் ஊசி போட்டுக் கண்டறியும் பரிசோதனை

'ஒவ்வாமை' இருப்பதைக் கண்டுபிடிக்க செய்யப்படும் முக்கியமான பரிசோதனை 'தோல்' பரிசோதனையாகும். இந்தப் பரிசோதனையில், 'ஒவ்வாமை' ஏற்படுத்துவதாகக் கருதப்படும் பல்வேறு பொருட்களும், உணவு வகைகளும், திரவ மருந்தாக தயாரிக்கப்பட்டு, தோலில் பரிசோதனை செய்து பார்க்கப்படும்.

இதற்காக ஒவ்வாமை ஏற்படுத்தும் பொருட்கள் தனியாக தயாரிக்கப்படுகின்றன. இவை ஒவ்வாமை ஏற்பட தேவைப்படும் குறைந்தபட்ச அளவு இருக்குமாறு தயாரிக்கப்படுகின்றன.

இந்த மருந்துகளை செலுத்துவதற்கெனவே 'இன்சுலின்' போன்ற மெல்லிய ஊசிகளை கொண்ட சிரிஞ்சுகள் பயன் படுத்தப்படுகின்றன.

இந்த மருந்துகளை கையில் போட்டுக் கொள்ளலாம். அல்லது இப்பரிசோதனைகளை முதுகில் செய்யலாம்.

பரிசோதனை செய்யப்படும் மருந்து மிகவும் குறைந்த அளவே (.01 மி.லி.) செலுத்தப்படும்.

இந்த மருந்தை தோலுக்கடியில் போடக்கூடாது. இந்த மருந்தை, தோலுக்கிடையேதான் (INTRADERMAL INJECTION) போட வேண்டும்.

இந்தப் பரிசோதனை செய்வதற்கு முன்பாக, நோயாளிகள் 'ஒவ்வாமைக்குப் பயன்படும் மருந்துகளை' நிறுத்திவிட வேண்டும்.

இதே போலவே 'ஸ்டிராய்டு' வகை மருந்துகளையும் நிறுத்திவிட வேண்டும்.

ஊசி போட்ட பிறகு, நோயாளிக்கு ஒருவேளை 'ஒவ்வாமை' ஏற்பட்டால், உடல் பெரும் பாதிப்பு ஏற்பட்டால், (ANAPHYLAXIS) நோயாளியை அவசர சிகிச்சை செய்து காப் பாற்ற எல்லா உயிர் காக்கும் அவசர சிகிச்சை மருந்துகளையும் தயாராக வைத்திருக்க வேண்டும்.

இவ்வகை பரிசோதனை இளம்வயதினருக்குச் செய்து கொள்ளலாம்.

வயது முதிர, முதிர இவ்வகை பரிசோதனைச் செய்து கொள்வதில் பெரிய பயன் இருக்காது.

2. பட்டை ஒட்டி கண்டறியும் ஒவ்வாமை பரிசோதனை (PATCH TESTING)

இப்பரிசோதனையும், ஒவ்வாமையைக் கண்டறிய தோலில் செய்யப்படும் முக்கிய பரிசோதனையாகும்.

இப்பரிசோதனையில், 'ஒவ்வாமையை' ஏற்படுத்துமென சந்தேகப்படும் பல்வேறு பொருட்களும், நோயாளியின் தோலில் பரிசோதனை செய்யப்படும்.

இப்பரிசோதனையில் ஒரே நேரத்தில் 20 முதல் 30 வகையான 'ஆண்டிஜீன்களுக்கு' ஒவ்வாமை உள்ளதா என்று பரிசோதனை செய்யப்படும்.

இப்பரிசோதனை, முதுகின் மேற்பகுதியில், அல்லது கையின் மேற்பகுதியில் செய்யப்படுகிறது. இப்பரிசோதனையில் பல்வேறு ஆண்டிஜீன் உள்ள "Patch" பட்டையை மேற்கூறிய இடத்தில் வைத்து அழுத்தி விடுவார்கள். அதிலுள்ள ஆண்டிஜீன் தோலில் படும். அப்போது அந்தக் குறிப்பிட்ட ஆண்டிஜீனுக்கு ஒவ்வாமை ஏற்பட்டால், அந்த இடம் சிவந்து விடும். தடிப்பு ஏற்படும்.

இவ்வாறு தோலில் ஒட்டப்பட்ட பட்டையை 2 நாட்கள் கழித்துத்தான் எடுக்கவேண்டும்.

சிலருக்கு இது ஒட்டியவுடன் ஒரு குறிப்பிட்ட ஆண்டிஜீனால் தாங்க முடியாத அரிப்பு ஏற்பட்டால் பட்டையை உடனே கழற்றிவிட வேண்டும்.

சிலருக்கு அரிப்பு ஏற்படாமல் இருந்தால் 7 நாட்கள் வரை வைத்திருந்து பட்டையை கழற்றிப் பார்க்கலாம்.

ஆனால், பட்டை பொருத்தப்பட்ட இடம் ஈரத்தால் நனையாதபடி பார்த்துக் கொள்ள வேண்டும்.

காசநோய்க்கான தோல் பரிசோதனை

தோல் பரிசோதனை 'காசநோயை' கண்டுபிடிப்பதற்கு உதவுகிறது. இப்பரிசோதனையில் (P.P.D) காசநோய் கிருமியின் புரதம் சுத்தம் செய்யப்பட்டு அதை தோலுக்கிடையே செலுத்துவர்.

48 மணி நேரமும் கழித்து அப்பகுதியைப் பரிசோதனை செய்து பார்க்க வேண்டும். இப்பரிசோதனை பெரும்பாலும், கையின் உட்பகுதியில் செய்து பார்க்கப்படுகிறது.

இந்த மருந்து 0.1 மி.லி என்ற அளவில், அதற்கென உள்ள ஊசியால் (TUBERCULIN SYRINGE) தோலில் போடப்படும்.

ஏற்கனவே காசநோய்க்கான பி.சி.ஜி (B.C.G) தடுப்பூசி போட்டுக் கொள்ளாதவர்களுக்கு இப்பரிசோதனை பெரிதும் பயன்படும். மேலும், குழந்தைகளுக்கும், சிறுவர்களுக்கும் இப் பரிசோதனை 'காசநோயை'க் கண்டறிய பெரிதும் உதவுகிறது.

ஊசி போட்ட இரண்டு நாள் கழித்து, ஊசி போட்ட இடம் சிவந்து காணப்படும். தடிப்பும் ஏற்படும் (INDURATION) அது 10 மி.மீ. அளவிற்கு பரவியிருந்தால் அந்த சிறுவனுக்கு ‘காசநோய்’ ஏற்பட்டிருக்கிறது என்று அர்த்தம்.

இப்பரிசோதனையுடன், இரத்தம், எக்ஸ்ரே, சளி போன்ற பரிசோதனைகளையும் செய்து ‘காசநோயை’ உறுதி செய்து கொள்ள வேண்டும்.

பிற நோய்களுக்கான தோல் பரிசோதனைகள்

மேலும், தொழுநோய் வினைகளைப் புரிந்து கொள்ளவும், LEISHMANIASIS என்ற ஒட்டுண்ணியின் பாதிப்பை உணரவும் HYDATIDCYST எனப்படும் நோயின் பாதிப்பை அறியவும் தோல் பரிசோதனைகள் செய்யப்படுகின்றன.

○

18. எக்ஸ்ரே பரிசோதனைகள்

முன்னோட்டம்

எக்ஸ்ரே பரிசோதனை என்பது மருத்துவப் பரிசோதனையில் மிகவும் முக்கியமானதாகும். எல்லா அடிப்படை மருத்துவ பரிசோதனைகளிலும் இது வந்துவிடும்.

மாஸ்டர் மருத்துவப் பரிசோதனைகளிலும் (MASTER HEACTH CHECK UP) இது முக்கிய இடத்தை வகிக்கிறது.

மேலும் பல்வேறு பிற காரணங்களினாலும் ‘எக்ஸ்ரே’ எடுக்கப்படுகிறது.

அவசர சிகிச்சையின் போதும், அவசர பரிசோதனைக்காக எக்ஸ்ரே எடுக்கப்படுவதுண்டு. குறிப்பாகச் சொல்ல வேண்டுமென்றால், ‘எக்ஸ்ரே’ பரிசோதனை மருத்துவப் பரிசோதனையில் முக்கிய இடத்தை வகிக்கிறது. ஒவ்வொரு சராசரி மனிதனும் வாழ்நாளில் ஒரு முறையாவது இந்தப் பரிசோதனையைச் செய்திருப்பான். அதேபோல, வெளி நாட்டிற்கு வேலைக்கு

போகின்றவர்கள் 'மருத்துவப் பரிசோதனைக்கு' உட்படும்போது 'எக்ஸ்ரே' பரிசோதனையும் கண்டிப்பாகச் செய்யப்படுகிறது.

இந்தப் பரிசோதனையின் மூலம் எண்ணற்ற நோய்களைக் கண்டுபிடிக்க முடியும். எனவே, 'சிகிச்சை' செய்வதற்கு இப்பரிசோதனை மிகப்பெரிய வரப்பிரசாதமாகவே இருக்கிறது.

எக்ஸ்ரே கண்டுபிடிப்பு

எக்ஸ்ரே கதிர்களைக் கண்டுபிடித்தவர், 'வில்ஹம் கான்ரட் ரண்ட்ஜென்' என்ற ஜெர்மன் அறிஞர். 'எக்ஸ்ரே கதிர்கள்' இருப்பதை இவர் எதேச்சையாகத்தான் கண்டுபிடித்தார். சில வாயுக்களை வைத்து பரிசோதனை செய்து கொண்டிருக்கும் போதுதான் இக்கதிர்களை இவர் கண்டுபிடித்தார். புதிதாக கண்டுபிடித்த இக்கதிர்களுக்கு என்ன பெயர் இடுவது என்று தெரியாமல் 'எக்ஸ்ரே கதிர்கள்' என்று அழைத்தார். அதுவே அதன் பெயரானது. இவர் கருப்பு காகிதத்தில் மூடிவைத்திருந்த 'கேத்தோடு' குழாய்க்கு அருகிலிருந்த 'பிளான்டினோ சையனைட்' என்ற படிகம் இருட்டில் மின்னியது. இதற்கு கேத்தோடிலிருந்து வரும் கதிர்தான் காரணமாக இருக்க வேண்டுமென ஆராய்ந்தார். இவ்வாறுதான் முதன்முதலாக 'எக்ஸ்ரே-கதிர்' கண்டுபிடிக்கப்பட்டது.

எக்ஸ்ரே கதிர்களைப் பயன்படுத்துதல்

எக்ஸ்ரே கதிர்கள் கண்டுபிடிக்கப்பட்ட பிறகு அதன் பண்புகள் ஆராயப்பட்டன. இவை மிகவும் குறைந்த 'அலை நீளம்' (WAVE LENGTH) கொண்டவை என்று கண்டுபிடிக்கப் பட்டது.

ஒளிக்கதிர்களுக்குப் படியும் தன்மை இருப்பதால், இவர் கண்டுபிடித்த எக்ஸ்ரே கதிர்களை ப் படிய வைக்க 'ரண்ட்ஜென்' முயன்றார். இதற்காக, இக்கதிர்களை, போட்டோ தகட்டில் வைத்திருந்த மனைவி கை மீது செலுத்தினார். அப்போது அந்தத் தகட்டில் அவரது மனைவியின் கை எலும்புகளும் மோதிரமும் தெரிந்தது. ஆக, இக்கதிர்கள் 'எலும்பு' போன்ற கடினமான பொருள்களின் வழியாக ஊடுருவது இல்லை. ஆனால்,

மெல்லிய திசுக்களின் வழியாக ஊடுருவிச் செல்லும் என்பது கண்டுபிடிக்கப்பட்டது.

முதன் முதலாக, எக்ஸ்ரே எடுக்கப்பட்டவர், ரண்ட்ஜென்னின் மனைவிதான். இதன்பிறகு இக்கதிர்களைப் பயன்படுத்தி எடுத்த முயற்சியே 'எக்ஸ்ரே' பரிசோதனைக்கு வித்திட்டது.

எக்ஸ்ரே எவ்வாறு எடுக்கப்படுகிறது?

எக்ஸ்ரே எடுப்பதற்கு பல்வேறு எக்ஸ்ரே மிஷன்கள் வந்துள்ளன. இவற்றில் அடிப்படையாக எக்ஸ்ரே கதிர்களை செலுத்தும் 'எக்ஸ்ரே அமைப்பு' (Source) ஒன்று இருக்கும். இதிலிருந்துதான் பித்தானை அழுத்தும்போது எக்ஸ்ரே கதிர்கள் வெளிப்படும். நோயாளியை நிற்கவோ, படுக்கவோ வைக்கத் தனியாக வசதி உள்ளது. அங்கு நோயாளியை இருக்கச் செய்து, (எந்த நிலையிலிருந்து எடுக்க வேண்டுமென தீர்மானித்த பிறகு) நோயாளியின் உடம்பில் இக்கதிர்கள் ஒரு குழாயின் மூலம் செலுத்தப்படும். நோயாளியின் எதிர்ப்புறம், எக்ஸ்ரே கதிர்கள் படியச் செய்யும் தகடு பொருத்தப்படும். அதற்குள் எக்ஸ்ரே பிலிம் (X-Ray Film) இருக்கும். ஆக, செலுத்தப்படும் எக்ஸ்ரே கதிர்கள் நோயாளியின் உடம்பு வழியாக உட்புகுந்து, தகட்டிலுள்ள பிலிமில் படியும். பிறகு, அந்த பிலிமை எடுத்துதான், படம் பிடிக்கப் பயன்படுத்தும் பிலிமைக் கழுவுவதுபோல், கழுவி, அதன் ஈரத்தை காய வைத்து எடுத்தால், 'எக்ஸ்ரே' படம் தயாராகிவிடும். பிறகு, அதனை பரிசோதனை செய்து பார்த்து, நோயைக் கண்டறியலாம்.

எக்ஸ்ரே கதிர்களைத் தொடர்ந்து பயன்படுத்தினால், அதனால் உடலுக்குத் தீங்கு ஏற்படும். எனவே 'எக்ஸ்ரே' அடிக்கடி எடுக்கக் கூடாது. கர்ப்பமாக இருக்கும்போது பெண்கள் கண்டிப்பாக எக்ஸ்ரே எடுப்பதைத் தவிர்க்க வேண்டும். மேலும் குழந்தைகளுக்கும் எக்ஸ்ரே எடுப்பதை தவிர்த்து விடுவது நல்லது. எக்ஸ்ரே எடுப்பவரைத் தவிர மற்றவர்கள் எக்ஸ்ரே எடுக்கும் இடத்திற்கு இதன் காரணமாகவே அனுமதிக்கப்படுவதில்லை. மேலும், எக்ஸ்ரே எடுக்கும் டெக்னிஷியன்களும் தங்கள் உடம்பில் இக்கதிர்கள் நுழையாமல் தடுப்பு ஒரு காப்பு பட்டையை அணிந்திருப்பார்கள்.

எங்கெல்லாம் எக்ஸ்ரே பரிசோதனை செய்யப்படுகிறது?

'எக்ஸ்ரே' உடலின் எந்தப் பகுதியில் வேண்டுமானாலும் எடுக்கப்படும். தேவையைப் பொறுத்தும், நோயைக் கண்டு பிடிப்பதற்காகவும், சந்தேகப்படும் பகுதியில் இப்பரிசோதனை செய்யப்படும்.

உதாரணத்திற்கு,

1. நெஞ்சுப்பகுதி எக்ஸ்ரே பரிசோதனை
2. வயிற்றுப் பகுதி எக்ஸ்ரே பரிசோதனை
3. கைப்பகுதி எக்ஸ்ரே பரிசோதனை
4. கால்ப்பகுதி எக்ஸ்ரே பரிசோதனை
5. தலைப்பகுதி எக்ஸ்ரே பரிசோதனை
6. கழுத்துப் பகுதி எக்ஸ்ரே பரிசோதனை
7. இடுப்புப் பகுதி எக்ஸ்ரே பரிசோதனை
8. மார்புப் பகுதி எக்ஸ்ரே பரிசோதனை

என சிலவற்றைக் குறிப்பிடலாம். இனி இது குறித்தும் கொஞ்சம் தெரிந்து கொள்ளலாம்.

நெஞ்சுப்பகுதி எக்ஸ்ரே பரிசோதனை

நெஞ்சுப் பகுதியில் குறிப்பாக, நுரையீரல், சுவாசக் குழல் நோய்களைக் கண்டுபிடிக்கலாம்.

அதாவது, காசநோய், நிமோனியா, சுவாசக் குழல் புற்றுநோய் ஆகியவற்றைக் கண்டுபிடிக்கலாம்.

இதய வீக்கம், இதய உறையில் நீர் கோர்த்தல் போன்ற இதய நோய்களையும், நெஞ்சுப் பகுதியிலுள்ள எலும்பு கழலைகளின் நோய்களையும் கண்டுபிடிக்கலாம்.

வயிற்றுப்பகுதி எக்ஸ்ரே பரிசோதனை

வயிற்றுப்பகுதி எக்ஸ்ரேயில், குடலில் ஓட்டை விழுந்து போதல், கட்டிகள், பித்தப்பை, சிறுநீரகக் கற்கள் ஆகியவற்றை எளிதாகக் கண்டுபிடிக்கலாம்.

கை, கால் பகுதி எக்ஸ்ரே பரிசோதனை

கைப்பகுதி, கால் பகுதி எக்ஸ்ரேயில் பெரும்பாலும், அடிபடுவதால் ஏற்படும் எலும்பு முறிவு, மூட்டுகளின் பாதிப்பு வீக்கம் ஆகியவற்றைக் கண்டுபிடிக்கலாம்.

தலைப்பகுதி எக்ஸ்ரே பரிசோதனை

தலைப்பகுதி எக்ஸ்ரேயில், தலைக்காயங்களினால் ஏற்படும் எலும்பு முறிவு, சிதைவு, மூளை பாதிப்பு, மூளையில் தங்கிவிடும் இரத்தம், பிறகட்டிகள் ஆகியவற்றைக் கண்டுபிடிக்கலாம்.

கழுத்துப்பகுதி எக்ஸ்ரே பரிசோதனை

கழுத்துப்பகுதி எக்ஸ்ரேயில், கழுத்து எலும்பு முறிவு, வளைவு, உட்சவ்வு நகர்தல் (DISC PROLAPSE) தேய்மானம் போன்ற பல்வேறு பாதிப்புகளையும் கண்டுபிடிக்க முடியும்.

இடுப்புப்பகுதி எக்ஸ்ரே பரிசோதனை

இடுப்புப் பகுதி எக்ஸ்ரேயில், அடிபட்டு விடுவதால் ஏற்படும் இடுப்பு எலும்பு முறிவு, இடுப்பு எலும்புகளுக்கிடையே உள்ள பகுதியில் தேய்மானம் போன்ற பல்வேறு பாதிப்பு களையும் கண்டறியலாம்.

முதுகுப்பகுதி எக்ஸ்ரே பரிசோதனை

முதுகெலும்புப் பகுதி எக்ஸ்ரேயில், காசநோய் பாதிப்பு, எலும்பு தேய்மானம், உட்சவ்வு விலகல், புற்றுநோய் எலும்பு முறிவு ஆகிய பாதிப்புகளைக் கண்டுபிடிக்கலாம்.

மார்பகப் பகுதி எக்ஸ்ரே பரிசோதனை

மார்பு (BREAST) எக்ஸ்ரே பரிசோதனை (MAMOGRAM) என்று அழைக்கப்படுகிறது. இப்பரிசோதனையின் மூலமாக ஆரம்ப நிலையிலேயே பெண்களுக்கு ஏற்படும் 'மார்பகப் புற்றுநோயை' கண்டுபிடிக்க முடியும்.

முகப்பகுதி எக்ஸ்ரே பரிசோதனை

முகப்பகுதி எக்ஸ்ரே மூலமாக 'பீனிசம்' மற்றும் 'சைனஸ்' தொடர்பான பல்வேறு பாதிப்புகளையும் கண்டறிய முடியும்.

இவ்வாறு எக்ஸ்ரே பரிசோதனைகள் குறித்து கூறிக் கொண்டே போகலாம். இவற்றை நோயாளிகள் தாங்களாகவே செய்யாமல் மருத்துவரின் ஆலோசனை பெற்று தேவையானதற்கு மட்டும் செய்து கொள்ள வேண்டும்.

19. இதய மின்அலை வரைவு (E.C.G)

இதயத்துடிப்பு குறித்து நீங்கள் கேள்விப்பட்டிருப்பீர்கள். இவ்வாறு இதயம் சுருங்கி, விரிந்து இயங்குவதற்கு, இதயத்திலுள்ள ஒரு 'மின்னோட்டம்'தான் முக்கிய காரணமாகும்.

இதயத்தில், மின்னோட்டத்தை ஏற்படுத்த விசேஷ அமைப்புகள் உள்ளன. இவற்றின் செயல்பாட்டினால்தான் இதயம் சுருங்கி விரிகிறது.

இந்த மின்னோட்டத்தில் தடை ஏற்படுமானால் ஏதாவது பிரச்சனை ஏற்பட்டாலும் அல்லது அதிகமாக மின்னோட்டம் பாய்ந்தாலும் அதை நேரடியாகத் தெரிந்து கொள்ள முடியாது. அதனை மருத்துவர்கள், 'ஸ்டெதஸ்கோப்' (STETHOSCOPE) வைத்தோ அல்லது, இரத்த அழுத்த கருவி கொண்டோ பரிசோதனை செய்து உணர முடியாது.

இதனைக் கண்டறிய பயன்படும் பரிசோதனைதான் இ.சி.ஜி. (E.C.G) எனப்படும் இதய மின்னலை வரைவு பரிசோதனை. இதில், இதயத் துடிப்பின்போது ஏற்படும் 'மின்னலை' மாற்றங்கள் ஒரு 'கிராஃப்' போன்று அதற்குரிய தாளில் பதிவு செய்யப்படும்.

12 லீடுகள் என்று சொல்லக்கூடிய நிலைகளில் இந்தப் பதிவை செய்வார்கள்.

இவற்றில்,
I, II, III
என்ற முக்கிய லீடுகள் உண்டு.
மேலும், AVR, AVL, AVF
என்ற லீடுகளும் உண்டு.
} (BIPOLAR LEADS)

V1, V2, V3, V4, V5, V6
ஆகிய **6** லீடுகளும் உண்டு.
} (UNIPOLAR LEADS)

V1 -முதல் V6 வரையுள்ள லீடுகள் நெஞ்சுப் பகுதியில் பொருத்தப்பட்டு எடுக்கப்படும் லீடுகளாகும்.

இதய மின்னலை வரைவு கருவிகளில் பலரகங்கள் உள்ளன.

சாதாரண அடிப்படைக் கருவி.

கம்ப்யூட்டர் சாதனத்துடன் பொருத்தப்பட்ட நுட்பமான மின்னலை வரைவு கருவி

இன்னும் அதிநுட்பமான இ.சி.ஜி. கருவிகள்.

இக்கருவிகள், 'இ.சி.ஜி.'யை நுட்பமாகப் பதிவு செய்து தருவதுடன் மட்டுமல்லாது, அதன் தன்மைக்கு ஏற்ப முடிவு களையும் தருமளவிற்கு மேம்படுத்தப் பட்ட கருவிகளாகும்.

இவை மட்டுமல்லாமல், மருத்துவமனையில் தொடர்ந்து, 'இ.சி.ஜி'யை பதிவு செய்யும் கம்ப்யூட்டர் சாதனங்கள். ஒரே நேரத்தில் பல நோயாளிகள் 'இ.சி.ஜி.'களை காட்டும் கருவிகள், இவற்றை காட்டுவதுடன் மட்டுமல்லாது, நீண்ட தூரமுள்ள இதயநோய் நிபுணருக்கு அனுபும் கருவிகள் எனப் பல்வேறு நவீன தொழில் நுட்பத்தால் உயர்ந்த இ.சி.ஜி. கருவிகளும் இப்போது விற்பனைக்கு வந்துவிட்டன. பல்வேறு ஆய்வுக் கூடங்களிலும் மருத்துவமனைகளிலும் பயன்படுத்தப்படு கின்றன.

இ.சி.ஜி. எடுக்கப்படும்போது கவனிக்கப்பட வேண்டியவை:

இ.சி.ஜி. எடுக்கும் போது, சட்டை, பனியன், வாட்ச், மோதிரம் ஆகியவற்றைக் கழற்றிவிட வேண்டும். நெஞ்சுப் பகுதியில் முடியிருந்தால் அதனையும் நீக்கிவிட வேண்டும்.

கை, கால், பகுதியில் 'மின்குமிழ்களை' அந்தந்தப் பகுதிக்கு உரியவை என்பதை கண்றிந்து அவற்றை சரியாகப் பொருத்த வேண்டும்.

நோயாளியை அதற்குரிய படுக்கையில் சரிவர படுக்க வைக்க வேண்டும்.

நோயாளிக்கு காய்ச்சல், நடுக்கமிருந்தால் (உ-ம்: குளிர் காய்ச்சல்) இருந்தால் இ.சி.ஜி. பரிசோதனையை சரிவர செய்ய முடியாது. இதே போல, வலிப்பு வரும்போதும் இப்பரிசோத னையைச் செய்யக்கூடாது.

நோயாளி சாந்தமாக எந்தவித படபடப்புமின்றி அமைதியாக படுத்திருக்க வேண்டும்.

இ.சி.ஜி. பரிசோதனை மூலம் கண்டறியப்படும் இதயநோய்கள்:

இ.சி.ஜி. பரிசோதனையின் மூலமாக இதயத்துடிப்பின் எண்ணிக்கையை அறியலாம். இதயத் துடிப்பு சீராக இருக்கிறதா? முறையில்லாமல் துடிக்கிறதா என்பதை அறியலாம்.

இதயத் துடிப்பு குறைந்துள்ளதா? அதிகரித்துள்ளதா என்பதையும் கண்டுபிடிக்கலாம்.

இதயத் தசைகளில் ஏற்படும் வீக்கம், தடிமன், பெருக்கம் ஆகியவற்றையும் இ.சி.ஜி அலைகளில் ஏற்படும் மாற்றங்களின் மூலம் அறிந்து கொள்ளலாம்.

இரத்தத்தில் கூடும், குறையும் பல்வேறு தாது உப்புக்களின் பாதிப்பையும் இ.சி.ஜி அலைகளில் ஏற்படும் மாற்றங்களின் மூலம் புரிந்து கொள்ள முடியும்.

இதய உறை அழற்சி, பாதிப்பையும் இ.சி.ஜி. மூலம் கண்டு பிடிக்கலாம்.

இதயம் வலது பக்கத்திலிருக்கிறதா, இடது பக்கமிருக்கிறதா என்பதையும் இப்பரிசோதனை மூலம் கண்டுபிடிக்கலாம். குறிப்பாக, ‘மாரடைப்பு’ அது ஏற்படுவதற்கு முன்பாக ஏற்படும் (Infarction) இதயப்பாதிப்பு (Ischaemia) ஆகியவற்றையும் இப்பரிசோதனைகள் மூலமாகக் கண்டுபிடிக்கலாம்.

○

20. (நுரையீரல்) சுவாச மண்டலத்தின் செயல்பாட்டைக் கண்டறிவதற்கான பரிசோதனைகள் (PFT) (PULMONARY FUNCTION TESTS)

இப்பரிசோதனை, குறிப்பாக நுரையீரல் பாதிக்கப்பட்ட அல்லது பாதித்து வரும் அனைத்து நோயாளிகளுக்கும் செய்யப்பட வேண்டிய ஒரு முக்கிய பரிசோதனையாகும். இப்பரிசோதனையில், நோயாளியின் நுரையீரல் மற்றும் சுவாச

மண்டலம் (சுவாசக் குழாய்கள்) நோய்கள் நேடியாக இல்லாவிட்டாலும் மறைமுகமாகக் கண்டுபிடிக்கப்படும்.

இப்பரிசோதனைக்கென பிரத்தியேக முன்னெச்சரிக்கைகளோ அல்லது உள்நோயாளியாக அனுமதிக்கவோ வேண்டியதில்லை. இது நோயாளிகள் பயப்படாமல் செய்யக் கூடிய எளிய பரிசோதனைதான். இப்பரிசோதனையைச் செய்வதற்கென விசேஷ கருவிகள் உள்ளன.

1. PEAK FLOW METER

இக்கருவி கையடக்கமாக உள்ள, எளிதில் எடுத்துச் செல்லக் கூடிய ஒரு கருவியாகும். இக்கருவியைக் கொண்டு நோயாளிக்கு ஒரு முக்கியமான ஒரு பரிசோதனையைச் செய்யலாம். வேகமாக, ஒரு விநாடியில் எவ்வளவு காற்றை வெளியேற்ற முடியும் என்பதை இக்கருவி மூலம் கண்டுபிடிக்கலாம்.

FORCED EXPIRATORY VOLUME IN ONE SECOND (FEVI)

இது ஒரு முக்கியமான பரிசோதனையாகும். இது ஆஸ்துமா நோயாளிகளுக்கும், நீண்டகாலமாக உள்ள சுவாசக் குழல் தடையுள்ள நோயாளிகளுக்கும், இதன் அளவு மிகவும் குறைந்து காணப்படும். இதைக்கொண்டு அந்த நோயாளிக்கு ‘ஆஸ்துமா’ நோயின் பாதிப்பு ஏற்பட்டிருப்பதை எளிதாகக் கண்டுபிடித்து விடலாம்.

2. SPIROMETRY

இப்பரிசோதனையில், முன்பு கூறியபடியே நோயாளி காற்றை வேகமாக வெளியிட வேண்டும். இதற்கென விசேஷக் கருவிகள் உள்ளன. இவையும் எளிதில் எடுத்துச் செல்லுமாறு தயாரிக்கப்படுகின்றன. இக்கருவியுடன் இணைக்கப்பட்ட சிறு பிளாஸ்டிக் குழாயில் வாயை வைத்து காற்றை வெளியேற்ற வேண்டும். முதலில், காற்றை ‘தம்’ கட்டி நன்றாக உள்நோக்கி இழுக்க வேண்டும். உடனே வேகமாக காற்றை வெளியேற்ற வேண்டும். இதனைக் கொண்டு நுரையீரலிலுள்ள காற்று, வெளியேறிய காற்றின் அளவு சுவாசிப்பதற்கு பயன்படும் காற்றின் அளவு, போன்றவற்றைக் கணக்கிடுவார்கள்.

'கிராஃப்' போல ஒரு படமாக வரைந்து வெளியிடுவார்கள்.

இதைக் கொண்டு நுரையீரலிலுள்ள காற்று, மற்றும் இதன் அளவுகள் எளிதில் கணக்கிடப்படும்.

இவற்றைக் கொண்டு நோயாளிக்கு, 'சுவாசக்குழாய்' தடை ஏற்பட்டிருக்கிறதா இல்லையா என்பதைக் கண்டுபிடிக்க முடியும்.

அவ்வாறு ஆஸ்துமா போல, சுவாசக் குழாய் தடை ஏற்பட்டு காற்றை முறையாக வெளியேற்ற முடியாவிட்டால் அந்தப் பாதிப்பு எந்த அளவிற்கு ஏற்பட்டுள்ளது என்பதையும் கண்டு பிடிக்க முடியும்.

சிலருக்கு, சுவாசத்தடை இருக்காது. ஆனால், நுரையீரல் விரிவடைவது முறையாக இருக்காது. இதனால் பல்வேறு நுரையீரல் பாதிப்புகள் ஏற்படும்.

ஆக, இப்பரிசோதனையின் மூலமாக, சுவாசக் குழல் தடை ஏற்பட்டுள்ளதா இல்லையா? என்பதையோ அல்லது நுரையீரல் விரிவடையும் தன்மையில் பாதிப்பு ஏற்பட்டிருக்கிறதா? இல்லையா என்பதையும் அறிய முடியும்.

மேலும், சுவாசக் குழாய் தடை பாதிப்பு ஏற்பட்டிருந்தால் அது எந்த அளவிற்கு ஏற்பட்டுள்ளது என்பதையும் கண்டுபிடிக்க முடியும்.

மேலும், 'ஆஸ்துமா' போன்ற 'சுவாசக் குழல்' சுருக்கத்தால் ஏற்படும் நோய்கள், மருந்துகளால் கட்டுப்படுமா? இல்லை கட்டுப்படாதா? என்பதைக் கண்டறிய இவர்களுக்கு ஆவி மருந்துகளைக் கொடுத்து சுவாசக் குழல்களை விரிவடையச் செய்து மீண்டும் பரிசோதனை செய்து பார்ப்பார்கள். 'சுவாசக் குழல் தடை' சிகிச்சைக்கு கட்டுப்படும் என்றால் ஆவிமருந்து கொடுத்தபிறகு முன்பிருந்தது போல இல்லாமல் தடை குறைந்து விடும்.

ஆனால் அப்படியில்லாமல், ஆவி மருந்து கொடுத்த பிறகும், அது போலவே சுவாசக்குழல் தடை ஏற்படுமாயின் அது நோயின் முற்றிய நிலையைக் குறிக்கும்.

3. Complete Pletheomogram

இப்பரிசோதனையும் மேற்கூறிய Spriometry பரிசோதனை போலவே செய்யப்படுகிறது. இருந்தாலும், இதில், நுரையீரலி லுள்ள மொத்த காற்றின் அளவு, சுவாசத்திற்கு பயன்படும் காற்றின் அளவு முதலிய பல்வேறு அளவுகளும் துல்லியமாக அளக்கப்படுகின்றன. அத்துடன் வெளிக்காற்றின் அழுத்தத்தால் இப்பரிசோதனைகளின் முடிவுகள் மாறாமலிருக்க ஒரு கண்ணாடி கூண்டிற்குள் நோயாளியை இருக்கச் செய்து வெற்றிடத்தை ஏற்படுத்தி இப்பரிசோதனை செய்யப்படுகிறது.

○

21. ஸி.டி. ஸ்கேன் பரிசோதனை

ஸி.டி. ஸ்கேன் என்பது 'கம்ப்யூட்டர் டோமோகிராஃபி' என்பதன் சுருக்கமாகும். இதில் 'சேனோக்ராபி' ஸ்கேனில் பயன்படுத்துவது போல நுட்பமான ஒலியலைகளைப் பயன்படுத்துவது கிடையாது. இந்த ஸ்கேனில் கதிர்களைத்தான் பயன்படுத்துகிறார்கள்.

இப்பரிசோதனை மூலம் பல்வேறு உடல் உறுப்புகளையும் உடற்பகுதிகளையும் படம் பிடித்து கம்ப்யூட்டர் மூலமாக நுணுக்கமாக ஆராய முடியும்.

இந்த ஸ்கேனில் ஒரே பகுதியினை பல்வேறு நிலைகளில் படம் பிடிக்க முடியும். நெடுக்கு வெட்டுத் தோற்றம் குறுக்கு வெட்டுத் தோற்றம் போன்ற நிலைகளில் படம் பிடித்துப் பார்க்கலாம்.

இப்பரிசோதனையிலும், எக்ஸ்ரே-கதிர்கள் பயன்படுத்தப் படுகிறது, சாதாரண 'எக்ஸ்-ரே' எடுக்கும்போது இக்கதிர்களால் ஏற்படும் பாதிப்பைவிட பலமடங்கு அதிகப் பாதிப்பை ஏற்படுத்த வல்லவை. எனவே, அவசியம் இப்பரிசோதனை செய்ய வேண்டு மென மருத்துவர்கள் ஆலோசனை வழங்கினால் மட்டுமே இப் பரிசோதனையைச் செய்ய வேண்டும். மேலும், இப்பரி சோதனையை அடிக்கடி செய்யக்கூடாது. இப்பரிசோதனை

குறிப்பாக, நரம்பியல் மூளைப்பகுதி கோளாறுகளைக் கண்டறிவதற்குப் பயன்படுகிறது.

மூளை, தண்டுவடப் பகுதிகளில் ஏற்பட்டுள்ள புற்றுநோய்க் கட்டிகள், இரத்தக் கசிவுகள், சீழ்க்கட்டிகள் போன்றவற்றை இப்பரிசோதனையின் மூலமாகத் தெளிவாகக் கண்டறியலாம். மேலும், முதுகெலும்புப் பகுதிகளில் தோன்றியுள்ள மாற்றங் களையும், அதன் உட்பகுதியிலுள்ள நரம்பிழைகள், தண்டு வடத் தொடர்புப் பகுதியில் தோன்றியுள்ள மாற்றங்களையும் கண்டுபிடிக்க முடியும்.

வயிற்றுப் பகுதியிலுள்ள பல்வேறு உறுப்புகளான கல்லீரல், கணையம், மண்ணீரல், சிறுநீரகம், கர்ப்பப்பை, சிறுநீர்ப்பை போன்ற உறுப்புகளின் அமைப்பையும் அவற்றில் ஏற்பட்டுள்ள கோளாறுகளையும் கண்டறிய முடியும்.

இதயம், நுரையீரல், நிணநீர்க்கட்டி வீக்கம், புற்றுநோய் போன்றவற்றையும் இப்பரிசோதனையின் மூலம் எளிதாகக் கண்டுபிடிக்க முடியும்.

இப்பரிசோதனையின் போது கதிர்களைப் பயன்படுத்திப் படம் எடுக்கின்ற வேளை, சில நுட்பங்களை மேலும் அறிவதற் காக சில திரவ ஊசிகளை இரத்தக் குழாயின் வழியாக செலுத்தியும் படம் பிடிப்பார்கள். இவை குறிப்பாக, மூளை நரம்பியல் கோளாறுகளைக் கண்டுபிடிப்பதற்கு உதவும்.

○

22. எம்.ஆர்.ஐ. ஸ்கேன் பரிசோதனை

எம்.ஆர்.ஐ. ஸ்கேன் பரிசோதனையில் சி.டி. ஸ்கேன் பரிசோதனை போலவே, உடலின் பல்வேறு உறுப்புகளும் உடற் பகுதிகளும் ஆராயப்படும். இதிலும் குறுக்கு வெட்டுத் தோற்றம் மற்றும் நெடுக்கு வெட்டுத் தோற்றம் ஆகியவை எடுத்துப் பார்க்கலாம்.

இதில் சி.டி.ஸ்கேன் பரிசோதனையைப் போல, 'எக்ஸ்ரே கதிர்களை' பயன்படுத்துவதில்லை. இதில் காந்த சக்தி பயன்

படுத்தப்படுகிறது. நமது உடலிலுள்ள பல்வேறு செல்களிலும் இரத்தம் போன்ற திரவப்பகுதிகளிலும் 'ஹைட்ரஜன்' என்ற மூலகம் காணப்படும். இவற்றை அடிப்படையாகக் கொண்டு இப்பரிசோதனை செய்யப்படுகிறது.

இந்தப் பரிசோதனையின் மூலமாக, சி.டி. ஸ்கேன் பரிசோதனையைவிடத் தெளிவாக மூளை மற்றும் நரம்பியல் பகுதிகளைப் படம் பிடித்துக் காண முடியும்.

எம்.ஆர்.ஐ. பரிசோதனையில், எலும்புகள், பற்கள் போன்ற கடினமான பகுதிகள் தெரிவதில்லை. (இவை எக்ஸ்ரே மற்றும் சி.டி. ஸ்கேன் பரிசோதனையில் தெரியும்). இதனால் மூளை மற்றும் நரம்பியல் பகுதிகளை, கபால எலும்பு, முதுகு முள்ளெலும்புகளின் இடைஞ்சல் இல்லாமல் நேரடியாகவே காணமுடியும். அணுகாந்த பிரதிபலிப்பை அடிப்படையாகக் கொண்டு, **1972**ம் ஆண்டு, முதல் 'அணுபடம்' எடுக்கப்பட்டது. இதனை 'லெயூடேர்பேர்' என்ற அறிவியல் அறிஞர் கண்டு பிடித்தார். இதன் மூலம் இரசாயன அமைப்பு நுண்அணுக்களின் செயல்பாடு ஆகியவற்றைக் கண்டுபிடிக்கலாம்.

இந்தப் படம் பிடிப்பதற்கு 'மின்காந்த மண்டலம்' உருவாக்கப்படுகிறது. இவ்வாறு இம்மண்டலம் உருவாகுவதற்கு, மின்காந்த துருவங்கள் பயன்படுகின்றன.

உடலிலுள்ள பல்வேறு உறுப்புகளும், அமைப்புகளும் இந்த ஸ்கேனில் பல்வேறுவிதமான தோற்றத்தைத் தரும். கொழுப்பு, எலும்பு மஜ்ஜை, மூளை போன்றவை வெண்ணிறமாகக் காட்சியளிக்கும். வயிற்றுப் பகுதி, குடற்பகுதிகள், தசை, இரத்தம் ஆகியவை சாம்பல் நிறத்திலும் எலும்பு, காற்று ஆகியவை கருப்பு நிறமாகவும் காட்சியளிக்கும்.

இப்பரிசோதனையின் மூலமாக கதிர்வீச்சின் எக்ஸ்ரே கதிரின் பாதிப்பு இருக்காது.

ஸி.டி. ஸ்கேனைவிட, அதிகத் தெளிவாக உடலுறுப்புகளின் அமைப்புகள் தென்படும்.

எலும்புகள் அதிகமாகத் தெரியாத காரணத்தால், மூளை மற்றும் நரம்பு மண்டலம் தெளிவாகத் தெரியும்.

நோயாளியைத் திருப்பாமல் அசைக்காமல், பல்வேறு நிலைகளில் படம் பிடிக்க முடியும். ஆனால், இப்பரிசோதனை இன்னும் எல்லா அரசாங்க மருத்துவமனைகளிலும் வரவில்லை. வெளியில் ஒரு சில தனியார் மருத்துவமனைகளில்தான் இருக் கிறது. இப்பரிசோதனையைச் செய்வதற்கு அதிகச் செலவு ஆகும்.

இதயச் செயலிழப்பு ஏற்பட்டு மின்பித்தன் வைத்து இதயம் இயங்கிக் கொண்டிருப்பவர்கள் மற்றும் பெருந்தமனி வீக்கமுடையவர்களுக்கும் பொருத்தப்பட்ட ‘கிளிப்’ உள்ளவர் களுக்கும் இப்பரிசோதனை செய்ய இயலாது.

இப்பரிசோதனையில் ‘மின்காந்த மண்டலம்’ உருவாகு தலே இதற்குக் காரணம். இதனைக் கவனத்தில் கொள்ளாது, இந்தப் பரிசோதனையை அவர்களுக்குச் செய்தால், இரும்பு கலந்த இந்த உபகரணங்கள் காந்த மண்டலத்தை நோக்கி இழுக்கப்படும். இது இவர்களது உயிருக்கே ஆபத்தாகவும் முடியும். மேலும் ‘செயற்கை உலோக வால்வு’ பொருத்தப் பட்டவர்களுக்கும் இப்பரிசோதனையைச் செய்யக்கூடாது.

இப்பரிசோதனையின் மூலமாக, பல்வேறு வலிப்பு பாதிப்புகள், மூளை தண்டுவட பாதிப்புகள், பிட்யூட்டரி புற்றுநோய், சிறுமூளை பாதிப்புகள், அடிபடுவதால் ஏற்படும் மூளை பாதிப்புகள், மூளை நலிவு நோய் ஆகியவற்றைக் கண்டுபிடிக்கலாம். இதே போல, தண்டுவட வீக்கம், இரத்தக் கட்டி, புற்றுநோய்கள் போன்ற பல்வேறு கோளாறுகளையும் கண்டுபிடிக்கலாம். மூளைப் பகுதியிலுள்ள இரத்தக் குழாய் களின் வீக்கம் போன்ற இதரக் கோளாறுகளையும் இப்பரி சோதனையின் மூலமாகக் கண்டுபிடிக்கலாம்.

மூளையில் ஏற்படும் இரத்தக் கசிவு, இரத்தம் தடைபடுதல் போன்ற பல்வேறு கோளாறுகளையும் கண்டுபிடிக்கலாம்.

மூளை, மற்றும் நரம்பியல் கோளாறுகளை மட்டுமில்லாமல் இதயம் தொடர்பான பல்வேறு பாதிப்புகளையும் அறிய இப்பரிசோதனை பயன்படுகிறது.

வயிற்றுப் பகுதியிலுள்ள உறுப்புகள், தசை எலும்பு கோளாறுகளை அறியவும் இது உதவும்.

○

23. கதிரியக்க ஸ்கேன் பரிசோதனை

உடல் நோய்களைக் கண்டுபிடிப்பதற்கு எண்ணற்ற பரிசோதனைகளை மருத்துவர்கள் உருவாக்கியுள்ளனர். அவற்றில் முக்கியமானது மிகவும் சமீப காலத்தில் உருவான 'கதிரியக்க ஸ்கேன்' பரிசோதனையாகும்.

இந்த முறையில் கதிரியக்கத் தன்மை கொண்ட சில திரவங்களை உடலுக்குள் செலுத்தி, பின்பு படம் பிடித்துப் பார்க்கிறார்கள். இப்பரிசோதனையில் உடலின் அமைப்பு மட்டுமில்லாமல் அந்த அமைப்பில் (உறுப்பில்) நிகழும் பல்வேறு உயிரியல் பரிமாற்றங்களை அறியவும் இப்பரிசோதனை உதவுகிறது.

மேலும், இப்பரிசோதனை நோயாளியை அதிகச் சிரமத்திற்குச் கொண்டு போகாத பரிசோதனையாகும். இதனை குழந்தைகள் முதல் பெரியவர்கள் வரை யாருக்கும் செய்யலாம்.

ஒரு 'கதிரியக்க' பொருள் வெளிப்படுத்தும் கதிரியக்கத்தை அடிப்படையாகக் கொண்டு செய்யப்படுவதால், 'கதிரியக்கப் பொருட்கள்' இப்பரிசோதனைக்கு மிகவும் அவசியமானது. இவ்வாறு கிடைக்கும் ஒவ்வொரு கதிரியக்கப் பொருளும், ஒரு குறிப்பிட்ட உறுப்பில் அதிகமாக படியும். இதனால், குறிப்பிட்ட உறுப்புகளைப் பரிசோதனை செய்ய குறிப்பிட்ட 'கதிரியக்கப் பொருள்கள்' பயன்படுத்தப்படுகின்றன. இவற்றில், 'தாலீயம்', 'டெக்னீட்டீயம்', 'பாஸ்பரஸ்' ஆகியவை குறிப்பிடத் தகுந்தவை. இவற்றைப் பெரும்பாலும் நோயாளிகளுக்கு ஊசி மருந்தாகத் தயாரித்து, இரத்தக் குழாயின் வழியாகச் செலுத்தி விடுகிறார்கள். இவை குறிப்பிட்ட நேரம் கழித்து, குறிப்பிட்ட உறுப்பைச் சென்றடையும். அதன்பின்பு, அப்பகுதியினை, இதற்கெனத் தயாரிக்கப்பட்டுள்ள 'காமா கேமிராவைப்' பயன்படுத்தி படம்பிடித்து, அவ்வுறுப்புகளில் ஏற்படும் வித்தியாசங்களை 'கம்ப்யூட்டர்' துணைகொண்டு கண்டுபிடிப்பார்கள்.

சில சமயங்களில் இவ்வகை மருந்துகள் வாய்வழியாகவும் தரப்பட்டு பிறகு படம் பிடிக்கப்படும்.

இப்பரிசோதனைகளைச் செய்வதற்கு முன்பு எந்தவித உணவுக் கட்டுப்பாடும், முன் ஏற்பாடுகளும் செய்யத் தேவையில்லை. அதேபோல இப்பரிசோதனை செய்து முடித்த பிறகும்கூட உணவில் எந்தக் கட்டுப்பாடும் இல்லை. ஓய்வெடுக்க வேண்டிய அவசியமும் இல்லை.

ஆனால், உணவுப்பாதை மற்றும் ஜீரண உறுப்புகளை இம்முறையில் படம் பிடிக்கும்போது ஏற்கனவே உணவு உட்கொண்டிருந்தால் அது, 'கதிரியக்க ஸ்கேன்' எடுப்பதற்குத் தடையாக இருக்கும். எனவே இவர்களுக்கு 'ஸ்கேன்' பரிசோதனையின் போது உணவு கொடுக்கக் கூடாது.

இப்பரிசோதனை மூலமாக, நோயைக் கண்டறிய மட்டுமல்லாமல், அதனை ஆரம்ப நிலையிலேயே கண்டறியவும் முடிகிறது. ஏனென்றால் நோய் அறிகுறி வெளியே தெரியாமல் நோய்களும் கட்டிகளும் ஏற்படும்.

இதய நோய்களை ஆரம்ப நிலையில் கண்டறிவதற்கு இது பெரிதும் உதவுகிறது. இப்பரிசோதனைக்கு 'தாலீயம்' என்ற கதிரியக்கப் பொருள் பயன்படுகிறது.

இப்பரிசோதனையில், சாதாரண நிலையில், இரத்தக் குழாய்களில் இருந்து இதயத்திற்குப் போதுமான இரத்தம் செல்லும். இதனால், அதன் சுவர்களும் திசுக்களும் பாதிப்பு அடைவதில்லை. ஆனால் அதிகமாக வேலை செய்கின்ற போதோ, உடற்பயிற்சி செய்கின்றபோதோ, அதிக வேலையின் காரணமாகவும் ஏற்கனவே இதயம் பழுதடைந்திருந்தாலும் இரத்தக் குழாய் வழியாக இரத்தம் முறையாகச் செல்லாததாலும் முழுமையாக திசுக்கள் இரத்த ஓட்டத்தை பெறாது. எனவே, இதுபோன்ற நிலைமை இருந்தால் இவருக்கு இதயப் பாதிப்பு மாரடைப்பு ஏற்பட வாய்ப்புகள் உண்டு.

இவருக்கு இதய நோய்கள், இரத்த அழுத்த நோய் நீரிழிவு நோய்கள் இருந்தால் அதற்கு முறையாகச் சிகிச்சை பெற வேண்டும். 'கொலஸ்டிரால்' போன்ற கொழுப்புப் படிவங்கள் இரத்தக் குழாயில் ஓரளவு ஏற்பட்டிருப்பதே இதற்குக் காரண மாகும். சாதாரணமாக வேலை பார்க்கும்போது இதயத்திற்குப்

போதுமான இரத்தம் கிடைத்துவிடும். அதே நேரம், உடற் பயிற்சியின் மூலம் அதன் வேலைப்பளு அதிகரிக்கும்போது, இரத்தத்தடை ஏற்பட்டுவிடும். இதே போல, இரத்த குழாய் கோளாறுகள், இதய வாய்வுக் கோளாறுகள் ஆகியவற்றின் மாறுதல்கள், ஆகியவற்றையும், 'கதிரியக்க ஸ்கேன்' பரிசோதனை மூலமாக அறிந்து கொள்ளலாம். இதேபோல இதய சுவரிலுள்ள ஓட்டைகளை அறியவும் இது பயன்படுகிறது. மேலும், ஒருவருக்கு 'புற்றுநோய்' இருப்பதையும், அது எலும்பு மற்றும் பிற உறுப்புகளுக்குப் பரவிருப்பதையும் கண்டுபிடிக்க இப்பரிசோதனை பெரிதும் பயன்படுகிறது.

கேடயச் சுரப்பி, சிறிய நாளமில்லாச்சுரப்பி, (பாரா தைராய்டு சுரப்பி), பிட்யூட்டரி, அட்ரீனல் ஆகிய சுரப்பிகளில் ஏற்படும் நோய்கள், மாறுதல்கள் ஆகியவற்றைக் கண்டறியவும், சிறுநீரகக் கோளாறுகள், அதன் இரத்தக் குழாய் குறுக்கம் முதலியவற்றைக் கண்டுபிடிக்கவும் இப்பரிசோதனை உதவுகிறது. நுரையீரல் இரத்தக் குழாய் அடைப்பு நோயைக் கண்டுபிடிப்பதில் இப்பரிசோதனை பெரும்பங்கு வகிக்கிறது. அதேபோல,நிணநீர் மண்டல நோய்கள், கட்டிகளின் வீக்கம், விந்தணு உற்பத்தி, கொட்டைகளில் தோன்றும் நோய்கள், உணவுப் பாதை சுவற்றில் வழியும் இரத்தக் கசிவுகள் கல்லீரல் கோளாறுகள், நுரையீரலின் செயல்பாடுகள் போன்ற பல்வேறு பரிசோதனைகளுக்கும் இந்த 'கதிரியக்க ஸ்கேன்' பரிசோதனை உதவுகிறது.

'கதிரியக்கப்' பொருட்களினால் உடலுக்குத் தீங்கு ஏற்படுமே என்று நீங்கள் பயப்படலாம். ஆனால் இவை மிகவும் குறைந்த அளவே பயன்படுத்தப்படுவதால் இவை உடனடியாக உடலைவிட்டு வெளியேறிவிடும். எனவே இதனால் எந்தவிதப் பாதிப்புகளும் பின்விளைவுகளும் ஏற்படுவதில்லை. எனவே, இது குறித்து கவலைப்பட வேண்டியதில்லை.

○

24. கதழ் ஒலி ஸ்கேன் பரிசோதனை – "அல்ட்ரா சோனோகிராபி" ஸ்கேன் (USG ULTRASONOGRAM)

'**ஸ்**கேன்' என்று சொன்னாலே பலருக்கும் வயிற்று பகுதியில் செய்யும் ஸ்கேன்தான் ஞாபகம் வரும். இந்த வகை ஸ்கேனை 'அல்ட்ரா சோனோகிராபி' என்று சொல்கிறார்கள். 'கதழ் ஒலி' உருக்காட்சி படம் பிடித்தல் என்றும் சரியாக மொழிபெயர்த்துக் கூறலாம்.

இதில் செவிக்குக் கேட்காத ஒலிகளை உடலுக்குள் செலுத்தி, அதனை மீண்டும் திரும்பப் பெற்று அதனைப் பட மாக, மின்னணுவியலைப் பயன்படுத்தி பெறும் முறையாகும். தேவைப்பட்டால் திரையில் தெரியும் படத்தை போட்டோ வாகவும் எடுத்துக் கொள்ளலாம். இவ்வாறு ஒலி அலைகளை உடலுக்குள் செலுத்தவும், எதிரொலிகளைப் பெறவும், 'கிறிஸ்டல்' என்ற சாதனம் பயன்படுத்தப்படுகிறது.

'கிறிஸ்டல்' கருவிதான், ஒருநிலையிலுள்ள சக்தி வேறு ஒன்றாக மாற உதவுகிறது. இதில், 'செவிக்குக் கேட்கா ஒலி அலை'கள் மின்சார சமிக்ஞையாக மாற்றப்படுகிறது. அதே போல, கிடைக்கும் மின்சார சமிக்ஞைகளைக் கொண்டு 'ஒலி அலைகளின்' அழுத்தம் அறியப்படுகிறது.

இதில் பலவித அமைப்புகள் உண்டு. படத்தின் அமைப்பு, பிரகாசம், அதன் இயக்கம் இவற்றை மாற்றி அமைக்க வசதிகள் உண்டு. இவற்றை வைத்து தேவையான 'ஸ்கேன் படங்களை' எடுக்க முடியும்.

இப்பரிசோதனை மூலமாக, உடலின் பல்வேறு உறுப்பு களையும் பரிசோதனை செய்ய முடியும். மேலும் வயிற்றுப் பகுதிகளை ஆராய்வதற்கும், நோய்களைக் கண்டுபிடிப்பதற்கும் இப்பரிசோதனை பெரிதும் உதவுகிறது.

இதன் மூலம் வயிற்றுப் பகுதியில் தங்கியுள்ள நீர், அங்கு தோன்றியுள்ள கட்டிகள் ஆகியவற்றை எளிதில் கண்டறியலாம்.

வயிற்றுப் பகுதியிலுள்ள முக்கிய உறுப்புகளான கல்லீரல், மண்ணீரல், கணையம், சிறுநீரகம், சிறுநீர்ப்பை போன்ற உறுப்புகளின் தன்மையை அறிய இது பெரிதும் உதவும்.

பெண்களின் கருவணுவகம், கர்ப்பப்பை ஆகியவற்றைக் குறித்து அறியவும் இது பயன்படுகிறது. கணையத்தில் தோன்றும் பித்தப்பை கற்கள், சிறுநீரகக் கற்கள் போன்றவற்றை இப்பரி சோதனையின் மூலம் எளிதில் கண்டறியலாம். இங்கு ஏற்படக் கூடிய அடைப்புகளையும் பரிசோதனையின் மூலமாக உணரலாம்.

கர்ப்பிணி பெண்களுக்கான பிரத்தியேகப் பரிசோதனை களில் இப்பரிசோதனை மிகவும் முக்கியமானதாகும். தற்சமயம் இதனை ஆரம்ப நிலையிலேயே செய்கிறார்கள் (கர்ப்பத்தை உறுதி செய்த பிறகு). இதன் மூலம் கர்ப்பப்பையில் வளரும் 'கருவின்' அமைப்பு மற்றும் அதில் தோன்றும் மாறுதல்கள் ஆகிய வற்றை அறியலாம். தொடர்ந்தும் இந்த ஸ்கேன் செய்யப் படுகிறது. வளரும் சிசுவின் வளர்ச்சி, முன்பிருந்த அளவிலேயே உள்ளதா? வளர்ச்சியில் ஏதேனும் தடை ஏற்பட்டுள்ளதா? என்பதை அறிவதற்கும் இது உதவும்.

கருவுற்றது முதலான ஒவ்வொரு மாதத்திற்கு ஏற்பவும் கருவின் வளர்ச்சி இருக்க வேண்டும். இதனை ஆரம்பத்திலேயே அறிந்து கொள்வதன் பயன் என்ன தெரியுமா? கருவில் ஏதேனும் வளர்ச்சி குன்றியிருந்தால் அதற்கான காரணத்தை அறிந்து, அதனை நிவர்த்தி செய்யலாம். அதேபோல, கருவைச் சுற்றியுள்ள 'அமீனியாட்டிக் நீரின்' அளவையும் கண்டறியலாம்.

குழந்தை எத்தனை உருவாகிறது? ஒரு குழந்தையா? இரட்டைக் குழந்தையா? என்ற விபரங்களையும் இந்த ஸ்கேன் பரிசோதனை மூலம் தெரிந்து கொள்ளலாம்.

'நச்சுக்கொடி' எவ்வாறு அமைந்துள்ளது என்ற விபரத்தையும் அறிந்து கொள்ளலாம். அது வளரும் சிசுவின் கழுத்தைச் சுற்றி அமைந்திருந்தால், பிரசவத்தின்போது சிசுவினைப் பாதிக்கும். எனவே, சில முன்னேற்பாடுகளைச் செய்ய இது உதவும்.

இதேபோல 'பனிக்குடம் எங்குள்ளது? அது கீழாக அமைந் துள்ளதா? வெளியேறும் குழந்தையைப் பிரசவத்தின்போது

தடை செய்யுமா?' என்பது போன்ற விபரங்களையும் தெரிந்து கொள்ளலாம். அவ்வாறு பிரசவத்திற்கு முன்புவரை இதே நிலை நீடிக்குமானால், இது போன்று கீழ்ப்பகுதியில் பனிக்குடம் பிரசவத்திற்குத் தடையாக இருக்குமென தோன்றினால் 'சிசேரியன்' அறுவை சிகிச்சை செய்து குழந்தையை வெளியேற்ற வேண்டும்.

மேலும், பிறக்கும் முன்பே குழந்தை ஆணா பெண்ணா என்றும் இந்த ஸ்கேன் பரிசோதனையின் மூலம் அறிந்து கொள்ளலாம். இப்போது, இப்பரிசோதனை, பெரும்பாலான அரசு மருத்துவமனைகளிலும், தனியார் மருத்துவமனைகளிலும் செய்யப்படுகிறது.

இப்பரிசோதனையை எளிதாகச் செய்யலாம். இதில் தற்சமயம் முப்பரிமாணப் படமும் எடுக்கப்பட்டு வருவதால் உறுப்புகளை நன்கு ஆராய முடிகிறது. செலவும் அதிகம் ஆவதில்லை. இதற்கான முன்னேற்பாடுகள், ஊசிகள், உடலைத் தயார் படுத்துதல் போன்ற தொல்லைகள் இல்லை. இதன் மூலம் கதிர்வீச்சு / எக்ஸ்ரே கதிர்களின் பாதிப்பு ஆகியவை எதுவும் இருக்காது.

இந்த 'ஸ்கேன்' கருவியை எளிதில் எங்கும் எடுத்துச் செல்ல முடியும். இந்த 'ஸ்கேன்' எடுக்கத் தெரிந்த மருத்துவர்களின் உதவியினால்தான் இப்பரிசோதனையைச் செய்ய இயலும்.

○

25. பெட் ஸ்கேன் பரிசோதனை முறை

'பெட்' ஸ்கேன் பரிசோதனை முறை மிகவும் ஆய்வு நிலையிலேயே உள்ளது. இதனை ஒரு சில பரிசோதனைக் கூடங்களில் மட்டுமே செய்கிறார்கள். இரத்த ஓட்டத்தில் இரண்டு இடங்களில் ஏற்படும் மாறுதல்களையும் வளர்சிதை மாற்றத்தில் இரண்டு இடங்களில் ஏற்படும் மாறுதல்களையும் அறிய இப்பரிசோதனை உதவும். போசிட்ரான் அழிவுறும்போது வெளிப்படும் கதிர்வீச்சை கம்ப்யூட்டர் துணைகொண்டு படம் பிடித்து ஸ்கேன் செய்யும் முறையாகும் இது.

இதில், போசிட்ரானை வெளியேற்றும் கதிரியக்கத் தன்மை கொண்ட நைட்ரோஜீன், கார்பன் மற்றும் ஆக்ஸிஜன் ஆகியவை பயன்படுத்துகின்றன.

இதில், உடலில் கதிரியக்க ஆக்ஸிஜன், கார்பன்-டை-ஆக்ஸைடு மற்றும் ஃஎப்.பீ.ஜி. ஆகியவை பயன்படுத்தப்படுகின்றன. இவை, ஆக்சிஜன் எடுக்கும் அளவு, இரத்த ஓட்ட அளவு, குளுக்கோஸ் பயன்படுத்தும் அளவு ஆகியவற்றை அளந்து தெரிந்து கொள்ள உதவுகின்றன.

ஆக, இப்பரிசோதனை மூலம், 'உடல் அமைப்போடு' உடலியல் இயக்கங்களைக் குறித்தும் அறிந்து கொள்ளலாம்.

இப்பரிசோதனை மூலமாக,

1. மூளை இரத்த ஓட்ட அளவைக் கணக்கிடலாம்.

2. மூளையில், ஆக்ஸிஜனைப் பயன்படுத்தி அடையும் வளர்சிதை மாற்றங்களை அறிந்து கொள்ளலாம்.

3. மூளைக்கு வரும் இரத்தத்தின் அளவை அறிந்து கொள்ளலாம்.

4. குளுக்கோஸ் மற்றும், அமீனோ அமிலங்கள் கடத்தலை அறியலாம்.

5. மூளையில் உற்பத்தியாகும் புரத உற்பத்தியையும் அறிந்து கொள்ளலாம்.

6. இப்பரிசோதனை மூலம், மூளை தொடர்பான பல்வேறு நோய்களையும் கண்டுபிடிக்கலாம். குறிப்பாக - 'அல்சீமர்ஸ்' நோய், நடன வலிப்பு நோய், மூளை ரத்த உறைக்கட்டி நோய் ஆகியவற்றைக் கண்டறியலாம்.

7. இரத்த ஓட்ட அளவுகளை வைத்து 'மூளைக் கட்டிகளை' கண்டுபிடிக்கலாம்.

இப்பரிசோதனையின் மூலமாக கதிர்வீச்சு இருப்பதால், இப்பரிசோதனை செய்வதால், அதுவும் அடிக்கடி செய்வதால் உடல் பாதிப்பு அடையும்.

○

26. 'ஸ்பேக்ட்' ஸ்கேன் – ஒரு போட்டானை பயன்படுத்தி எடுக்கப்படும் ஸ்கேன் பரிசோதனை

இப்பரிசோதனையில், ஒரே ஒரு 'போட்டானை'ப் பயன் படுத்தி மட்டும் ஸ்கேன் எடுக்கப்படுகிறது.

இதற்கென, கதிர் இயக்க சக்தி கொண்ட 'டெக்னெட்டியம் 99' என்ற பொருள் பயன்படுத்தப்படுகிறது.

இதன் மூலம், காமிரா கொண்டு ஒரு உறுப்பு முழுவதையும் காண முடியும். இது ஸி.டி. ஸ்கேன் போலவே, உறுப்பின் குறுக்கு வெட்டுத் தோற்றத்தை பல்வேறு நிலைகளில் படம் பிடிக்க உதவுகிறது.

இதே போல, கதிர் இயக்க சக்தி கொண்ட அயோடினும் பயன்படுகிறது.

இதனைப் பல்வேறு கோணங்களில் படம்பிடிக்க முடியும்.

இப்பரிசோதனையும் ஒரு சில இடங்களிலேயே உள்ளது. இப்பரிசோதனை செய்ய அதிகச் செலவாகும். இப் பரிசோதனை யின்போது, 'கதிரியக்கத்'தாலும் கதிர்வீச்சுகளினாலும் உடல் பாதிக்கப்படும்.

○

27. நவீன இரத்தக்குழல் வரைவியல் (டிஜிட்டல் சப்ட்ராக்ஷன் ஆங்க்யோக்ராபி) பரிசோதனை

இரத்தக் குழாய்களை ஆராய்ந்து அறிவதற்கு இது ஒரு புதிய முறையாகும். இப்பரிசோதனை மூலமாக, இரத்தக் குழாயின் அமைப்பு, அதன் உட்பகுதியில் ஏற்பட்டுள்ள குறுக்கம், அடைப்பு, அதில் தோன்றியுள்ள மாறுதல்கள் ஆகியவற்றை எளிதில் கண்டறிந்து விடலாம்.

இப்பரிசோதனையில் இரத்தக்குழாயின் வழியாக எக்ஸ்ரே படத்தில் தெரியக்கூடிய திரவம் உட்செலுத்தப்பட்டு அதனைப் படம் பிடித்துப் பார்ப்பார்கள்.

இவ்வாறு படம் பிடித்துப் பார்ப்பதை, கம்ப்யூட்டர் துணைகொண்டு, இரத்தக் குழாய் சுருங்கும் போதும், விரியும் போதும் படம் பிடித்து இதை வைத்து இரண்டையும் ஒப்பிட்டு நோயை எளிதில் கண்டுபிடிக்கலாம். உடலிலுள்ள பல்வேறு இரத்தக் குழாய்களையும் இவ்வாறு ஆராயலாம்.

ரத்தக் குழாய்களின் சுருங்கும் மற்றும் விரியும் தன்மையை அடிப்படையாக வைத்து அதனை, 'டிஜிட்டல் பரிமாற்றங் களாக' கம்ப்யூட்டர் ஆக்கித் தரும்.

இப்பரிசோதனையை வைத்து இதய இரத்தக் குழாய்கள் சிறுநீரக இரத்தக் குழாய்கள் போன்ற முக்கிய இரத்தக் குழாய் களையும், அங்கு ஏதேனும் அடைப்பு, குறுக்கம் ஆகியவை உள்ளனவா என்பது குறித்தும் ஆராயலாம். சிறுநீரக மாற்று அறுவை சிகிச்சை செய்வதற்கு முன்பாக, தானம் செய்யும் சிறுநீரகம் முறையாக இருக்கின்றதா என்பதை அறிவதற்கும் இப்பரிசோதனை அவசியமாகும்.

○

28. மூட்டுகளை ஆராய உதவும் நவீன ஆர்த்ரோஸ்கோப்பி பரிசோதனை முறை

எப்படி குடலின் உட்பகுதிகளைக் காண்பதற்குப் பல்வேறு 'என்டாஸ்கோப்பி' கருவிகள் உள்ளனவோ, போலவே, எலும்புகள் இரண்டும் சந்திக்கின்ற இடமான மூட்டுகளின் உட்பகுதியைக் காண்பதற்குப் பயன்படும் நவீன சாதனம் ஆர்த்ரோஸ்கோப்பியாகும். இதனால் நேரடியாக மூட்டுகளைத் திறந்து அறுவை சிகிச்சையின் மூலம் காணவேண்டிய அவசியமில்லை.

இந்த உபகரணத்தின் மூலமாக, தோள்பட்டை, மூட்டு, இடுப்பு மூட்டு, முழங்கால் மூட்டுகளை நன்கு தெளிவாகக் காண முடியும். இவ்வகைப் பரிசோதனை ஜப்பான் நாட்டுக்காரர் களால் உருவாக்கப்பட்டது.

இதில், எந்த மூட்டைப் பார்க்கவேண்டுமோ, அதன் அருகில் தோலில் பென்சில் அளவு துளையிட்டு, இந்தக் குழாயின்

நுனியைச் செலுத்துகிறார்கள். இதன் மூலமாக எளிதாக மூட்டுகளின் உட்பகுதிகளைக் காணமுடிகிறது. இதை டி.வி. திரையிலும் பார்க்க இயலும். இதனைப் பதிவும் செய்து வைத்துக் கொள்ளலாம். மூட்டுகளின் பாதிப்பைத் தெரிந்து கொண்டு இந்தக் குழாய் வழியாகவே அறுவை சிகிச்சையும் கூடச் செய்ய முடியும்.

மூட்டுகளிலுள்ள சவ்வு கிழிந்து விட்டிருந்தால் அதனை இப்பரிசோதனையின் போதே குணப்படுத்தலாம். ஆரம்பநிலை "மூட்டுத் தேய்வு" பாதிப்புகள் இருந்தாலும் இதன் மூலம் சிகிச்சை அளிக்க முடியும். மேலும், மூட்டுப் பகுதிகளிலிருந்து 'திசு' பரிசோதனை எடுக்கவும் இது பயன்படும். இவ்வகை பரிசோதனையை இன்று இதற்கெனத் தனிப் பயிற்சி பெற்ற சிறந்த மருத்துவர்களிடம்தான் செய்து கொள்ள வேண்டும். இது எளிய பரிசோதனை என்பதால், மருத்துவமனையில் நீண்ட காலம் தங்கியிருக்க வேண்டிய அவசியமில்லை. அடுத்த நாளே அவர் வீட்டிற்குத் திரும்பிவிடலாம். இதனால், அறுவை சிகிச்சை செய்கின்றபோது கிருமிகளால் ஏற்படும் அழற்சி தோன்றுவதில்லை. அறுவை சிகிச்சை செய்த பிறகு போடப்படும் பெரிய பிளாஸ்டர் போட்டுக் கொண்டு பல வாரங்கள் ஓய்வு எடுக்கவேண்டிய அவசியமில்லை.

❍

இரத்தத்தில் என்னென்ன பரிசோதனைகள் செய்யலாம்?

29. இரத்தத்தில் செய்யும் சில பொதுவான பரிசோதனைகள்

அ] ஹீமோகுளோபீன் பரிசோதனை (Haemoglobin)

இந்தப் பரிசோதனையின் மூலம், சிவப்பணுவிலுள்ள 'சிவப்பு நிறமி'யான ஹீமோகுளோபீனின் அளவைக் கண்டறியலாம்.

இதன்மூலம் ஒருவருக்கு இரத்த சோகை உள்ளதா? இல்லையா? என்பதையும் கூறிவிட முடியும்.

பொதுவாக, இரத்தத்தில் சிவப்பணுக்கள் குறைவதைத்தான் இரத்தம் குறைந்ததாகக் குறிப்பிடுவார்கள். 'உடலில் இரத்தமே இல்லையே!' என்று சொல்வதை நீங்கள் கேள்விப்படிருக்கலாம். இதனை நோயாளிகளே எளிதில் கண்டுபிடித்து விடலாம். அதாவது, இவர்களுக்குத் தோல் சாதாரணமாக இல்லாமல் வெளுத்துக் காணப்படும்.

கண்ணின் கீழ் இமையை இழுத்துப் பார்த்தாலும், நாக்கை நீட்டச் சொல்லிப் பார்த்தாலும் அந்த இடங்களில் 'சிவப்பு' நிறம் தெரியாது. வெளுத்துக் காணப்படும்.

இந்தப் பரிசோதனை மிகவும் முக்கியமான பரிசோதனையாகும். இதன் அளவை வைத்து, பல்வேறு நோய்களையும் அடையாளம் கண்டுகொள்ள முடியும்.

பொதுவாக, இதன் அளவு எல்லோருக்கும் ஒரே மாதிரி இருப்பதில்லை. குழந்தைகளுக்கு அதிகமாகவும், பெரியவர்களுக்குக் குறைவாகவும் இருக்கும்.

ஆண்களைவிட பெண்களுக்கு இதன் அளவு குறைவாக இருக்கும்.

பரிசோதனை

இந்தப் பரிசோதனையைச் செய்வதற்கு உதவும் கருவியின் பெயர் ஹீமோகுளோபீனோமீட்டர் (Haemoglobinometer) என்பதாகும்.

இக்கருவியின் மூலம் ஒருவரின் இரத்தத்தில் உள்ள 'ஹீமோகுளோபீன்' அளவைக் கண்டறிகிறார்கள்.

ஆய்வு முடிவை இரண்டு முறையாகக் கூறுவார்கள். உதாரணமாக *80* சதவீதம் என்று எழுதுவார்கள். இல்லாவிட்டால் ஒரு டெசி லிட்டருக்கு இவ்வளவு கிராம் என்றும் குறிப்பிடுவார்கள்.

ஹீமோகுளோபீன் எவ்வளவு இருக்க வேண்டும்?

பிறந்த குழந்தைகளுக்கு

பிறந்த குழந்தைகளுக்கு ஹீமோகுளோபீன் *13.6* கிராமிலிருந்து *19.6* கிராம் / ஒரு டெசிலிட்டர் அளவு இரத்தத்தில் காணப்படும்.

ஆண்களுக்கு, பெரியவர்களுக்கு

ஆண்களுக்கு, பெரியவர்களுக்கு *13.5* கிராமிலிருந்து *18* கிராம் வரை / ஒரு டெசி லிட்டர் அளவு இரத்தத்தில் இருக்கலாம்.

பெண்களுக்கு

பெண்களுக்கு *11.5* முதல் *16* கிராம் வரை இருக்கும்.

இந்த அளவிற்கும் குறைவாக, அதாவது ஆண்களுக்கு *13.5* கிராமிற்கும் குறைவாகவும் பெண்களுக்கு *11.5* கிராமிற்கும் குறைவாகவும் இருந்தால் அவர்களுக்கு 'இரத்த சோகை' உள்ளது என்று சொல்லி விடலாம்.

ஆ] வெள்ளையணுக்களின் மொத்த எண்ணிக்கை
(Total Count - TC)

இதனை `Total Count' (T.C.) என்று கூறுவார்கள். இதில் பல்வேறு வகையான வெள்ளை அணுக்களும் எண்ணப்படும்.

வெள்ளையணு அளவு

சாதாரணமாக, ஒரு சராசரி மனிதனின் இரத்தத்தில் ஒரு சதுர மி.மி. அளவில் சுமார் 4,000 முதல் 11,000 வரை வெள்ளை அணுக்கள் இருக்கும்.

சிலருக்கு 10,000 இருக்கலாம். சிலருக்கு 6,000 இருக்கலாம். இது அடிக்கடி மாறுபடும். எனவே, ஒரு நாளில் எடுத்த அளவை வைத்துக்கொண்டு என்னுடைய உடல் பலகீனமாக இருக்கிறதா? என்று சிலர் கேட்கலாம். அது தவறு. இப்பரிசோதனை மருத்துவருக்குப் பல்வேறு நோய்களைக் கண்டுபிடித்துத் தர உதவுகிறது.

மொத்த வெள்ளை அணுக்களின் குறைபாடு

சிலருக்குச் சில நோய்களின் காரணமாக வெள்ளை அணுக்களின் மொத்த எண்ணிக்கை ஒரு சதுர மி.மி. இரத்தத்தில் 4,000 செல்களுக்கும் குறைவாக இருக்கும். இதனை வெள்ளை அணுக்களின் மொத்த எண்ணிக்கைக் குறைபாடு (Leucopaenia) என்று கூறுவர்.

மொத்த வெள்ளை அணுக்களின் எண்ணிக்கை மிகுதல்

இதேபோல், சில நோய்களின் காரணமாக, வெள்ளை அணுக்களின் மொத்த எண்ணிக்கை அதிகரிக்கவும் செய்யலாம். அதாவது வெள்ளை அணுக்களின் மொத்த எண்ணிக்கை ஒரு சதுர மி.மி. அளவு இரத்தத்தில் 11,000-க்கும் அதிகமாக இருக்கும். இதனை Leucocytosis என்று கூறுவர்.

இனி எந்தெந்த நோய்களினால் வெள்ளை அணுக்களின் மொத்த எண்ணிக்கை அதிகரிக்கும். எந்தெந்த நோய்களினால் வெள்ளை அணுக்களின் மொத்த எண்ணிக்கை குறையும் எனக் காணலாம்.

வெள்ளை அணுக்களின் எண்ணிக்கை அதிகரிக்கும் நோய்கள்

பல்வேறு பாக்டீரியா, பூஞ்சை, ஒட்டுண்ணிகளின் பாதிப்பினால் வெள்ளை அணுவின் எண்ணிக்கை அதிகரிக்கும்.

இதய பாதிப்புகள், அழற்சிகளின் போது, நீரிழிவு நோயின் பாதிப்பில், சிறுநீரகச் செயலிழப்பின் போது, விஷ கர்ப்ப நிலையில், விஷம் அருந்தியவுடன் அதிகரிக்கும்.

புற்று நோய் ஓரிடத்திலிருந்து மற்ற இடங்களுக்குப் பரவுகின்ற போது, ஸ்டிராய்டு மருந்துகளினால் இதன் எண்ணிக்கை அதிகரிக்கும்.

வெள்ளை அணுக்களின் எண்ணிக்கை குறையும் நோய்கள் (Leukopaenia)

பல்வேறு இரத்த நோய்களில்: புற்று நோய், எலும்பு மஜ்ஜை பாதிப்பால் தோன்றும் இரத்தச் சோகை நோய், பிறவிக் கோளாறுகள் ஆகியவற்றினாலும்,

மருந்துகளின் பாதிப்பினாலும்: குளோரப்பினைக்கால், பென்சிலீன்ஸ் சல்போனமைட் புற்று நோய்க்குப் பயன்படும் மருந்துகள் தைராய்டு சிகிச்சைக்குப் பயன்படும் மருந்துகள் ஆகியவற்றினாலும்,

புற்று நோய்களினாலும், வைட்டமின் பி12, ஃபோலேட் குறைவினாலும்: காசநோய், டைஃபாய்டு, தட்டம்மை, ப்ரூசருப்லோசிஸ் முத்த நோய், கல்லீரல் வைரஸ் அழற்சி நோய், எய்ட்ஸ், பிற வைரஸ் நோய்களினாலும் இதன் எண்ணிக்கை குறைந்து விடும்.

வெள்ளை அணுக்களின் மொத்த எண்ணிக்கை, நோய்களின் காரணம் இல்லாமலும் பல்வேறு உடலியல் மாற்றங்களாலும், உடலில் நடக்கும் வினைகளாலும் மாறுபடலாம். எனவே, வெறும் எண்ணிக்கையை மட்டும் பார்த்துவிட்டு அதுவாக இருக்குமோ, இதுவாக இருக்குமோ எனப் பயந்துவிடக் கூடாது.

மொத்த வெள்ளை அணுக்கள் அதிகரிப்பதற்கான காரணங்கள்

பொதுவாக, இதன் எண்ணிக்கை காலையில் குறைவாகவும், மாலையில் மிகுதியாகவும் இருக்கும். எனவே, பரிசோதனையின்

போது இரத்தம் எடுக்கின்ற நேரத்தினைப் பொறுத்தும் எண்ணிக்கை மாறுபடும்.

சாப்பிட்டவுடன், இரத்தம் எடுத்துப் பரிசோதனை செய்தால், அதில் வெள்ளையணுக்களின் எண்ணிக்கை அதிக மாக இருக்கும்.

உடற்பயிற்சி செய்துவிட்டு இரத்தப் பரிசோதனை செய்தாலும், வெள்ளை அணுக்களின் எண்ணிக்கை மிகுதியாகக் காணப்படும்.

உணர்ச்சிகளின் மிகுதியாலும் வெள்ளை அணுக்களின் எண்ணிக்கை உயரும்.

அட்ரீனலின் ஊசி போடுவதாலும், வெள்ளை அணுக்களின் அதிகமாகும்.

மாதவிடாய் காலங்களிலும், கர்ப்பக் காலத்திலும், மகப்பேறு வேளைகளிலும் இரத்தத்தில் வெள்ளை அணுக்களின் எண்ணிக்கை அதிகமாகும்.

மொத்த வெள்ளை அணுக்களின் எண்ணிக்கை குறைவதற்கான காரணங்கள்

வயது முதிர்ந்தவர்களுக்கும், நீண்ட காலம் பட்டினி இருப்ப வர்களுக்கும், மொத்த வெள்ளை அணுக்களின் எண்ணிக்கை குறைந்துவிடும்.

எனவே, இந்தப் பரிசோதனை செய்து பார்க்கும்போது இதனையும் கவனத்தில் கொள்ள வேண்டும்.

வெள்ளை அணுக்களின் வெவ்வேறு வகை செல்களின் எண்ணிக்கை (Differential Count - D.C.)

வெள்ளை அணுக்களில் பல வகைகள் உண்டு.

இவை, ஒவ்வொன்றும் இரத்தத்தில் எவ்வளவு சதவீதம் உள்ளது என்பதைக் கண்டறிய வேண்டும்.

வெள்ளையணு சாதாரணமாக சராசரி மனிதனுக்கு இவ்வளவு எண்ணிக்கையில், இவ்வளவு சதவீதம் இருக்க

வேண்டுமென்ற கணக்கு உள்ளது. இதில் வேறுபாடு ஏற்படும் போது, அது ஏதாவது நோயின் காரணமாக இவற்றின் எண்ணிக் கையில் ஏற்படும். அம்மாறுதல்களைக் கொண்டு நோய்களைக் கண்டறியலாம்.

இனி, வெள்ளை அணுக்களின் வகைகளைப் பார்ப்போம்.

வெள்ளையணுக்களின் வகைகள்

நியூட்ரோபீல்ஸ், இயஸினோபீல்ஸ், போசோபீல்ஸ், லிம்போசைட்ஸ் மற்றும் மோனாசைட்ஸ் என ஐந்து வகைகள் உண்டு.

இவை கீழ்க்கண்ட சதவீதத்தில் காணப்படும்.

நியூட்ரோபீல்ஸ்	- 50-70%
இயஸினோபீல்ஸ்	- 1-4%
போசோபீல்ஸ்	- 0-1%
லிம்போசைட்டஸ்	- 20-40%
மோனோசைட்ஸ்	- 2-8%

இவை தனித்தனியாக ஒரு சதுர மி.மி. இரத்தத்தில் எந்த எண்ணிக்கையில் காணப்படும் என்பதை அறியவும் பரிசோதனைகள் உண்டு.

நியூட்ரோபீல்ஸ்	- 3000 முதல் 6000 வரையும்
இயஸினோபீல்ஸ்	- 150 முதல் 400 வரையும்
போசோபீல்ஸ்	- 0-100 வரையும்
லிம்போசைட்டஸ்	- 1500 முதல் 2700 வரையும்
மோனோசைட்ஸ்	- 350 முதல் 800 வரையும்

சிறுவர்களுக்கு லிம்போசைட்ஸ்களின் எண்ணிக்கை பெரியவர்களைவிட அதிகமாகக் காணப்படும்.

'நியூட்ரோபீல்ஸ்' செல்கள் எந்த நோய்களால் அதிகரிக்கும்?

பல்வேறு பாக்டீரியா நோய்களினால் அதிகரிக்கும். நீண்ட நாள் உள்ள அழற்சிகளினாலும், காயம், மருந்துகள் ஆகியவற்றினாலும், காச நோயினாலும், பல்வேறு வளர்சிதை/

நாளமில்லாச் சுரப்பி நோய்களினாலும் (சிறுநீரகச் செயலிழப்பு), மாரடைப்பு, இரத்தக்கசிவுகள், இரத்தக் கோளாறுகள், இரத்தப் புற்று நோய்கள் ஆகியவற்றினாலும் அதிகரிக்கும்.

இவை எந்தெந்த நோய்களிலும் / பாதிப்புகளிலும் குறையும்?

அழற்சி, உடலெங்கும் பரவிய காசநோய், டைஃபாய்டு, ப்ரூசெல்லோசி நோய்களினாலும் ஏற்படலாம்.

மருந்துகளினால் - உடல்வலி மருந்துகள், மலேரியா, வலிப்பு நோய்களுக்கான மருந்துகள், நுண்ணுயிர்க் கொல்லி மருந்துகள் ஆகியவற்றினாலும், காச நோய், SLE நோய், வைட்டமின் பி12 குறைவால் ஏற்படும் இரத்தச் சோகை ஆகியவற்றினாலும் ஏற்படலாம்.

இயஸினோபீல்ஸ் செல்களின் எண்ணிக்கை எந்தெந்த நோய்களினால் அதிகரிக்கும்?

பல்வேறு ஒட்டுண்ணிகள், குறிப்பாக, குடலில் வாழ்ந்து வளரும் கொக்கிப் புழு, உருண்டைப் புழுக்களின் பெருக்கத்தால் அதிகரிக்கும்.

ஆஸ்துமா போன்ற ஒவ்வாமை நோய்களினால் தோன்றலாம். தோல் நோய்கள், சில வகைப் புற்று நோய்கள், நுரையீரலைப் பாதிக்கக்கூடிய 'இயஸினோபீல்ஸ்'களின் நோய்த் தொடுப்பு ஆகியவற்றினாலும் இந்த செல்களின் எண்ணிக்கை அதிகரிக்கும்.

'பேசோபீல்ஸ்' செல்களின் எண்ணிக்கை எந்தெந்த நோய்களினால் அதிகரிக்கும்?

அழற்சிகளில் - குறிப்பாக, சின்னம்மை, காச நோய், வைரஸ் காய்ச்சல் போன்றவற்றினாலும், தைராய்டு, சுரப்பியின் குறைவாலும், புற்று நோய்களினாலும், பல்வேறு இரத்தக் கோளாறுகள், எலும்பு மஜ்ஜை கோளாறுகள், (இரத்தப் புற்று நோய்கள்) ஆகியவற்றினாலும், பெருங்குடல் புண்களாலும் (ulcerative colitis) அதிகரிக்கும்.

'லிம்போசைட்ஸ்' செல்களின் எண்ணிக்கை எந்தெந்த நோய்களினால் அதிகரிக்கும்?

'லிம்போடிக்' வகை இரத்தப் புற்று நோயில், முத்த நோயில், கல்லீரல் அழற்சி நோயில், கக்குவான் இருமல் நோயில், காசநோய், ப்ரூசல்லோசிஸ், இபீலீஸ் வகை நோய்களிலும், தைராய்டு சுரப்பி மிகும் போதும் இதன் எண்ணிக்கை அதிகரிக்கும்.

'லிம்போசைட்ஸ்' செல்களின் எண்ணிக்கை எந்தெந்த நோய்களினால் குறையும்?

பல்வேறு உடல் எதிர்ப்புத்திறன் குறைபாடுகளினால் இதன் எண்ணிக்கை குறையும்.

அதிகமான புற்று நோய் மருந்துகளினாலும், கதிரியக்க சிகிச்சையின் போதும், ஸ்டீராய்டு வகை மருந்துகளினாலும் இவ்வகை செல்களின் எண்ணிக்கை குறையும். வலதுபக்க இதயச் செயலிழப்பு, ஜீரணித்து முறையாக உட்கிரகிக்காமை போன்ற வற்றினாலும், குடல் நோய்களினாலும் இது குறையும்.

'மோனோசைட்ஸ்' செல்களின் எண்ணிக்கை எந்தெந்த நோய்களினால் அதிகரிக்கும்?

பல்வேறு இரத்த நிணநீர்க் கட்டிகளின் புற்று நோய்களினால் இந்த செல்கள் அதிகரிக்கும். குடல் பாதிப்புகளினால் இந்த செல்கள் அதிகரிக்கும். பல்வேறு இணைப்புத் திசு நோய்களிலும் இந்த வெள்ளை அணுக்களின் எண்ணிக்கை அதிகரிக்கும்.

காச நோயினாலும், இதய உட்சுவர் அழற்சியினாலும், சீபீலீஸ் வகை பாலுறவு நோய்களினாலும் இந்த வகை செல்களின் எண்ணிக்கை இரத்தத்தில் அதிகரிக்கும்.

இ] சிவப்பணுக்களின் எண்ணிக்கை

இரத்தம் சிவப்பாய் இருப்பதற்கு இரத்தத்திலுள்ள சிவப்பணுக்கள்தாம் காரணம்.

இவை ஒரு சதுர மி.மீ. இரத்தத்தில் 50 லட்சத்திலிருந்து 55 லட்சம் வரை இருக்கும்.

பெண்களுக்கு இதன் எண்ணிக்கை ஆண்களைவிட சற்றுக் குறைவாக இருக்கும். இவர்களுக்கு ஒரு கன சதுர மி.மீ. இரத்தத்தில் 45 லட்சத்திலிருந்து 48 லட்சம் வரை இருக்கும்.

சிவப்பணுக்களின் எண்ணிக்கை சில உடலியக்கக் காரணங் களினால் கூடலாம். அல்லது சில வேளைகளில் குறையவும் செய்யலாம்.

உடலியக்கக் காரணங்களினால் எண்ணிக்கை அதிகரித்தல்

மலைப் பிரதேசங்களில் வசிப்பவர்களுக்கு (அதாவது 10,000 அடிக்கும் அதிகமான உயரத்தில் வாழ்கின்றவர்களுக்கும்); உடற் பயிற்சி செய்கின்ற போதும்; வெளிப்புற சீதோஷ்ண நிலை அதிகரிக்கின்ற போதும் சிவப்பணுக்களின் எண்ணிக்கை அதிகரிக்கும்.

எண்ணிக்கை குறைவதற்கான காரணங்கள்

தாழ்வான இடங்களில் வசிப்பவர்களுக்கும்; பாதாளம், சுரங்கப் பணிகளில் ஈடுபடுகின்றவர்களுக்கும் இதன் எண்ணிக்கை குறையலாம்.

நோய்களின் காரணமாக அதிகரித்தல்

பிறவிக் காரணங்களால் ஏற்படும் இதய நோய்கள், நுரையீரல் நோய்கள், கார்பன் - மோனாக்ஸைடு விஷம்: இரசாயனப் பொருட்களின் பாதிப்புகள் (ஆர்சனிக், பாஸ்பரஸ் பொருட்கள்); இரத்தப் போக்கு அவ்வப்போது வெளிப் படுவதால், இவர்களுக்கு சிவப்பணுக்களின் எண்ணிக்கை அதிகரிக்கும்.

நோய்களின் காரணமாக சிவப்பணுக்களின் எண்ணிக்கை குறைதல்

அதிகமான இரத்தக்கசிவு; நோய்களின் காரணமாக சிவப்பணுக்கள் சிதைவு அடைதல்; எலும்பு மஜ்ஜை செயலிழந்து போதல் போன்ற காரணங்களினாலும் சிவப்பணுக்களின் மொத்த எண்ணிக்கை குறைந்து விடும்.

ஈ] தகட்டணுக்களின் எண்ணிக்கை

தகட்டணுக்கள் இரத்தத்தில் காணப்படும் முக்கிய செல் வகையாகும். இவை அளவில் சிவப்பணு, வெள்ளை அணுவை விடச் சிறியவை. இவை எலும்பு மஜ்ஜையிலுள்ள, 'மெக்கா கேரி யோசைட்ஸ்' எனப்படும் தாய் செல்லில் இருந்து உருவாகிறது.

எண்ணிக்கை

இது இரத்தத்தில் 1,50,000 முதல் 5,00,000 வரை ஒரு மைக்ரோ லிட்டர் இரத்தத்தில் காணப்படும்.

இந்தத் தகட்டணுக்கள் பல்வேறு காரணங்களினால் இரத்தத்தில் அதிகரிக்கலாம். சில காரணங்களினால் குறைந்தும் காணப்படலாம்.

அதிகரிப்பதற்கான காரணங்கள்

சாப்பாட்டிற்குப் பின்பு; இரத்த இழப்பிற்குப் பின்பு; ஒவ்வாமைகளின்போது; அழற்சியிலிருந்து விடுபடும்போது; 'மையிலாய்ட்' வகை புற்று நோயின்போது தகட்டணுக்கள் அதிகரிக்கும்.

குறைந்து விடுவதற்கான காரணங்கள்

கதிரியக்கச் சிகிச்சைக்குப் பிறகு; அழற்சியின்போது; ஒவ்வாமையின் உச்ச கட்டத்தின்போது; எலும்பு மஜ்ஜை பாதிக்கப்பட்டு இரத்தச் சோகை ஏற்படும்போது; இரத்தம் அதிகமாக வீணாகும் போது தகட்டணுக்கள் குறையலாம்.

இவற்றின் ஆயுட்காலம் 10 நாட்களாகும். அதன்பிறகு, மண்ணீரலில் சிதைக்கப்படுகின்றன.

உ] சிவப்பணு தொடர்பான பிற பரிசோதனைகள்

சிவப்பணுக்களின் பல்வேறு அளவுகளும் பரிசோதனைகளும் (Red Cell Indices)

Mean Corpuscular Volume (MCV) பரிசோதனை

இதன் அளவு பெரியவர்களுக்கு 80 முதல் 96 அடி (ft.) இருக்கும்.

சிசுக்களுக்கு 106 அடி என்ற அளவிலும், சிறுவர்களுக்கு 95 அடி என்ற அளவிலும் இருக்கும்.

இரும்புச்சத்து குறைபாட்டினால் ஏற்படும் 'இரத்தச்சோகை' நோயிலும், நீண்ட காலமாக உடற் பாதிப்பினால் (அழற்சி, புற்று நோய் ஆகியவற்றின் பாதிப்பினால்) ஏற்படும் 'இரத்த சோகை' நோயிலும் MCV 25 சதவீதம் குறைந்து காணப்படும்.

வைட்டமின் பி12, ஃபோலிக் அமிலம் ஆகியவற்றின் குறைபாட்டினால் ஏற்படும் 'இரத்த சோகை' நோயில் MCV மிகுதியாக இருக்கும்.

Mean Corpuscular Haemoglobin (MCH)

பெரியவர்களுக்கு இதன் அளவு 27 முதல் 31 pg என்ற அளவிலும்;

சிறுவர்களுக்கு (3 மாதம் வரை) 24 pg முதல் 34 pg என்ற அளவு வரையிலும் இருக்கும்.

1 வயது வரை 23 pg முதல் 31 pg என்ற அளவு வரை இருக்கும்.

3 முதல் 12 வயது வரை 24 pg முதல் 30 pg என்ற அளவு வரை இருக்கும்.

Mean Corpuscular Haemoglobin Concentration (MCHC) பரிசோதனை

இது பெரும்பாலும் 32 முதல் 36 சதவீதம் வரை காணப்படும்.

சிவப்பணுவின் விட்டம் (RBC Diameter) பெரியவர்களுக்கு

6.7 முதல் 7.7 μm என்ற அளவில் இருக்கும்.

சிவப்பணுவின் அளவு பரிசோதனை

பி12 வைட்டமின் குறைபாட்டில் 'சிவப்பணுக்கள்' பெரிதாகக் காணப்படும். இவற்றின் விட்டம் சாதாரண அளவைவிடப் பெரிதாக இருக்கும்.

இரும்புச்சத்து குறைபாட்டினால், சிவப்பணுக்களின் அளவு சிறுத்துக் காணப்படும். இதன் 'விட்டம்' சிறிதாக இருக்கும்.

முதிர்ச்சியடையா இளம் சிவப்பணுக்களின் எண்ணிக்கை (Reticulocyte Count)

இது பெரியவர்களுக்கு மொத்த சிவப்பணுக்களின் எண்ணிக்கையில் 0.2 முதல் 2 சதவீதம் காணப்படும்.

அதாவது, 25 முதல் 85×10^9 என்ற அளவில் இருக்கும்.

Reticulocytes எப்போது இரத்தத்தில் மிகும்

பல்வேறு இரத்த சோகை நோய்களிலும் சிவப்பணுக்கள் முறையாக போதுமான அளவு ஏற்படாததால், `Reticulocytes' செல்களின் எண்ணிக்கை மிகுதியாக இருக்கும்.

பிறந்த குழந்தைகளுக்கு (Infants)

இளம் சிவப்பணுக்களின் எண்ணிக்கை பெரியவர்களைவிட அதிகமாக இருக்கும். இது மொத்த சிவப்பணுக்களின் எண்ணிக்கையில் 2 முதல் 6 சதவீதம் வரை இருக்கும். அதாவது 150×10^9 / லிட்டர் என்ற எண்ணிக்கையில் இருக்கும்.

சிவப்பணுக்களின் அடர்த்தி (Red Cell Density)

இது 1092 முதல் 1100 gram/லிட்டர் என்ற அளவில் காணப்படும்.

ஊ] ஹீமோகுளோபீன் வகைகள்

ஹீமோகுளோபீன் A2 பரிசோதனை (Haemoglobin A2)

இது இரத்தத்திலுள்ள மொத்த ஹீமோகுளோபீனில் 1.5 முதல் 3.5 சதவீதம் காணப்படும்.

ஹீமோகுளோபீன்-F (Haemoglobin-F)

இது இரத்தத்திலுள்ள மொத்த ஹீமோகுளோபீனில், 2 சதவீதத்திற்குக் குறைவாக இருக்கும்.

இரத்தத்தின் அடர்த்தி (Blood viscosity)

இரத்தத்தின் அடர்த்தியானது, நீரின் அடர்த்தியைவிட 1.4 முதல் 1.8 வரை அதிகமான அடர்த்தியைக் கொண்டிருக்கும்.

Zeta Sedimentation Ratio

இது 41 முதல் 54 சதவீதம் வரை இருக்கும்.

இரத்தத்தின் pH

இது சிறிது காரத்தன்மை கொண்டதாக இருக்கும். இது 7.38 முதல் 7.44 வரை இருக்கும்

இரத்தத்தின் pHல் மாறுபாடுகள்

இரத்தத்தில் காரத்தன்மை அதிகரிக்கும்போது, இரத்தத்தின் pH மிகுதியாக இருக்கும்.

அமிலத்தன்மை அதிகரிக்கும் போது pH குறைந்து விடும்.

பல்வேறு காரணங்களினால் இரத்தத்தில் காரத்தன்மையும், அமிலத்தன்மையும் அதிகரிக்கலாம்.

பிளாஸ்மாவின் அளவு

இரத்தத்தில் பல்வேறு செல்களும் காணப்படும். செல்கள் போக எஞ்சிய பகுதி 'பிளாஸ்மா' எனப்படும்.

இது, ஆண்களுக்கு 25 முதல் 43 மிலி./ஒரு கி.கி. எடை வீதம் இருக்கும்.

பெண்களுக்கு 28 முதல் 45 மி.லி./ஒரு கி.கி. எடை வீதம் இருக்கும்.

மொத்த இரத்தத்தின் அளவு

இது 70 மி.லி./ஒரு கி.கி. எடை வீதம் இருக்கும். இதில் 10 மி.லி. கூடவோ, குறையவோ இருக்கலாம்.

Hematocrit Value (மொத்த இரத்த அணுக்களின், செல்களின் அளவு)

இது ஆண்களுக்கு 40 முதல் 54 சதவீதம் வரை இருக்கும்.

பெண்களுக்கு 38 முதல் 47 சதவீதம் வரை இருக்கும்.

பிறந்த குழந்தைகளுக்கு 54 சதவீதம் வரை இருக்கும்.

3 மாதம் வரை 36 சதவீதம் வரை காணப்படும்.

3 முதல் 6 வயது வரை 40 சதவீதம் வரை இருக்கும். 10 வயது முதல் 12 வயது வரை 41 சதவீதம் வரை இருக்கும்.

எ] சிவப்பணுக்களின் படியும் தன்மை (ESR)

Erythrocyte Sedimentation Rate

ஒரு மணி நேரத்தில் எவ்வளவு சிவப்பணுக்களின் அளவு படியும் என்று கணக்கிடுகிறார்கள்.

இது இரத்தச் சோகை நோயில் அதிகமாக இருக்கும். சிவப் பணுக்களின் உற்பத்தி மிகையாக இருக்கும்போது குறையும். மேலும் பல்வேறு நோய்களிலும், அழற்சியிலும் அதிகரித்து இருக்கும். இதனைக் கண்டறிவதற்கு இரண்டு விதமான பரிசோத னைகள் உள்ளன.

Westergren பரிசோதனையில் ESR-ஐ கண்டறிதல்

இது, ஆண்களில் 50 வயதிற்குக் குறைவானவர்களுக்கு 15 மி.மி./ஒரு மணி நேரம் வரை என்ற அளவில் இருக்கும்.

50 வயதிற்கு மேற்பட்டவர்களுக்கு 20 மி.மி./ஒரு மணி நேரம் வரை என்ற அளவில் இருக்கும்.

பெண்களில் 50 வயதிற்குட்பட்டவர்களுக்கு 20 மி.மி./ஒரு மணி நேரம் வரை இருக்கும்.

50 வயதிற்கு மேற்பட்டவர்களுக்கு 30 மி.மி./ஒரு மணி நேரம் வரை இருக்கும்.

Wintrobe's முறையில் ESR-ஐ பரிசோதனை செய்தல்

இந்த முறைப்படி

ஆண்களுக்கு 0 முதல் 9 வரையும்,

பெண்களுக்கு 0 முதல் 20 வரையும்

ESR-ன் அளவு இருக்கும்.

ஏ] சிவப்பணு கோளாறு நோய்கள்

இரத்தத்தில் 'தாலசீமியா' நோயைக் கண்டறிவதற்கான பரிசோதனைகள் (Thalassaemia Screening)

இரத்தத்தில் தாலசீமியா நோயைக் கண்டறிவதற்கான பரிசோதனைகள் உள்ளன. 'தாலசீமியா' நோய், பிறவியிலேயே ஏற்படும் கோளாறுகளினால் ஏற்படுகிறது. இதில் ஆல்பா மற்றும் பீட்டா தாலசீமியா வகை நோய்கள் உண்டு. பீட்டா தாலசீமியா நோய் முக்கியமானது. இதில் 'ஹீமோகுளோபீன்' தயாரிக்கத் தேவையான 'பீட்டா சங்கிலித்தொடர்' உருவாவதில் கோளாறு ஏற்படும். இதிலும்கூட, சிறிய குறையுடைய பீட்டா வகை, பெரிய குறையுடைய பீட்டா வகை என இரண்டு வகைகள் உண்டு.

பரிசோதனைகள்

இவர்களது இரத்தத்தில் `Haemoglobin-F' அதிகமாக இருக்கும். (குழந்தைகளுக்கு இருக்கும் ஹீமோகுளோபீன்) பெரியவர்களுக்கான ஹீமோகுளோபீன் குறைவாகக் காணப் படும் (Hb%)

சிவப்பணுக்களின் நடுவே நியூக்லியஸ் காணப்படும். செல்களின் நடுவே மை தடவியது போன்ற தோற்றம் அதன் அமைப்பு இழந்த தோற்றம், சிவப்பணுக்கள் பெரிதாகி இருத்தல், இரத்தச் சோகை ஆகியவை காணப்படும்.

இரத்தத்தில் 'வெட்டு அரிவாள்' தோற்றம் கொண்ட சிவப்பணுக்களினால் ஏற்படும் இரத்தச்சோகை நோய் பரிசோதனைகள் (Sickle Cell Anaemia - Screening)

இது பெரும்பாலும் ஆப்பிரிக்காவில் வாழும் நீக்ரோ மக்களிடமே அதிகமாகக் காணப்படுகிறது. இவர்களது சிவப்பணுவில் அமீனோ அமிலா மாறுபாட்டினால் ஏற்படும் வித்தியாசமான ஹீமோகுளோபீனால் இது ஏற்படுகிறது.

இவர்களது இரத்தத்தைப் பரிசோதனை செய்தால், அதில் `Haemoglobin-S' என்ற புதிய வகை இருப்பது தெரிய வரும்.

முதிர்ச்சியடைந்த இளம் சிவப்பணுக்கள் காணப்படும். அரிவாள் அமைப்பைக் கொண்ட சிவப்பணுக்கள் மிகுதியாகக் காணப்படும்.

○

30. இரத்த வகையினைக் கண்டறிவதற்கான பரிசோதனைகள்

இரத்த வகையினைக் கண்டறிதல் (Blood grouping & Rh Typing)

மனிதர்கள் அனைவருக்கும் இரத்தம் ஒன்றுதானே! எல்லோருடைய இரத்தமும் சிவப்பாகத்தானே இருக்கும் என்று பலரும் பேசும்போது சொல்வார்கள்.

அவர்கள் சொல்வது ஓரளவுதான் உண்மை. எல்லோருடைய இரத்தத்தின் நிறமும் சிவப்புதான். அதில் மாற்றமில்லை. ஆனால் எல்லா இரத்தமும் ஒன்றல்ல. இதில் பல பிரிவுகளும், வகைகளும் உண்டு. இதனைப் பரிசோதனையின் மூலம் அறிந்து கொள்ள வேண்டும்.

தங்களுக்கு எந்த இரத்த வகை, எந்த இரத்த குரூப் என்பதை ஒவ்வொருவரும் தெரிந்துகொள்ள வேண்டும். இது அவர்களுக்குப் பல இடங்களிலும், பலவிதங்களிலும் பயன்படும்.

இரத்த வகையைத் தெரிந்துகொள்ள பரிசோதனை செய்யுங்கள் என்றால், 'அது எதுக்கு? இப்ப அவசியமா? இப்போ உடம்பிற்கான தொந்தரவுக்கு மட்டும் இரத்தம் டெஸ்ட் செய்வோமே' என்றுதான் கூறுவார்கள். தமது இரத்த குரூப்பைத் தெரிந்து இப்போது என்ன பயன்? இது என்ன வீண் செலவு? என்றுதான் இன்று மக்கள் நினைக்கிறார்கள். இது மிகவும் தவறு.

ஒவ்வொருவரும், தனது உயரம் எவ்வளவு, எடை எவ்வளவு, இன்று தன் ராசிக்கு என்ன பலன் என்பதைத் தெரிந்துகொள்ள விரும்புவது போல, இதையும் தெரிந்து கொள்ள வேண்டும்.

இன்று இளைஞர்கள் பலரும் இரத்த தானம் செய்கிறார்கள். இதனால் இவர்களுக்குத் தங்கள் இரத்தம் எந்த வகை என்று தெரிந்து கொள்ளும் வாய்ப்பு இருக்கிறது.

கார், இரு சக்கர வாகனங்களை ஓட்டப் பழகிய பின்பு, முறையாக 'லைசென்ஸ்' எடுக்கும்போது, அதிலும் இரத்த வகையினைக் குறிக்கிறார்கள்.

இன்று பல பள்ளிகளிலும், கல்லூரிகளிலும், மாணவர்களின் நலக்குறிப்பேட்டைக் கவனிக்கிறார்கள். அதில் தடுப்பூசி போட்ட விபரங்கள், தொற்று நோய்கள் ஏற்பட்டுள்ளனவா என்பன போன்ற விபரங்களோடு, இரத்த வகையும் கோரப் படுகிறது.

எனவே, இன்று பழங்காலத்தை ஒப்பிட்டுப் பார்க்கும் போது, தங்களது இரத்த வகையினைத் தெரிந்துகொள்ள அதிக வாய்ப்புகள் வளர்ந்துள்ளன.

என்றாலும், இன்றும் கிராமப்பகுதியில் வாழும் மக்கள் தங்களது வயதைப் பற்றித் தெரியாதது போலவே, இரத்த வகையினைக் குறித்தும் தெரியாமலே இருக்கிறார்கள். இங்கும் இரத்த வகையினை அறிந்துகொள்ளும் முறை நடைமுறைப் படுத்தப்பட வேண்டும்.

குறிப்பாக, விபத்துகளின் போது, உடனடியாக இரத்தம் செலுத்த வேண்டிய நிலையில், இரத்த வகை தெரிந்தால், அவருக்குத் தேவையான அதே இரத்தத்தை உடனடியாகப் பரிசோதனை செய்து பாதிக்கப்பட்டவருக்கு ஏற்ற முடியும்.

இரத்த வகைகளை அறிந்து கொள்வதற்கான பரிசோதனைகள்

இரத்தத்தில் எண்ணற்ற வகைகளும் பிரிவுகளும் கண்டு பிடிக்கப்பட்டு வந்த போதிலும் `ABO' வகை பிரிவுகளும், Rh வகைப் பிரிவுகளும்தான் முக்கியமானவை என்பதால், இதனையே பெரும்பாலும் ஆய்வுக் கூடங்களில் பரிசோதனை செய்கிறார்கள்.

ABO வகைகள்

மனிதர்களுக்கு A, B, AB அல்லது O வகை என நான்கு வகை இரத்தப் பிரிவுகளில் ஏதாவது ஒரு பிரிவு இருக்கலாம்.

A வகை இரத்த வகை A1 மற்றும் A2 என்ற இரண்டு பிரிவுகளை உள்ளடக்கியது. அதேபோல், AB பிரிவில் A1-B மற்றும் A2-B என்ற இரண்டு உட்பிரிவுகளும் இருக்கும்.

எனவே, கீழ்க்காணும் வகையில் இரத்தப் பிரிவுகளும் பல்வேறு மனிதர்களுக்கும் காணப்படும்.

A → A1
A → A2

B

AB → A1B
AB → A2B

'O'

மொத்தம் ஆறு வகைகள் உண்டு.

Rh Typing

இந்த ஆன்டிஜினில் முக்கியமானது D வகை ஆன்டிஜி னாகும். இது *85* சதவிதத்திலிருந்து காணப்படும். *15* சதவீதத் தினருக்கு இருக்காது. இந்த ஆன்டிஜின் இருந்தால் (+) என்றும், இது இல்லையென்றால் (-) என்றும் அழைக்கப்படும்.

எனவே (+) என்றால் Rh $^{+}$ve என்றும் ஆன்டிஜின் இல்லையென்றால் Rb $^{-}$ ve என்றும் அழைக்கப்படும்.

இவ்வாறு ABO வகை பிரிவுகளையும், Rh வகையினையும் கண்டறிந்த பிறகு, இரண்டையும் இணைத்தே எழுதிக் குறிப்பிடு வார்கள். இந்த அடிப்படையில் கீழ்க்காணும் அட்ட வணைப்படி இரத்த வகைகள் அமையும்.

ஒருவருக்கு எந்த இரத்த வகையோ அதே வகையினைத் தான் நோயின் போதோ, அறுவை சிகிச்சையின் போதோ செலுத்த வேண்டும். மாற்றிச் செலுத்தினால், உடலில் பல்வேறு பின்விளைவுகள் ஏற்படும்; உயிரிழப்பேகூட நேரலாம். எனவே, மிகுந்த எச்சரிக்கை அவசியம்.

எண்	இரத்த வகை	ஆர்.ஹெச் வகை	இரண்டும் சேர்த்து
1	A1	+ Ve	A1+Ve
2	A1	- Ve	A1-Ve
3	A2	+ Ve	A2+Ve
4	A2	- Ve	A1-Ve
5	A1B	+ Ve	A1B+Ve
6	A1B	- Ve	A1B-Ve
7	A2B	+ Ve	A2B+Ve
8	A2B	- Ve	A2B-Ve
9	B	+ Ve	B+Ve
10	B	- Ve	B-Ve
11	O	+ Ve	O+Ve
12	O	- Ve	O-Ve
13	Oh	+ Ve	Oh+Ve
14	Oh	- Ve	Oh-Ve

ABO வகையினைக் கண்டறிய A ஆன்டிஜின், B ஆன்டிஜின் திரவங்களைப் பயன்படுத்துகிறார்கள்.

Rh வகையினைக் கண்டறிய, தனியே ஆன்டிஜினைப் பயன்படுத்துகிறார்கள்.

○

31. இரத்தம் உறைதலுக்கு உதவும் பொருட்களுக்கான பரிசோதனைகள்

இரத்தம் உறைதலுக்கும், உடலின் தன்மையைக் கட்டுக்கோப்பாக வைத்திருப்பதற்குமான பல்வேறு பரிசோதனைகள்

இரத்தம் உறைதலுக்குப் பல்வேறு இரத்தப் பொருள்களும், புரதங்களும் துணைபுரிகின்றன. இவை பெரும்பாலும் கல்லீரலில் உற்பத்தியாகின்றன. எனவே, கல்லீரல் நோய்களினால் இவற்றின் உற்பத்தி குறைந்து இரத்தக்கசிவு ஏற்படலாம். தகட்டணுக்களும் இரத்தம் உறைதலில் பெரும் பங்கு வகிக்கின்றன.

தகட்டணுக்களுக்கான இரத்தப் பரிசோதனை (Platelet count)

இவை இரத்தத்தில் காணப்படும் மிகச்சிறிய செல்களாகும். இவையும் எலும்பு மஜ்ஜையிலுள்ள 'மெக்காகேரியோசைட்ஸ்' எனப்படும் பெரிய செல்லில் இருந்து உற்பத்தியாகின்றன.

தகட்டணுக்களின் அளவு

இவை ஒரு மைக்ரோ லிட்டர் இரத்தத்தில் 1,50,000 முதல் 5,00,000 வரை காணப்படும்.

இரத்தக் கசிவு நோய் (Bleeding Time)

காயம் பட்டவுடன் சிறிது நேரம் இரத்தக்கசிவு ஏற்படும். இவ்வாறு காயம் ஏற்பட்டதிலிருந்து இரத்தம் வழிந்து கொண்டிருக்கும் வரை உள்ள நேரம், இரத்தக்கசிவு நேரம் எனப்படும்.

இதனைப் பரிசோதனை செய்ய இருமுறைகள் இருக்கின்றன.

Ivy's Test

இந்தப் பரிசோதனைப்படி இரத்தக் கசிவு நேரம் 0 முதல் 7 நிமிடங்கள் வரையாகும்.

Duke's Test

இந்தப் பரிசோதனைப்படி இரத்தக்கசிவு நேரம் 5 நிமிடங்களுக்கும் குறைவாக இருக்கும்.

இரத்தம் உறை நேரம் (Coagulation Time)

காயம் ஏற்பட்டு, இரத்தக்கசிவு தொடங்கி, அது பின்னர் படிப்படியாகக் குறையத் தெடங்கி, இரத்தம் வழிதல் நின்று, முழுமையாக, இரத்தம் உறைதல் ஏற்பட ஆகும் நேரம் 'இரத்தம் உறை நேரம்' எனப்படும். இதனைக் கீழ்க்கண்ட பரிசோதனை மூலம் கண்டறியலாம்.

Lee & White's பரிசோதனை

இந்தப் பரிசோதனை 37°C சீதோஷ்ண நிலையில் செய்யப்படுகிறது. முழுமையாக இரத்தம் உறைய ஆகும் நேரம் 5 முதல் 11 நிமிடங்களாகும்.

Antithrombin III-ன் அளவு

இதன் அளவை அறிந்து கொள்வதற்கு இரத்தப் பரிசோதனைகள் உண்டு. இது இரத்தம் உறைதலில் பயன்படுகிறது. இதன் அளவு 21 முதல் 31 மி.கி./ஒரு டெசி லிட்டர் இரத்தத்தில் இருக்கும். அதாவது 210 முதல் 300 மி.கி./ஒரு லிட்டர் இரத்தத்தில் காணப்படும்.

Clot Retraction உறைபொருள் சுருக்கம்

இரத்தம் உறைந்த பிறகு, அதன் மேலேடு சுருங்கி, அதிலிருந்து நீர் போன்ற பகுதி வெளிப்படும். இது பெரும்பாலும் ஒரு மணி நேரத்தில் நிகழும். அதில் 40 முதல் 94 சதவீத நீர்த்தன்மை வெளிப்படும். 37°C சீதோஷ்ண நிலையில் இது நிகழும்.

Euglobulin Clot lysis time

உறை பொருள் சுருக்கத்திற்குப் பிறகு இது நிகழ்கிறது. இதில் உறைபொருள் கரைந்து விடும். இது பொதுவாக 2 முதல் 4 மணி நேரத்திற்குள் 37°C சீதோஷ்ண நிலையில் ஏற்படும்.

Factor VIII Antigen பரிசோதனை

இந்தப் பொருள் இரத்தம் உறைதலில் பெரும் பங்கு வகிக்கிறது. இது 0.5 முதல் 1.5 யூனிட்டுகள்/ஒரு மி.லி. இரத்தத்தில் காணப்படும்.

Ristocetin Co-Factor பரிசோதனை

இதுவும் 0.50 முதல் 1.5 யூனிட்டுகள்/ஒரு மி.லி. இரத்தத்தில் காணப்படும்.

ஃபைபிரினோஜீன் அளவு (Fibrinogen) பரிசோதனை

இது இரத்தம் உறையத் தேவைப்படும் முதலாவது கூறுபாடாகும். இது இரத்தத்தில் 200 முதல் 400 மி.கி./ஒரு டெசி. லிட்டர் இரத்தத்தில் இருக்கும். அதாவது 2 முதல் 4 கிராம்/ஒரு லிட்டர் இரத்தத்தில் காணப்படும்.

ஃபைபிரினோஜின்-லிருந்து உதிரும் பொருட்கள்: அதன் அளவுகளுக்கான இரத்தப் பரிசோதனை (Fibrinogen Split Products)

இது இரத்தத்தில் 10 மைக்ரோ கிராம் அளவிற்கும் குறைவாக ஒரு மி.லி. இரத்தத்தில் காணப்படும். $<10\mu g/ml$

அதாவது <10µg/litre; 10 மி.கி. அளவிற்கும் குறைவாக ஒரு லிட்டர் இரத்தத்தில் இருக்கும்.

Partial Thromboplastin Time: (P.T.T.) பரிசோதனை

இது 60 முதல் 85 விநாடிகள் வரை இருக்கும்.

Activated Partial Thromboplastin Time (APTT) பரிசோதனை

இது 20 முதல் 35 விநாடிகள் வரை இருக்கும்.

பிளாஸ்மினோஜீன் அளவுகள் (Plasminogen Level)

இது இரத்தத்தில் 10 முதல் 20 மி.கி./ஒரு டெசி. லிட்டர் இரத்தத்தில் காணப்படும்.

அதாவது, 100 முதல் 200 மி.கி. வரை ஒரு லிட்டர் இரத்தத்தில் இருக்கும்.

பிரோதிராம்பின் நேரம் (Prothrombin Time) (Quick's Stage)

இதன் அளவு 10 முதல் 14 விநாடிகள் வரை இருக்கும்.

திராம்பின் நேரம் (Thrombin Time) பரிசோதனை

இது 20 முதல் 29 விநாடிகள் வரை இருக்கும்.

பிரோதிராம்பின் பயன்படுத்தும் நிலை (Prothrombin Consumption Index)

இது 0 முதல் 30 சதவீதம் வரை இருக்கும்.

தகட்டணுக்கள் குறைவதற்கான காரணங்கள்

எலும்பு மஜ்ஜை கோளாறுகள், பல்வேறு மருந்துகளின் பாதிப்புகள், சில வகை இரத்தப் புற்று நோய்கள், வைட்டமின் குறைபாடுகள், தொற்றுநோய்க் கிருமிகளின் பாதிப்புகள், கல்லீரல் நோய்கள், பிறவியிலேயே தகட்டணுக்களுக்கு எதிராக உருவாகும் Antibodies பாதிப்புகள் ஆகியவற்றின் காரணமாக இரத்தத்தில் தகட்டணுக்களின் அளவுகள் குறைந்து இரத்தம் உறைதல் பாதிக்கப்பட்டு இரத்தக் கசிவு ஏற்படலாம்.

இரத்த 'உறைபொருட்கள்' எந்தெந்த நோய்களில் குறையும்?

இரத்த உறைதலுக்குத் தேவையான பல்வேறு 'உறை பொருட்களும்' கல்லீரலில் உற்பத்தியாகின்றன. எனவே, கல்லீரல் நோய்களினால் பாதிக்கப்படும்போது இந்த உறைபொருட்கள் குறைந்துவிடும். இதனால், இவர்களுக்கு `Prothrombin Time' அதிகரிக்கும்.

○

32. உடலின் எதிர்ப்புத்திறனுக்கு உதவும் இமீனோகுளோபுலீன் வகைகளைக் கண்டறியும் பரிசோதனைகள்

உடலுக்கு நோய் எதிர்ப்புத்திறன் தரக்கூடிய புரதமான `Immunoglobulins' நோய்க் கிருமிகளை எதிர்த்துப் போராடுவதிலும், நோயைப் போக்குவதிலும் பெரும் பங்கு வகிக்கின்றது. இவற்றில் பல வகைகள் உள்ளன.

Immunoglobulin G வகை,
Immunoglobulin A வகை,
Immunoglobulin M வகை,
Immunoglobulin D வகை,
Immunoglobulin E வகை என்பனவாகும் இவை.

இவை B-வகை Lymbocytes செல்களிலிருந்து உற்பத்தியாகின்றன.

இவை, சிலவகை பிறவி நோய்களில் மிகவும் குறைந்து காணப்படும். இதனால் உடலின் எதிர்ப்புத்திறன் குறைந்து எளிதில் நோய் பீடித்துக் கொள்ளும். சில நோய்களின் போது இவை இரத்தத்தில் அதிகரிக்கத் தொடங்கும். எனவே, இது அதிகமாக இருப்பதை வைத்துக்கொண்டு குறிப்பிட்ட நோயினைக் கண்டுபிடிக்கலாம்.

ஒவ்வாமை நோய்களில், ஆஸ்துமா, ஆஸ்பெர்ஜிலோஸிஸ் ஆகிய நோய்களில் `IgE' Immunoglobulin E' இரத்தத்தில் அதிகரித்து இருக்கும்.

IgG வகை Immunoglobulin-தான் இரத்தத்தில் 70 சதவீதம் காணப்படும். இந்த Immunoglobulin ஒன்றுதான், பெண்ணின் கர்ப்பப் பையை அடைத்து நஞ்சுக்குடலை கடந்து சிசுவை அடைந்து, அதற்கு நோய் எதிர்ப்புத்திறனைத் தரும்.

IgG Immunoglobulin இரத்தத்தில் 800 முதல் 1801 மி.கி./டெசி லிட்டர் என்ற அளவில் இருக்கும். அதாவது 8-18 gram/l.

IgA இரத்தத்தில் 113 முதல் 563 மி.கி./லிட்டர் என்ற அளவில் காணப்படும். அதாவது 1.1 முதல் 5.6 கிராம்/லிட்டர் என்ற அளவாகும்.

IgM இரத்தத்தில் 54 முதல் 222 மி.கி./டெசி லிட்டர் என்ற அளவில் இருக்கும். அதாவது 0.54 முதல் 2.2 கிராம்/லிட்டர் என்ற அளவில் இருக்கும்.

IgD இரத்தத்தில் 0.5 முதல் 3 மி.கி./டெசி லிட்டர் என்ற அளவில் இருக்கும். அதாவது 5 முதல் 30 மி.கி./லிட்டர் என்ற நிலையில் இருக்கும்.

IgE இரத்தத்தில், 0.01 முதல் 0.04 மி.கி./டெசி லிட்டர் என்ற அளவில் இருக்கும். அதாவது 0.1 முதல் 0.4 மி.கி./லிட்டர் என்ற அளவில் இருக்கும்.

உடலின் நோய் எதிர்ப்புத் திறனுக்கு உதவும் இமீனோகுளோபுலீன் வகைகளைக் கண்டறியும் பரிசோதனைகள்

சில வகை பிறவி நோய்களினாலும், மரபணு கோளாறுகளின் காரணமாகவும், சிலருக்கு பிறவியிலேயே 'இமீனோ குளோபுலீன்'கள் குறைந்து காணப்படலாம்.

சில பிறவி பாதிப்புகளினால், 'இமீனோகுளோபுலீன்'களின் பல வகைகளுமே குறைந்து இருக்கும்.

சில பிறவி நோய்களில் சில குறிப்பிட்ட 'இமீனோ குளோபுலீன்' வகைகள் மட்டுமே குறைந்து இருக்கும்.

சில பிறவி நோய்களில் சில 'இமீனோகுளோபுலீன்' வகைகள் குறைவாகவும், சில வகைகள் மிகுதியாகவும் காணப்படும்.

இவர்களுக்கு உடலின் நோய் எதிர்ப்புத் திறன் குறைவாக இருப்பதால் பல்வேறு தொற்று நோய்களும், உடற் பாதிப்புகளும் இவர்களுக்கு ஏற்படும்.

○

33. இரத்தத்தில் வாயுக்களின் அளவைக் கண்டறிவதற்கான பரிசோதனைகள்

இரத்தத்திலுள்ள வாயுக்களின் அளவுகள்

இரத்தத்தில் பல்வேறு வாயுக்களும் கரைந்தும், கலந்தும் இருக்கின்றன. இவை போதுமான அளவு இருக்க வேண்டியது மிகவும் அவசியமாகும். இதில் ஆக்ஸிஜன், கார்பன் டை ஆக்ஸைடு ஆகியவை மிகவும் முக்கியமானவை.

பொதுவாக, மனித இரத்தத்தில், மேற்கூறிய வாயுக்களுடன், 'புரோமைட்' வாயுவும் இருக்கும். மேலும், அதிகமாக புகை பிடிப்பவர்களின் இரத்தத்தில், கார்பன் - மோனாக்ஸைடு வாயுவும் கலந்து இருக்கும்.

இரத்த வாயுக்களின் அளவுகள்

இனி, இந்த வாயுக்களின் அளவுகள் இரத்தத்தில் எந்த அளவு இருக்குமெனக் காணலாம்.

ஆக்ஸிஜன்

தமனி குழாய்களில் இதன் அழுத்தம் 95 முதல் 100 மி.மி./ Hd_8 என்ற அளவில் இருக்கும். இதனைப் புதிய முறைப்படி வேறு விதமாகவும் அளக்கலாம். அது 12.64 முதல் 13.30 kpa என்ற அளவில் இருக்க வேண்டும்.

இரத்தத்தில் கார்பன்-டை-ஆக்சைடின் அளவு - pco2

சராசரி மனித இரத்தத்தில் கார்பன்-டை-ஆக்சைடின் அளவு தமனி இரத்தக் குழாய்களிலும், சிரை இரத்தக் குழாய்களிலும் காணப்படும்.

தமனி இரத்தத்தில் இதன் அளவு (Arterial PCO2)

இது 30 முதல் 40 mm/Hd_8 *என்ற அழுத்தத்தில் காணப்படும்.*

புதிய முறைப்படி 4.66 - 5.32 PKa *என்ற அழுத்தத்தில் இருக்கும்.*

சிரை இரத்தத்தில் இதன் அளவு (venous PCO2)

இது 40 முதல் 4 mm/Hd_8 *என்ற அழுத்தத்தில் காணப்படும்.*

புதிய முறைப்படி 5.32 முதல் 5.99 kpa *என்ற அழுத்தத்தில் இருக்கும்.*

கார்பன் டை ஆக்ஸைடின் அளவு தமனி இரத்தத்தில்

இது 19-24 μu *என்ற அளவில் இருக்கும். அதாவது 19 முதல் 24* mmol/litre *என்ற அளவில் காணப்படும்.*

சிரை இரத்தத்தில்

26 முதல் 26 mm *என்ற அளவில் இருக்கும். அதாவது 26 -26* mmol/litre *என்ற அளவில் இருக்கும்.*

Carbon dioxide: (Partial Pressure) CO2

தமனி இரத்தத்தில்

35 முதல் 44 **mm/Hg** *என்ற அழுத்தத்தில் காணப்படும். அதாவது 4.66 முதல் 5.32* **KPa** *என்ற அழுத்தத்தில் இருக்கும்.*

சிரை இரத்தத்தில்

40 முதல் 45 mm/Hg *என்ற அழுத்தத்தில் காணப்படும். அதாவது 5.32* KPa *முதல் 5.99* KPa *என்ற அழுத்த நிலையில் காணப்படும்.*

கார்போனிக் அமிலத்தின் அளவு (Carbonic Acid (H2CO3)

கார்பன் டை ஆக்சைடு இரத்தத்தில் கரைந்து இந்த அமிலம் உண்டாகும். இது சிரை இரத்தத்திலும், தமனி இரத்தத்திலும் காணப்படும்.

தமனி இரத்தத்தில்

இது *1.05* முதல் *1.45* mμ என்ற நிலையில் காணப்படும். அதாவது *1.05* முதல் *1.45* mmol/litre என்ற அளவில் இருக்கும்.

சிரை இரத்தத்தில்

இது *1.15* முதல் *1.50* uμ என்ற நிலையில் காணப்படும். அதாவது *1.15* முதல் *1.50* mmol/litre என்ற அளவில் இருக்கும்.

பிளாஸ்மாவில் மட்டும் இதன் அளவு

பிளாஸ்மாவில் இதன் அளவு *1.02* முதல் *1.38* mm என்ற நிலையில் காணப்படும். அதாவது *1.02* முதல் *1.38* mmol/litre என்ற அளவில் காணப்படும்.

கார்பாக்ஸி ஹீமோகுளோபீனின் அளவு (Carboxy Haemoglobin)

இரத்த சிவப்பணுவிலுள்ள 'ஹீமோகுளோபீன்' என்ற சிவப்பு நிறமிப் பொருளில் ஆக்ஸிஜன் மற்றும் கார்பன் டை-ஆக்ஸைடு இணைந்து இரத்த ஓட்டத்தோடு செல்லும். இந்த நிறமிதான், ஆக்ஸிஜனையும், கார்பன்-டை-ஆக்ஸைடையும் கடத்துகிறது. இதனால், கார்பன்-டை-ஆக்ஸைடு நுரையீரலுக்கு எடுத்துச் செல்லப்பட்டு, வெளியேற்றப்படுகிறது. ஆக்ஸிஜன் உடலின் பல்வேறு திசுக்களுக்கும் எடுத்துச் செல்லப்படுகிறது.

'கார்பன் மோனாக்ஸைடு' என்ற வாயு உடலுக்குத் தீங்கு விளைவிக்கக்கூடிய ஒரு வாயுவாகும். இது, புகை பிடிப்பதனால், இரத்தத்தில் அதிகரிக்கும். மேலும், நகரங்களில் தொழிற்சாலை களிலிருந்தும், வாகனங்களிலிருந்தும் வெளியேறும் பல்வேறு புகைகளிலும் இவ்வாயு மிகுந்து காணப்படும். எனவே, இவற்றை சுவாசிக்கின்ற போது, இவ்வாறு இரத்தத்தில் மிகுந்து, ஹீமோ குளோபீனோடு இணைந்து இரத்தத்தால் எடுத்துச் செல்லப்படும்.

ஆக்ஸிஜன், ஹீமோகுளோபீனோடு சேருவதைக் காட்டி லும் 50 மடங்கு அதிகமாகவும் விரைவாகவும் இவ்வாயு, ஹீமோ குளோபீனோடு சேர்ந்து விடும்.

இது ஓரளவு சாதாரணமாக இரத்தத்தில் காணப்படும்.

இதன் அளவு - சாதாரண மனிதர்களுக்கு

1.5 சதவீதத்திற்கும் குறைவான அளவு ஹீமோகுளோபீனோடு சேர்ந்து காணப்படும்.

புகை பிடிப்பவர்களுக்கு

1.5 சதவீதம் முதல் 5 சதவீதம் வரை ஹீமோகுளோபீனோடு சேர்ந்து காணப்படும்.

தொடர்ந்து, நீண்டகாலமாக அதிகமாக புகை பிடிப்பவர்களுக்கு

இந்த வாயு 5 சதவீதம் முதல் 7 சதவீதம் வரை ஹீமோகுளோபீனோடு சேர்ந்து காணப்படும்.

இந்த வாயு, ஹீமோகுளோபீனோடு சேரும் போது, இரத்தம் மேலும் சிவப்பாகும். Cherry பழத்தின் நிறத்தை இரத்தம் அடையும்.

பல்வேறு நோய்களிலும் இரத்தத்தில் வாயுக்களின் அளவுகளில் மாற்றம் ஏற்படுதல்

நுரையீரல் நோய்களினாலும், இதய நோய்களினாலும், சுவாசச் செயலிழப்புகளின் காரணமாகவும் இரத்தத்தில் வாயுக்களின் அளவுகளில் வித்தியாசம் காணப்படும்.

ஆஸ்துமாவில்: இரத்தக் குழாயில் ஆக்ஸிஜனின் அழுத்தம் குறைந்து விடும். கார்பன் டை ஆக்சைடின் அளவும், அழுத்தமும் குறையும். பிறகு இது மிகுதியாக சுவாசச் செயலிழப்பில் குறைந்து விடும்,

முதல் வகையில்: ஆக்சிஜன் அளவு குறைந்து விடும். கார்பன் டை ஆக்சைடின் அளவு சராசரியாகவோ குறைந்தோ இருக்கலாம்.

இரண்டாம் வகையில்: ஆக்சிஜனின் அளவு குறைந்து இருக்கும். ஆனால், கார்பன் டை ஆக்சைடின் அளவு அதிகரித்து இருக்கும்.

பெரும்பாலான நுரையீரல் நோய்களில், (நிமோனியா, சுவாசத்தடை நோய்களில்) இரத்தத்தில் ஆக்ஸிஜனின் அளவு குறைவாக இருக்கும்.

○

34. இரத்தத்தில் பல்வேறு நொதிகளைக் கண்டறிவதற்கான பரிசோதனைகள்

இரத்தத்தில் 'என்ஸைம்' எனப்படும் 'நொதிகள்' பல உண்டு. இவற்றைப் பரிசோதனை செய்வதன் மூலம் பல்வேறு நோய்களைக் கண்டறிய முடியும்.

இனி இரத்தத்தில் பரிசோதனை செய்யப்படும் பல்வேறு நொதிகளைக் குறித்துக் காணலாம்.

'Aldolase' நொதியினைக் கண்டறிவதற்கான பரிசோதனை

'ஆல்டோலேஸ்' எனப்படும் இந்த நொதி பெரியவர்களுக்கு, 3-8 Sibley-lehnringer Units/dl at 37°C சீதோஷ்ண நிலையில் இருக்கும்.

அல்லது 22-59 mμ/லிட்டர் 37°C சீதோஷ்ண நிலையில் சிறுவர்களுக்கு இதன் அளவு பெரியவர்களைக் காட்டிலும் இரண்டு மடங்கு அதிகரித்து காணப்படும்.

குழந்தைகளுக்குப் பெரியவர்களைவிட நான்கு மடங்கு இதன் அளவு அதிகமாகக் காணப்படும்.

'Amylase' நொதியினைக் கண்டறிவதற்கான பரிசோதனை

இந்த நொதி, 60 முதல் 160 Somogyi units/dl என்ற அளவில் காணப்படும். அதாவது 111 முதல் 296 units/லிட்டர் என்ற அளவிலாகும்.

'Arginosuccinic lyase' நொதியின் அளவைக் கண்டறிதல்

இது இரத்தத்தில் 0 முதல் 4 units/டெசி லிட்டர் இரத்தத்தில் காணப்படும். அதாவது 0-40 units/லிட்டர் என்ற அளவில் இரத்தத்தில் காணப்படும்.

`Cholinesterase' நொதியின் அளவைக் கண்டறிதல்

இது சிவப்பணுவில் 0.65 முதல் 1.3 pH *யூனிட்ஸ் என்ற அளவில் காணப்படும்.*

பிளாஸ்மாவில் 0.5 முதல் 1.3 pH *யூனிட்ஸ் என்ற அளவில் இருக்கும்.*

37°C *சீதோஷ்ண நிலையில் 8 முதல் 18* I.U./*லிட்டர் என்ற அளவில் காணப்படும்.*

`Creatine Kinase' நொதியின் அளவைக் கண்டறிதல்

இது ஆண்களுக்கு 55 முதல் 170 யூனிட்ஸ்/30 லிட்டர் இரத்தத்தில் 37°C *சீதோஷ்ண நிலையில் பரிசோதனை செய்யும் போது இருக்கும். பெண்களுக்கு 30 முதல் 135 யூனிட்ஸ்/ஒரு லிட்டர் இரத்தத்தில் காணப்படும்.*

'Glucose-6-Phosphate dehydrogenase' (G6P.D) நொதியின் அளவைக் கண்டறிதல்

இது சிவப்பணுவில் காணப்படும் நொதியாகும். இது 250 முதல் 500 யூனிட்ஸ்/10^6 செல்களின் எண்ணிக்கையில் காணப்படும்.

அதாவது, 1200 முதல் 2000 mg *யூனிட்ஸ்/ஒரு மிலி சிவப்பணுவின் எண்ணிக்கையில் காணப்படும்.*

`r-Glutamyl transferase' நொதியின் அளவைக் கண்டறிதல்

இது இரத்தத்தில் 5 முதல் 40 I.U./*லிட்டர் என்ற அளவில் காணப்படும்.*

`L-Hydroxy butyrate dehydrogenase' நொதியின் அளவைக் கண்டறிதல்

இரத்தத்தில் இது 140 முதல் 350 யூனிட்ஸ்/மி.லி. என்ற அளவில் காணப்படும். அதாவது 140-350 Ku/*லிட்டர் என்ற அளவிலாகும்.*

`Isocitric dehydrogenase' நொதியின் அளவைக் கண்டறிதல்

இரத்தத்தில் இது 50 முதல் 240 யூனிட்ஸ்/ஒரு மி.லி. இரத்தத்தில் காணப்படும். 25°C சீதோஷ்ண நிலையில் அதாவது 0.83 முதல் 4.18 U/லிட்டர் என்ற அளவில் இருக்கும்.

`Lactate dehydrogenase' (LDH) நொதியின் அளவைக் கண்டறிதல்

இரத்தத்தில் **lactate pyruvate** *ஆகக்கூடிய நிலையில் இதன் அளவு 80 முதல் 120 யூனிட்ஸ் 30°C சீதோஷ்ண நிலையில் இருக்கும். (38-62 U/லிட்டர்)*

Pyruvate lactate *ஆகின்றபோது இதன் அளவு 185 முதல் 640 யூனிட்ஸ் வரை இருக்கும். 30°C சீதோஷ்ண நிலையில் (90-310 U/லிட்டர்)*

lactate pyruvate *ஆகக்கூடிய நிலையில் இதன் அளவு 100 முதல் 190 யூனிட்ஸ்/ஒரு லிட்டர் இரத்தத்தில் 37°C சீதோஷ்ண நிலையில் இருக்க வேண்டும்.*

`Lactate dehydrogenase: (Iso enzymes) இவைகளின் சதவீத அளவு பரிசோதனை

இதில், LDH1 *அளவு 17 முதல் 27%*
LDH2 *அளவு 27 முதல் 37%*
LDH3 *அளவு 15 முதல் 25%*
LDH4 *அளவு 3 முதல் 8%*
LDH5 *அளவு 0 முதல் 5%*

என்ற நிலையில் இருக்கும்.

`Leucine Amino-Peptidase' (LAP) நொதியின் அளவைக் கண்டறிதல்

ஆண்களுக்கு 80-200 யூனிட்ஸ்/மிலி Golbarg *என்ற அளவில் காணப்படும். (அதாவது 19.2-48 யூனிட்ஸ்/லிட்டர் என்ற அளவு) (19.2-48 யூனிட்ஸ்/லிட்டர்). பெண்களுக்கு, இது 75 முதல் 185 யூனிட்ஸ்/மிலி.* `Rutenberg' *என்ற அளவில் இருக்கும். (18 முதல் 44.4 யூனிட்ஸ்/லிட்டர் என்ற அளவில்).*

லைபேஸ் நொதியின் அளவு (Lipase Level in Blood)

இது, இரத்தத்தில் 0 முதல் 15 யூனிட்ஸ்/மிலி. **(Cherry-Crandall)** *என்ற அளவில் இருக்கும். 10 முதல் 417 யூனிட்ஸ்/லிட்டர் என்ற அளவாகும்.*

14 முதல் 280 மிலி. யூனிட்ஸ்/மிலி. என்ற அளவில் இருக்கும். (14-280 யூனிட்ஸ்/ஒரு லிட்டர் என்ற அளவாகும்).

'மியூராமிடேஸ்' நொதியின் அளவு (`Muramidase' Level in Blood)

இது இரத்தத்தில் 4 முதல் 13 மிகி/ஒரு லிட்டர் என்ற அளவில் இருக்கும். (அதாவது 14.3 முதல் 25 மி.மொல்/ஒரு லிட்டர் இரத்தத்தில் என்ற அளவில் காணப்படும்.

`N' Nucleotidase' நொதியின் அளவை இரத்தத்தில் கணக்கிடுதல் (`N' Nucleotidase Level in Blood)

இது இரத்தத்தில் 0 முதல் 1.6 யூனிட்ஸ் என்ற அளவில் 37°C சீதோஷ்ண நிலையில் காணப்படும்.

'ஆர்னித்தேன் கார்பமைல் டிரான்ஸ்பேரஸ்' நொதியின் அளவு (Ornithine Carbamyl transferase Level in Blood)

இது இரத்தத்தில் 8 முதல் 20 மிலி. யூனிட்ஸ்/மிலி. (37°C சீதோஷ்ண நிலையில்) என்ற அளவில் காணப்படும்.

'பாஸ்படேஸ்சஸ்' நொதிகளின் அளவைக் கண்டறிதல் (Phosphatases)

அல்கலைன் 'பாஸ்படேஸ்சஸ்' நொதியின் அளவு: (Alkaline Phosphatase Level in Blood)

இது 30 முதல் 120 யூனிட்ஸ்/ஒரு லிட்டர் இரத்தத்தில் காணப்படும். (0.5 - முதல் 2 m kat*/லிட்டர் என்ற அளவில்)*

ஆஸிட் 'பாஸ்படேஸ்சஸ்' நொதியின் அளவு (Acid Phosphatase Level in Blood)

இது 0 முதல் 3.5 யூனிட்ஸ்/ஒரு லிட்டர் இரத்தத்தில் காணப்படும் (0.90 mat*/லிட்டர் என்ற அளவில்)*

'டிரான்ஸ்ஃபேரேசஸ்' நொதியின் அளவு (Transferases Level in Blood)

(SGOT/AST) Aspartate Amino Transferase நொதியின் அளவு

இது இரத்தத்தில் 10 முதல் 40 யூனிட்ஸ்/மிலி. (Karmen) *என்ற அளவில் 25°C சீதோஷ்ண நிலையில் காணப்படும். (8.29 யூனிட்ஸ் லிட்டர் 30°C சீதோஷ்ண நிலையில்).*

10 முதல் 60 யூனிட்ஸ்/மிலி (Karmen) *30°C சீதோஷ்ண நிலையில் காணப்படும். (8-33 யூனிட்ஸ்/லிட்டர் 37°C சீதோஷ்ண நிலையில்).*

`Alanine Amino Transferase' நொதியின் அளவு (SGPT/ALT)

இது 10 முதல் 30 யூனிட்ஸ்/(Karmen) *25°C சீதோஷ்ண நிலையில் இருக்கும். (4 முதல் 24 யூனிட்ஸ்/லிட்டர் 30°C சீதோஷ்ண நிலையில் காணப்படும்.*

8 முதல் 50 யூனிட்ஸ்/ஒரு மிலி. (Karmen) *30°C சீதோஷ்ண நிலையில் இருக்கும்.*

`Gamma-Glutamyl Transferase' நொதியின் அளவை இரத்தத்தில் கண்டறிதல் (G.GT)

இது இரத்தத்தில் 5 முதல் 40 I.U.*/ஒரு லிட்டர் இரத்தத்தில் என்ற அளவில் 37°C சீதோஷ்ண நிலையில் (5 முதல் 40 யூனிட்ஸ்/ஒரு லிட்டர் இரத்தத்தில் 37°C சீதோஷ்ண நிலையில் காணப்படும்.*

Aldolase: இந்த நொதி எப்போது அதிகரிக்கும்?

இந்த நொதி தசைகளின் பாதிப்பின் போதும் இதயப் பாதிப்பின் போதும், கல்லீரல் பாதிப்பின் போதும் அதிகரிக்கும்.

Amylase நொதி: இந்த நொதி எப்போது இரத்தத்தில் அதிகரிக்கும்.

கணையம் அழற்சியினால் பாதிக்கப்படும் போதும், சிறுநீரகச் செயலிழப்பின் போதும், நீரிழிவு நோயினால் உடலின்

அமிலத்தன்மை மிகும் போதும், இந்த நொதி இரத்தத்தில் அதிகரிக்கும்.

LDH: நொதி இரத்தத்தில் எப்போதும் மிகும்?

இதயம் பாதிப்பு நோய்களில் குறிப்பாக, மாரடைப்பிற்குப் பிறகு, கல்லீரல் நோய்களினால், சிறுநீரக நோய்களினால், இரத்த நோய்களினால் இந்த நொதி இரத்தத்தில் அதிகரிக்கும்.

Gamma G.T: எப்போது இரத்தத்தில் அதிகரிக்கும்?

பல்வேறு கல்லீரல் நோய்களிலும் இந்த நொதியின் அளவு இரத்தத்தில் அதிகரிக்கும். குறிப்பாக, மதுவை நீண்ட காலமாகப் பயன்படுத்தி வருகின்றவர்களுக்கு இந்த நொதியின் அளவு இரத்தத்தில் அதிகமாக இருக்கும்.

Creatine Kinase நொதி இரத்தத்தில் எப்போது மிகுதியாக இருக்கும்?

இந்த நொதி மாரடைப்பிற்குப் பிறகு இரத்தத்தில் அதிகரித்து இருக்கும். இதயத் தசையில் இருப்பதுபோல், பிற தசைகளிலும் இந்த நொதி காணப்படும். எனவே, தசைகள் பாதிக்கப்படும் போதும், தசை ஊசி போட்டுக் கொள்ளும்போதும் இந்த நொதியின் அளவு இரத்தத்தில் அதிகரிக்கும்.

`Acid Phosphatase' நொதி இரத்தத்தில் எப்போது அதிகரிக்கும்?

'Prostate' புற்று நோயில் இந்த நொதி அதிகமாக இருக்கும்.

Alkaline Phosphatase நொதி இரத்தத்தில் எப்போது அதிகரிக்கும்?

இந்த நொதி கல்லீரல் நோயில் அதிகரித்து இருக்கும். மேலும் எலும்பு சம்பந்தப்பட்ட நோய்களிலும் இந்த நொதி அதிகரித்து இருக்கும்.

வைட்டமின்-டி குறைபாடுகள், புற்று நோய்கள் ஆகிய வற்றினால் எலும்புகள் பாதிக்கப்படும் போது இந்த நொதி இரத்தத்தில் அதிகரிக்கும்.

'பாராதைராய்டு' சுரப்பிகள் மிகுதியாகச் செயல்படுவதாலும், சிறுநீரகச் செயலிழப்பினாலும், இந்த நொதி இரத்தத்தில் அதிகரித்து இருக்கும்.

Alanine-Amino Transferase (ALT/SGPT) நொதி எந்த நோய்களில் அதிகரிக்கும்?

இந்த நொதி, கல்லீரல் நோய்களில் அதிகரித்து விடும். உடல் தளர்வின்போதும் shock அதிகரித்து விடும்.

Aspartate - Amino - Transferase (AST/SGOT) இந்த நொதி எந்த நோய்களில் அதிகரிக்கும்?

இந்த நொதி கல்லீரல் நோய்களிலும் மாரடைப்பின் போதும், தசைகள் பாதிக்கப்படும் போதும் அதிகரிக்கும்.

Glucose - 6 - Phosphate Dehydrogenase நொதி ஆப்பிரிக்க நாட்டிலுள்ள மக்களுக்குக் குறைந்து காணப்படும். இந்த நொதி சிவப்பணுவில் காணப்படும் முக்கியமான நொதியாகும்.

இவ்வகை நொதி குறைவாக உள்ளவர்களுக்கு, மலேரியா நோய்க்கு எதிராகச் செயல்படும் மருந்துகளைக் கொடுத்தால், சிவப்பணுக்கள் எளிதில் சிதைந்து, அதிலுள்ள ஹீமோகுளோபீன் இரத்த பிளாஸ்மாவோடு கலந்து விடும்.

○

35. இரத்தத்தில் பல்வேறு ஹார்மோன்களின் அளவைக் கண்டறிவதற்கான பரிசோதனைகள்

நம் உடலிலுள்ள பல்வேறு நாளமில்லாச் சுரப்பிகள், நம் உடலுக்குத் தேவையான ஹார்மோன்களைச் சுரக்கின்றன.

இந்த 'ஹார்மோன்கள்' போதுமான அளவு சுரந்தால்தான் உடலியக்கங்கள் முறையாக நடைபெறும். உடலும் சீராகச் செயல்படும். இந்த 'ஹார்மோன்களின்' உற்பத்தி குறைந்தாலும், அதிகரித்தாலும் உடலியக்கங்கள் பாதிக்கப்பட்டு உடல் நலிவடையும்.

பல்வேறு நோய் அறிகுறிகளை வைத்து நாளமில்லாச் சுரப்பி நோய்களை மருத்துவர்கள் கண்டறிவார்கள். இவற்றை உறுதி செய்ய இரத்தப் பரிசோதனை செய்து அதில் குறிப்பிட்ட நாளமில்லாச் சுரப்பி நோயினைக் கண்டறிய, அதற்கான ஹார்மோனின் அளவைக் கணக்கிட வேண்டும்.

ஏற்கனவே, தைராய்டு ஹார்மோனின் அளவுகளை இரத்தத்தில் கணக்கிடுதலைக் குறித்து தெரிந்து கொண்டோம். இனி, பிற ஹார்மோன்களைக் குறித்தும் காண்போம்.

Follicular Stimulating Hormone (FSH) பரிசோதனை

இந்த ஹார்மோன் மூளையில், பப்பாளி வடிவத்தில் உள்ள பிட்யூட்டரி சுரப்பியிலிருந்து உருவாகிறது. இது ஆண்/பெண் உறுப்புகளின் செயல்பாட்டிற்கு மிகவும் உதவுகிறது. இந்த ஹார்மோனை, ஹைப்போதலாமங் என்ற உறுப்பிலிருந்து வரும் GnRH என்ற புரதப் பொருள் பிட்யூட்டரி உறுப்பினைத் தூண்டி உற்பத்தி செய்கிறது. `FSH' ஹார்மோன் பெண்களின் முக்கிய உள் உறுப்பான 'கருவணுகத்தைத்' தூண்டி, அதிலிருந்து முட்டை உற்பத்தியாக உதவுகிறது. இதனால், வளர்ச்சியடைந்த சினை முட்டைகள் உற்பத்தியாகின்றன. இவை முதல் 14 நாட்களில் தயாராகின்றன. இந்தச் 'சினை முட்டை' உற்பத்தியானால்தான், விந்துவுடன் சேர்ந்து கருத்தரித்து, கரு உண்டாகி, அது குழந்தையாக வளர முடியும்.

ஆண்களின் உடலில் உற்பத்தியாகும் FSH ஹார்மோன், விதைப் பையிலுள்ள Sertoil செல்களைத் தூண்டி, ஆணின் ஹார்மோனோடு சேரும் புரதப் பொருளை (Androgen-binding protein) உற்பத்தி செய்ய உதவுகிறது.

ஆக, இந்த ஹார்மோன் குறைவு ஏற்பட்டால், குழந்தைப் பேறு ஏற்படுவது தடைபடும். எனவே, குழந்தைப்பேறு இல்லாதவர்களுக்குச் செய்யப்படும் முக்கிய பரிசோதனை இதுவாகும்.

இதன் அளவுகள்

இந்த ஹார்மோனின் அளவு ஆண்களுக்கும், பெண் களுக்கும் அளவில் வேறுபடும்.

ஆண்களுக்கு

ஆண்களுக்கு இதன் அளவு 1.5 முதல் 9 யூனிட்ஸ்/லிட்டர் என்ற அளவில் இருக்கும்.

பெண்களுக்கு

பெண்களுக்கு பருவத்திற்கேற்ப இதன் அளவு வேறுபடும். மாதவிடாய் சென்ற பிறகு ஆரம்பத்தில் 3 முதல் 15 யூனிட்ஸ்/லிட்டர் என்ற அளவில் காணப்படும். சினை முட்டை உருவாகின்ற காலகட்டத்தில் 20 லிட்டர் என்ற அளவுக்கு அதிகரிக்கும். மாதவிடாய் நின்றவர்களுக்கு 30 யூனிட்ஸ்/லிட்டர் என்ற அளவிற்கும் அதிகமாக இந்த ஹார்மோனின் அளவு இருக்கும்.

ACTH ஹார்மோன் பரிசோதனை (Adreno Cortico Trophic Hormone) அளவு

இதுவும் குறிப்பிடப்பட்ட பிட்யூட்டரி சுரப்பி உற்பத்தி செய்யும் ஹார்மோனாகும். 'ஹைப்போதலாமஸ்' என்ற உறுப்பிலிருந்து உற்பத்தியாகும் 'தூண்டும் பொருள்' இந்த ஹார்மோன் உற்பத்திக்குப் பெரிதும் உதவுகிறது. இதனை `CRF' என்று கூறுவார்கள். (Cortico trophin - Releasing Factor)

இந்த ஹார்மோனின் அளவு அதிகாலையில் அதிகமாக இருக்கும். மாலை, இரவு வேளைகளில் குறைந்து காணப்படும். காய்ச்சல், உடல் வலி, காயம், இரத்த குளுக்கோஸின் அளவு குறைதல் போன்ற வேளைகளில் இந்த ஹார்மோனின் அளவு அதிகரிக்கும்.

இந்த ஹார்மோன் 'அட்ரீனல்' சுரப்பியினைத் தூண்டி, 'கார்டிசால்' என்ற ஹார்மோன் அங்கு உற்பத்தியாக உதவும். இந்த ஹார்மோனின் அளவு குறையும் போது ACTH அளவு அதிகரிக்கும்.

இதன் அளவுகள்

இதன் அளவினை இரத்தப் பரிசோதனையின் மூலம் கண்டறியலாம். இது காலை 7 மணி முதல் 9 மணி வரை 20M யூனிட்ஸ்/லிட்டர் என்ற அளவில் காணப்படும். (இவர்களுக்கு

காயம் பட்டிருக்கக் கூடாது. காய்ச்சல் இல்லாது இருக்க வேண்டும்) நோயாளிக்கு மேற்கூறிய தொந்தரவுகள் எதுவும் இருக்கக் கூடாது.

LH ஹார்மோன் அளவிற்கான பரிசோதனை (Leutinising Hormone Level)

இந்த ஹார்மோனும் முன்பக்கமுள்ள பிட்டியூட்டரி சுரப்பியிலிருந்து உற்பத்தியாகிறது. ஹைப்போதலாமஸ் உறுப்பிலிருந்து வெளிப்படும் ஹார்மோன் (GnRH - Gonadotrophin releasing Hormone) தான் பிட்டியூட்டரி உறுப்பைத் தூண்டி இந்த ஹார்மோன் சுரக்க உறுதுணை புரிகிறது.

இந்த ஹார்மோன் ஆண்கள் உடலிலும், பெண்கள் உடலிலும் உற்பத்தியாகும்.

இந்த ஹார்மோன் ஆண்களது விதைப்பையிலுள்ள leydig செல்களைத் தூண்டி ஆணின் ஹார்மோனான 'டெஸ்டோஸ் டிரான்' (Testosterone) ஹார்மோனின் உற்பத்திக்கு உதவுகிறது. மேலும்,14-வது நாள் நெருங்கி 'சினை முட்டை' உருவாகின்ற வேளையில் இதன் அளவு 90 யூனிட்ஸ்/லிட்டர் என்ற அளவில் காணப்படும். **FSH** ஹார்மோன் உதவியோடு 'விந்தணுக்கள்' உற்பத்தியாகவும் உதவுகிறது. hcG ஹார்மோனும் 'டெஸ் டோஸ்டிரான்' ஹார்மோன் உற்பத்தியாவதற்கு உதவுகிறது. எனவே, இவ்வகை ஹார்மோன்களின் குறைபாட்டினால், விந்தணுக்களின் உற்பத்தி தடைபடும். இதனால், மனைவிக்குக் கருத்தரிப்பதும், குழந்தைப்பேறும் இல்லாததுமான நிலை மையும் ஏற்படும். எனவே, குழந்தைப்பேறு இல்லாத குடும்பத்தில், பெண்களுக்குக் கோளாறு இல்லையென்றால் ஆண்களுக்கு மேற்கூறிய பரிசோதனைகளைச் செய்ய வேண்டும்.

பெண்களுக்கு 'சினை முட்டை' உருவாவதில், FSH ஹார்மோனோடு இணைந்து LH ஹார்மோனும் பெரிதும் உதவுகிறது. மாதவிடாய்க்குப் பிறகு, 12-வது நாளில் இந்த LH ஹார்மோன் அதிகரிக்கத் தொடங்கும். இந்த அதிகரிப்பால்தான் கருமுட்டை முழு வளர்ச்சியடைந்து, முதிர்ச்சி பெற்று, கருத்தரிப் பதற்கு ஏற்ற சினை முட்டையாக (Ovum) வெளிப்படுகிறது. இந்த ஹார்மோன் (LH) FSH ஹார்மோனுடன் இணைந்து 'இஸ்

ரோஜீன்' ஹார்மோன் (Oestrogen) அதிகமாக உற்பத்தியாக உதவுகிறது.

சராசரியாக இரத்தத்தில் LH ஹார்மோனின் அளவுகள்

பெண்களுக்கு: இதன் அளவு 2.5 முதல் 9 யூனிட்ஸ்/லிட்டர் என்ற அளவில் (மாதவிடாய் ஆன சில தினங்களில்) காணப்படும். (14வது நாள் நெருங்கி 'சினை முட்டை' உருவாகின்ற வேளையில்) இதன் அளவு 9 யூனிட்ஸ்/லிட்டர் என்ற அளவில் காணப்படும்.

ஆண்களுக்கு: 1.5 முதல் 9 யூனிட்ஸ்/லிட்டர் என்ற அளவில் காணப்படும்.

மாதவிடாய் நின்ற பிறகு, 45 வயதிற்கு மேற்பட்ட பெண்களுக்கு இதன் அளவு 30 யூனிட்ஸ்/லிட்டர் என்ற அளவில் இருக்கும்.

Cortisol ஹார்மோனின் அளவினை இரத்தப் பரிசோதனை மூலமாக அறிந்து கொள்ளுதல்

'கார்டிசால்' என்ற ஹார்மோன், அட்ரீனல் சுரப்பியிலுள்ள 'சோனா ஃபேஸிடுலேட்டா' என்ற பகுதியிலிருந்து உற்பத்தியாகிறது. இது 'ஸ்டிராய்டு' வகையைச் சேர்ந்த ஹார்மோனாகும். இது இரத்தத்தில் 'குளுக்கோஸின்' அளவை அதிகரிக்க உதவும். அதாவது, 'இன்சுலின்' ஹார்மோனுக்கு எதிராகச் செயல்படக் கூடியது. புரதப் பொருட்களிலிருந்தும் 'குளுக்கோஸ்' உருவாவதற்கும் உறுதுணை செய்யும்.

அவசரத் தேவைகளின் போதும், மிகவும் அபாய நேரங்களின் போதும் நமது உடல் அதிகமான அளவு இந்த ஹார்மோனை உற்பத்தி செய்யும்.

உடலில் ஏற்படும் வீக்கம், அழற்சி ஆகியவற்றைப் போக்குவதற்கு சிறந்த மருந்தாகவும் இது பயன்படும்.

உடல் பல்வேறு பாதிப்புகளுக்கு ஆட்படும்போதும், உணர்ச்சிகளால் உந்தப்படுகின்ற போதும் இந்த ஹார்மோன் அதிகமாகச் சுரக்கும்.

இந்த ஹார்மோன், அதிகாலை நேரத்தில் அதிகமாகச் சுரக்கும். ஏனெனில், அப்போதுதான் இதன் உற்பத்தியைத் தூண்டும் ACTH ஹார்மோனும் மிகுதியாகச் சுரக்கும்.

மாலை வேளைகளில் இதன் அளவு குறைந்து காணப்படும்.

இரத்தத்தில் இதன் அளவு (Cortisol Level in Blood)

அதிகாலையில், இதன் அளவு காலை 8 மணிக்கு முன்பாக 160 முதல் 565 nmol/litre என்ற அளவில் இருக்கும்.

இரவில், 10 மணிக்கு இதன் அளவு 205 nmol/litre என்ற அளவில் குறைந்து விடும்.

உடல் வளர்ச்சிக்கு உதவும் ஹார்மோனின் அளவு (Growth Hormone Level in Blood)

குழந்தை பிறந்ததிலிருந்து, அதன் வளர்ச்சிக்கு மிகவும் பயன்படும் ஹார்மோன் `Growth Hormone' ஆகும். உணவோடு, இந்த ஹார்மோனும் துணை புரிந்தால்தான் உடல் முழு வளர்ச்சியடையும்.

இந்த ஹார்மோன் 'முன்பக்க பிட்யூட்டரி' சுரப்பியி லிருந்துதான் உற்பத்தியாகிறது.

இந்த ஹார்மோனின் உற்பத்திக்கு, ஹைப்போதலாமஸில் இருந்து உற்பத்தியாகக்கூடிய GHRH என்ற ஹார்மோன் உதவி புரிகிறது. (GHRH-Growth Hormone Releasing Hormone) இங்கிருந்து உற்பத்தியாகும் மற்றொரு RHRIH என்ற ஹார்மோன் `Growth Hormone'-ன் வளர்ச்சியைத் தடுத்து நிறுத்துகிறது. GHRIH (Growth Hormone Releasing Inhibitory Hormone).

இந்த ஹார்மோனின் அளவு உரிய அளவு இருந்தால்தான் வளருகின்ற பருவத்தில் குழந்தைகளின் உடல் நன்கு வளர்ச்சியடையும். சிலருக்கு பிட்யூட்டரி சுரப்பியில் புற்று நோய்க் கட்டிகள் தோன்றினால், இந்த ஹார்மோன் உற்பத்தி மிகையாக இருக்கும். இதன் காரணமாக, இக்குழந்தைகள் குறுகிய காலத்திலேயே பெரியவர்களைப் போல அபரிமிதமாக வளர்ச்சி அடைவார்கள்.

இந்தச் சுரப்பி வளர்ச்சியடைந்து போதுமான அளவு ஹார்மோன் சுரக்கா விட்டால் இவர்கள் வளர்ச்சி குன்றி சர்க்கஸ் குள்ளர்களைப் போலத் தோற்றம் அளிப்பார்கள்.

இரத்தத்தில் இதன் அளவு

இந்த ஹார்மோனின் அளவு (பல்வேறு சூழ்நிலைகளைப் பொறுத்து பெரிதாக வேறுபடும்) பெரும்பாலும் 2m unit/litre என்ற அளவில் காணப்படும்.

உடல் பாதிப்புகளினாலும், ஓயாத மன உளைச்சலாலும் இதன் அளவு அதிகரிக்கலாம். அப்போது இதன் அளவு 50 mu/ litre என்ற அளவு வரை அதிகரிக்கும்.

‘காஸ்டிரின்’ ஹார்மோனின் அளவை இரத்தத்தில் பரிசோதனை செய்தல் (Gastrin Level in Blood)

இந்த ஹார்மோன் இரைப்பையிலிருந்து உற்பத்தியாகிறது. இது இரைப்பையிலுள்ள செல்களைத் தூண்டி ‘ஹைட்ரோ குளோரிக் அமில’த்தையும், உணவை ஜீரணிக்கத் தேவையான பெப்சின் என்ற நொதியையும் உற்பத்தி செய்யத் தூண்டும். சில வகை கணையப் புற்று நோய் உள்ளவர்களுக்கு அதிகமான அளவு இந்த ஹார்மோன் உற்பத்தியாகும்.

உ-ம்: Zollinger Ellison Syndrome (Gastrinoma) இதனால், இரத்தத்தில் மிகுதியாக இந்த ஹார்மோன் காணப்படும். இவை இரைப்பை செல்களை அதிகமாகத் தூண்டி, அதிக அளவு அமிலத்தை உற்பத்தி செய்வதால், இவர்களது இரைப்பை, சிறுகுடல் பகுதிகளில் எளிதில் தட்டுப்படாத ‘குடற்புண்கள்’ உண்டாகும்.

சில நோய்களில் இவ்வகை ஹார்மோன் குறைவினால், அமில உற்பத்தி குறைபடும். இதன் காரணமாக இவர்களுக்கு ஜீரண சக்தி குறைந்து விடும். **உ-ம்:** (Atrophic gastritis)

இரத்தத்தில் `Gastrin’ ஹார்மோனின் அளவு

இரத்தத்தில் இதன் அளவு 120 mg/litre வரை காணப்படும். இப்பரிசோதனை செய்யும் முன்பு, இரவில் உணவு உண்ணாமல்

இருக்க வேண்டும். கணையப் புற்றுநோயில் இது மிகுதியாகக் காணப்படும்.

இரத்தத்தில் 'இஸ்ரோடையல்' ஹார்மோன் பரிசோதனை (Oestradiol-17B. Test in Blood)

இந்த ஹார்மோன் இஸ்ரோஜீன் வகை ஹார்மோனாகும். இந்த ஹார்மோன் சுரப்பதற்கு FSH ஹார்மோன் அவசியம். இந்த ஹார்மோன் 'சினை முட்டை' உருவாகுவதற்கு உதவுவதுடன், உருவான முட்டை, விந்தணுவோடு சேர்ந்து கருத்தரிக்கவும் உதவுகிறது.

ஆண்களுக்கும் இவ்வகை ஹார்மோன் ஓரளவு சுரக்கும்.

பெண்கள் இரத்தத்தில் இந்த ஹார்மோனின் அளவு

இதன் 17β வகை பரிசோதனை செய்யப்படும். இது 110 முதல் 180 Pmol/litre என்ற அளவில் இரத்தத்தில் காணப்படும். (மாதவிடாய் நின்ற சிறிது நாட்களில்) சினை முட்டை உருவாகின்ற நேரத்தில் 550 முதல் 1650 pmol/litre வரை காணப்படும். கரு உண்டாகி அதற்கடுத்து வரும் நாட்களில் 370 முதல் 770 pmol/litre வரை காணப்படும்.

ஆண்களது இரத்தத்தில் இந்த ஹார்மோனின் அளவு

ஆண்களது உடலில் இந்த ஹார்மோன் 200 pmol/litre என்ற அளவிற்கும் குறைவாகவே காணப்படும்.

Progesterone ஹார்மோனின் அளவைக் கண்டறிதல்

இந்த ஹார்மோன் `Corpus Luteum' என்ற கருவணுவகத்திலுள்ள பகுதியில் சுரக்கிறது. இப்பகுதி 'சினை முட்டை (Ovum) உண்டான பின்பு தோன்றுகிறது. மேலும், இவ்வகை ஹார்மோன் அட்ரீனல் சுரப்பியிலிருந்தும் தோன்றுகிறது. இந்த ஹார்மோன் செயல்பட்டு பிறகு `Pregnanediol' என்ற நிலையில் சிறுநீருடன் வெளியேறும். 'சினை முட்டை' கருத்தரிப்பதற்கு 14 நாட்களுக்கு இவ்வகை ஹார்மோன் மிகவும் அவசியமாகும். அந்த நேரத்தில் 'முட்டை' விந்துவால் கருத்தரிக்கா விட்டால் `Corpus Luteum' சுருங்கி விடும். இந்த 'ஹார்மோனின்' அளவும் குறைந்து விடும்.

இவ்வகை ஹார்மோன் ஆண்களுக்கும், அட்ரீனல் சுரப்பியிலிருந்து உருவாகும்.

பெண்களுக்கு இந்த ஹார்மோனின் அளவு

மாதவிடாய் ஆனபிறகு, முதல் சில தினங்களில் 2 nmol/litre-க்கும் குறைவாக இருக்கும்.

'சினை முட்டை' உருவாகின்ற நேரத்தில் 15 nmol/litre என்ற அளவிற்கும் குறைவாக இருக்கும்.

ஆண்களுக்கு இந்த ஹார்மோனின் அளவு

ஆண்களுக்கு இந்த ஹார்மோன் 2 nmol/litre என்ற அளவிற்கும் குறைவாக இருக்கும்.

Prolactin (PRL) ஹார்மோன் அளவைக் கண்டறிதல்

இந்த ஹார்மோன் முன்பக்கமுள்ள பிட்யூட்டரி சுரப்பியினால் தயாரிக்கப்படுகிறது. இதனை TRH எனப்படும் `Thyroid Releasing Hormone' என்ற ஹைப்போதலாமஸில் உருவாகும் ஹார்மோன், தைராய்டு சுரப்பியைத் தூண்டுவது போலவே தூண்டி `Prolactin' என்ற ஹார்மோனை சுரக்கச் செய்கிறது. மேலும், ஹைப்போதலாமஸிலிருந்து வருகின்ற `Dopamine' என்ற ஹார்மோன் இதன் உற்பத்தியைத் தடை செய்யும்.

இந்த Prolactin ஹார்மோன் பால் உற்பத்திக்கு உதவுகிறது. எனவே, குழந்தை பிறந்தவுடன் பெண்களுக்கு இந்த ஹார்மோனின் அளவு அதிகரிக்கும்.

இதன் அளவு

இந்த ஹார்மோன் இரத்தத்தில் 60 முதல் 390 mu/litre என்ற அளவில் காணப்படும்.

Testosterone ஹார்மோன் அளவினைக் கண்டறிதல்

இது ஆண்களுக்கு உற்பத்தியாகக்கூடிய முக்கிய ஹார்மோனாகும். ஆணுறுப்பின் வளர்ச்சிக்கும், விந்தணுக்களின்

உற்பத்திக்கும், குழந்தைப்பேறு உண்டாவதற்கும் பெரிதும் பயன்படுகிறது.

பெண்களின் உடலிலும் இந்த ஹார்மோன் ஓரளவு காணப்படும். இது இவர்களது உடலில் அட்ரீனல் சுரப்பியி லிருந்து உருவாகும்.

இதன் அளவு

இது பெரியவர்களில் ஆண்களுக்கு *10-35* nmol என்ற அளவில் ஒரு லிட்டர் இரத்தத்தில் காணப்படும். அதாவது *(3-10* ng/*மி.லி. இரத்த அளவில்)*

10-35 nmol/litre *(அல்லது) 3-10* ng/ml

பெண்களுக்கு

3.5 nmol என்ற அளவில் ஒரு லிட்டர் இரத்தத்தில் காணப்படும். (அதாவது *1* ng/மிலி இரத்தத்தில் இருக்கும்).

<3.5 nmol/litre அல்லது (<ng/ml)

பருவமடையாத பெண்களுக்கும், ஆண்களுக்கும் இது *0.17* முதல் *0.7* nmol/லிட்டர் இரத்தத்தில் இருக்கும்.

(0.05 முதல் 0.2 ng/மிலி*)*

'இன்சுலின்' ஹார்மோன் அளவை இரத்தத்தில் பரிசோதனை செய்தல்

இந்த ஹார்மோன் B-வகை செல்களிலிருந்து (Islets of Langerhans cells) சுரக்கப்படும் முக்கியமான கணைய ஹார்மோனாகும்.

இது, Islets of Langerhans வகையினமான B-வகை செல்களிலிருந்து உற்பத்தியாகிறது.

இது உடலில், இரத்தத்தில் குளுக்கோஸை திசுக்கள் பயன்படுத்துமாறு செய்து இரத்த குளுக்கோஸ் அளவைக் கட்டுப்படுத்துகிறது.

இந்த ஹார்மோன் குறைவு ஏற்பட்டாலோ / முறையாக செயல்படாமல் போனாலோ, ஒருவருக்கு நீரிழிவு நோய்

வந்துவிடும். எனவே, நீரிழிவு நோய் வந்தவர்களுக்கு இது அரிய ஊசி மருந்தாகப் பயன்படுகிறது.

இதன் அளவுகள்

இது பிளாஸ்மாவில், 11 முதல் 240 மி.லி. யூனிட்ஸ் / ஒரு மி.லி. என்ற அளவில் காணப்படும்.

(0.46 முதல் 10 μg / லிட்டர் என்ற அளவில் (Bio-Assay முறைப்படி)

(RIA-Radio Immuno Assay) முறைப்படி 4-24 மி.லி. யூனிட்ஸ் / ஒரு மி.லி. என்ற அளவில் காணப்படும். (0.17 முதல் 1 mg/ லிட்டர் என்ற அளவில்)

'இன்சுலின்' குளுக்கோஸை பயன்படுத்தும் விதம் அறிதல் (Insulin Tolerance Test 0.1 unit/kg.)

இப்பரிசோதனைப்படி, வெறும் வயிற்றில் எடுக்கப்படும் இரத்தத்தில், குளுக்கோஸின் அளவு 70 முதல் 110 μg/டெசி லிட்டர் என்ற அளவில் இருக்கும். (அதாவது 3.85 முதல் 6.05 nmol/லிட்டர் என்ற அளவில்) குளுக்கோஸ் கொடுத்த பிறகு, இன்சுலின் ஹார்மோனின் செயல்பாட்டினால், 'குளுக்கோஸின்' அளவு இரத்தத்தில் ஒரு நிமிடத்தில் 50 சதவீதம் குறைந்துவிடும்.

அதன் பிறகு அரை மணி நேரத்தில் வெறும் வயிற்றில் எடுத்த இரத்த குளுக்கோஸின் அளவு வந்துவிடும்.

FSH ஹார்மோன் எப்போது அதிகரிக்கும்?

FSH ஹார்மோன் அதன் சாதாரண அளவைவிட மிக அதிகமாக இருந்தாலும், அது 'கருவணுவகம்' (Ovary) கோளாறு காரணமாகவும், அதில் உற்பத்தியாகும் ஹார்மோன் குறைவின் காரணமாகவுமே இருக்கும். இவர்களுக்கு FSH 40 I.U./litre என்ற அளவில் அதிகரித்து இருக்கும்.

FSH ஹார்மோன் எப்போது குறைவாக இருக்கும்?

பிட்யூட்டரி நோய்களின்போது இந்த ஹார்மோன் அளவு குறைந்து விடும்.

HCG ஹார்மோன் பரிசோதனை

HCG ஹார்மோன் கர்ப்பிணிகளுக்கு மிகுதியாகச் சுரக்கும். கர்ப்ப காலத்தில் `Placenta' உறுப்பிலிருந்து இது சுரக்கும். இதன் காரணமாக இந்த ஹார்மோன் இரத்தத்திலும், சிறுநீரிலும் மிகுதியாகக் காணப்படும்.

`Estrogen' ஹார்மோன் பரிசோதனை

Estrogen ஹார்மோன் முதல் 14 நாட்களுக்கு (மாதவிடாய் தொடங்கிய பிறகு) அதிகமாகச் சுரக்கும். இதில் முக்கியமானது 'Estradiol' என்ற ஹார்மோனாகும்.

இந்த ஹார்மோன் பெண்களுக்கு மாதவிடாய் நிற்கும் பருவத்தில் குறைந்து விடும்.

கருவணுவகக் கோளாறுகள் / புற்று நோய்கள் ஆகியவற்றில் இதன் அளவு மாறுபடும்.

Progesterone ஹார்மோன் பரிசோதனை

Progesterone ஹார்மோன் கரு உண்டான பின்பு அதிகரிக்கும். மாதவிடாய் தொடங்கிய பிறகு இதன் அளவு இரத்தத்தில் குறைந்து விடும்.

பல்வேறு நோய்களின் காரணமாக இந்த ஹார்மோன்களின் அளவு குறைந்தால் கருத்தரிக்க வாய்ப்பு இல்லாமல் போய்விடும்.

பல்வேறு கருவணுவகக் கோளாறுகள், பிறவிக்கோளாறுகள், மரபணுக் கோளாறுகள் பலவற்றிலும் ஹார்மோன்களின் அளவு குறைந்து விடும்.

Prolactin ஹார்மோன் பரிசோதனை

Prolactin ஹார்மோன் பெண்கள் பிரசவித்த பிறகு பால் தரும் காலத்தில் மட்டும் அதிகமாகச் சுரக்கும். மற்ற வேளைகளில் இதன் அளவு குறைந்து காணப்படும்.

பாலை வெளியே கொண்டு வரும்போது `Oxytocin' ஹார்மோன் தேவைப்படுவதால், இதன் அளவு அதிகரிக்கும்.

மார்பகம் வளர்ச்சியடையும் தருவாயில், இஸ்ரோஜீன், புரோஜஸ்டிரான், புரோலாக்டின், லேக்டோஜீன் ஆகிய ஹார்மோன்கள் அதிகமாகக் காணப்படும்.

Testosterone ஹார்மோன் பரிசோதனை

பல்வேறு பிறவி நோய்களினாலும், பிட்யூட்டரி சுரப்பி நோய்களினாலும், பரம்பரைக்காரணங்கள், மரபணுக் கோளாறுகள் ஆகியவற்றினாலும், குழந்தையை உற்பத்தி செய்வதற்கு சிலர் தகுதி இழந்தவர்கள் ஆகி விடுவார்கள். இவர்களது இரத்தத்தில் போதுமான `Testosterone' ஹார்மோன் இல்லாமல் குறைந்து விடும்.

கேடயச் சுரப்பி ஹார்மோன் பரிசோதனை

'கேடயச் சுரப்பி' மிகையாகச் செயல்படும்போது T3 மற்றும் T4 ஹார்மோன்களின் அளவு இரத்தத்தில் அதிகரித்து இருக்கும். அதேவேளை TSH ஹார்மோனின் அளவு குறைந்து காணப்படும்.

'கேடயச்சுரப்பி' குறைபாட்டில் T3 மற்றும் T4 ஹார்மோன் களின் அளவுகள் குறைந்து TSH ஹார்மோனின் அளவு மிகுதியாகக் காணப்படும்.

துணைகேடயச் சுரப்பி பரிசோதனை

இந்த சுரப்பியின் மிகை செயல்பாட்டின்போது `Parathyroid Hormone'-ன் அளவு அதிகரித்து இருக்கும்.

இச்சுரப்பியின் செயல்பாடு குறையும்போது PTH அளவு குறைந்து காணப்படும்.

17-Hydroxy Corticosteroids ஹார்மோனின் அளவை அறிதல்

ஆண்களுக்கு

பிளாஸ்மாவில் ஆண்களுக்கு 7 முதல் 19 μg/டெசி லிட்டர் என்ற அளவில் இருக்கும். (அதாவது 70 முதல் 190 μg/லிட்டர் என்ற அளவில்).

பெண்களுக்கு

பெண்களுக்கு *9 - 21* μg/டெசி லிட்டர் இரத்தத்தில் காணப்படும். *(90 முதல் 210* μg/லிட்டர் என்ற அளவில்)

ACTH ஹார்மோனை செலுத்திய பிறகு (24 usp units) இதன் அளவு *35* முதல் *55* μg/டெசி லிட்டர் இரத்தத்தில் காணப்படும். *(350 முதல் 550* μg/லிட்டர் இரத்தத்தில்.)

17-Ketosteroids ஹார்மோனின் அளவு

இது பிளாஸ்மாவில் *25* முதல் *125* μg / டெசி லிட்டர் என்ற அளவில் காணப்படும். *(0.25 முதல் 1.25 மி.கி./லிட்டர் என்ற அளவில்.)*

○

36. இரத்தத்திலுள்ள தாது உப்புகளை (Serum Electrolytes) அறிவதற்கான பரிசோதனைகள்

நமது இரத்தத்திலும், உடல் செல்களிலும், திசு நீர்களிலும் பல்வேறு தாது உப்புகள் உள்ளன. இவை செல்களின் பல்வேறு செயல்பாட்டிற்கும், வினைகளுக்கும் பெரிதும் உதவி செய்கின்றன. எனவே, இவை குறிப்பிட்ட அளவில் இருக்க வேண்டியது மிகவும் அவசியமாகும்.

இதற்கு மாறாக, இவற்றின் அளவில் குறைவு ஏற்பட்டாலோ, மிகுந்தாலோ, உடலின் இயக்கங்கள் பலவும் பாதிக்கப்பட்டு விடும்.

இவை, வாந்தி எடுத்தல், வயிற்றோட்டம், உடலில் தீப்பற்றிக் கொள்ளுதல், இரத்தக் கசிவுகள், உடலில் ஏற்படும் பல்வேறு நாளமில்லாச் சுரப்பி நோய்கள், வளர்சிதை மாற்ற நோய்கள் ஆகியவற்றினால் மாறுதல்கள் அடையும்.

அயோடின், கால்சியம், குளோரைடு, மெக்னீஷியம், சோடியம், பொட்டாசியம், கார்பனேட் முதலியன உடலுக்குத் தேவையான மிகவும் முக்கியமான தாது உப்புகளாகும்.

இனி மேற்கூறிய தாது உப்புகள் இரத்தத்தில் மனிதனுக்குச் சராசரி எந்த அளவுகளில் இருக்குமெனக் காணலாம்.

இரத்தத்தில் கால்சியம்

இரத்தத்தில் காணப்படும் முக்கிய தாது உப்பு கால்சிய மாகும். இது உடலில் நடைபெறும் பல்வேறு வினைகளிலும் முக்கியப் பங்கு வகிக்கிறது. இரத்தம் உறைதலுக்கு உதவுகிறது. பற்களுக்கும், எலும்புகளுக்கும் இது அவசியம். நமது உடலில் சுமார் 1200 கி. கால்சியம் உள்ளது. இதில் 99 சதவீதம் எலும்பு களில் காணப்படுகிறது. இதயத் தசை சுருங்கி விரிவதற்கும், பிற தசைகள் இயங்குவதற்கும் உதவுகிறது. நரம்பு செல்களுக்கும் இது அவசியமாகும்.

நாம் உட்கொள்ளும் உணவிலுள்ள கால்சியம் முறையாக உட்கிரகிக்கப்பட்டு இரத்த ஓட்டத்தைச் சேர வைட்டமின்-டி அவசியமாகும். எனவே, இதுபோன்ற குறைபாடுகளின் காரணமாக இரத்தத்தில் கால்சியத்தின் அளவு குறையலாம். சுவாசக்குழல் புற்று நோய்களிலும், பிற புற்று நோய்களிலும் இரத்தத்தில் கால்சியம் அதிகரிக்கலாம்.

இரத்தத்தில் கால்சியம் தனிப்பட்ட அயனியாகவும், செல்களோடு சேர்ந்தும் காணப்படுகிறது.

இரத்தத்தில் கால்சியத்தின் அளவுகள்

(Calcium Level in Blood)

அயனி கால்சியத்தின் அளவு (Calcium ionied)

இது இரத்தத்தில் 4 முதல் 4.8 மி.கி./டெசி லிட்டர் என்ற அளவில் காணப்படும். (அதாவது 1 முதல் 1.2 nmol/லிட்டர் என்ற அளவில்.)

இரத்தத்தில் மொத்த கால்சியத்தின் அளவு (Total Calcium)

இது இரத்தத்தில் 9.2 மி.கி. முதல் 11 மி.கி./டெசி லிட்டர் என்ற அளவு வரை இருக்கும். (அதாவது 2.3 முதல் 2.8 mmol/ஒரு லிட்டர் இரத்தத்தில் இருக்கும்.

‘குளோரைடு’ அளவை இரத்தத்தில் கண்டறிதல் (Chloride Level in Blood)

இது இரத்தத்தில் 95 முதல் 103 Mg/லிட்டர் என்ற நிலையில் இருக்கும். (95 முதல் 103 mmol/லிட்டர் என்ற அளவில் இருக்கும்.

இரத்தத்தில் அமிலத்தன்மை பல்வேறு நோய்களில் மிகும்போது, குறிப்பாக, நீரிழிவு நோய் மற்றும் ‘சாலிசிலேட்’ (ஆஸ்பிரின்) மருந்துகளினாலும் இரத்தத்தில் அமிலத்தன்மை அதிகமாகும். (Metabolic Acidors)

இரத்தத்தில் பல்வேறு காரத்தன்மை பொருட்களினால் இதன் அளவு குறையும்.

‘மெக்னீஷியத்தின்’ அளவை இரத்தத்தில் கண்டறிதல் (Magnesium Level in Blood)

இது 1.3-2.1 mEq/லிட்டர் என்ற அளவில் காணப்படும். (0.7 முதல் 1.1 mmol/லிட்டர் என்ற அளவில் இருக்கும்.) (அல்லது) 1.8 முதல் 3 மி.கி./டெசி லிட்டர் இரத்தத்தில் இருக்கும்.

இது பெரும்பாலும், எலும்பில் மெக்னீஷியம் பாஸ்பேட் மற்றும் கார்பனேட் ஆகியவற்றுடன் சேர்ந்து காணப்படுகிறது. இது நமது உடலில் 25 கி. அளவு இருக்கும். பல்வேறு நொதிகளின் உற்பத்திக்கு இது அவசியமாகும்.

நரம்பில், மின் கடத்தல்கள் நடைபெறுவதற்கும், தசைகளின் சுருக்கத்திற்கும், இதயத்துடிப்பு சீராக நடைபெறுவதற்கும் இது பயன்படுகிறது.

உடலில் நடைபெறும் பல்வேறு வினைகளுக்கும் இது அவசியமாகும்.

நீரிழிவு நோயினாலும், அதற்கான சிகிச்சையினாலும், நீண்ட காலமாக மது அருந்துவதனாலும், புரோட்டீன் குறைவாலும் மெக்னீஷியம் குறைவு ஏற்படலாம். இது அதிகமானாலும் இதய, நரம்பியல் பாதிப்புகள் ஏற்படும்.

'பொட்டாஷியத்தின்' அளவை இரத்தத்தில் கண்டறிதல் (Potassium Level in Blood)

இது இரத்தத்தில் காணப்படும் முக்கியமான தாது உப்பாகும். இதன் பெரும் பகுதி செல்களின் உட்புறத்தில் காணப்படும். ஒரு பகுதி இரத்தத்தில் இருக்கும்.

இதன் அளவு இரத்தத்தில் அதிகமானால் இதயத்துடிப்பு சீரில்லாமல் போகும். இதனால், உயிருக்குப் பாதிப்பு ஏற்படலாம். இதன் அளவு குறைந்தாலும், தசைகளில் தளர்வு, அசதி போன்ற தொந்தரவுகள் ஏற்படலாம்.

இதன் அளவு

இது இரத்தத்தில் *3.8* முதல் *5* MEg/லிட்டர் என்ற அளவில் காணப்படும். (*3.8* முதல் *5* mmol/லிட்டர் என்ற அளவில் இருக்கும்.)

'சோடியத்தின்' அளவை இரத்தத்தில் கணக்கிடுதல் (Sodium Level in Blood)

பொட்டாஷியத்தை விட, சோடியம் இரத்தத்தில் மிகுதியாகக் காணப்படும். அதே நேரம், செல்களில் குறைவாக இருக்கும்.

இது நாம் சாப்பிடுகின்ற பல்வேறு உணவுகளிலும் உள்ளது. முக்கியமாக உணவிற்குப் பயன்படுத்துகின்ற உப்பில் நிறைந்து இருக்கும். இது தசை, நரம்புகளின் செயல்பாட்டிற்கும், ஜீரண நீர்களின் உற்பத்திக்கும் உதவுகிறது.

வாந்தி, பேதியின் போதும், இரத்த கசிவின் போதும் இதன் அளவு குறைந்து விடும்.

இதய, கல்லீரல் நோய், சிறுநீரக நோய்கள், ஸ்டிராய்டு மருந்துகள் ஆகியவற்றினால், இதன் அளவு இரத்தத்தில் அதிகமாகும்.

இதன் அளவு

இதன் அளவு பிளாஸ்மாவில், *136* முதல் *142* MEg/லிட்டர் என்ற அளவில் இருக்கும். (*136* முதல் *142* mmol/லிட்டர் என்ற அளவில் இருக்கும்).

'சோடியம்' இரத்தத்தில் குறைவதற்கான காரணங்கள்

சோடியம் இரத்தத்தில் குறைவதற்குப் பல காரணங்கள் உண்டு.

சிறுநீரகப் பாதிப்பு நோய்கள், கேடயச் சுரப்பியின் குறைபாடு, நீரை வெளியேற்றும் மருந்துகளை அதிகமாக உட்கொள்வது, இதயச் செயலிழப்பு, கல்லீரல் இறுக்கி நோய் ஆகியவை முக்கியமானவை யாகும்.

சோடியம் மிகுவதற்கான காரணங்கள்

அதிகமான வயிற்றோட்டம், வாந்தி முதலியவற்றினால் நீர் அதிகமாக வெளியேறுவதாலும் அதிகமாக நீர் வெளியேறும் நோயினாலும் (Diabetis Insipidus) நீரிழிவு பாதிப்பினாலும், ஆல்டொஸ்டிரான் ஹார்மோன் மிகுவதாலும் ஏற்படும்.

பொட்டாஷியம் எந்தெந்த நோய்களில் இரத்தத்தில் அதிகரிக்கும்?

வளர்சிதை மாற்றத்தால் ஏற்படும் அமிலத்தன்மையின் காரணமாக இரத்தத்தில் பொட்டாஷியத்தின் அளவு அதிகரிக்கும். குறிப்பாக, சிறுநீரகச் செயலிழப்பு, நீரிழிவு பாதிப்பு, அடீசன்ஸ் நோய், அதிகமாக இரத்தம் செலுத்தப்படுவதாலும், பொட்டாஷியம் மிகுந்த மருந்துகளை உட்கொள்வதாலும், இதன் அளவு இரத்தத்தில் அதிகரிக்கலாம்.

பொட்டாஷியம் இரத்தத்தில் குறைவதற்கான காரணங்களும், நோய்களும்

நீரை வெளியேற்றும் மருந்துகளை அதிகமாக உட்கொள்வதாலும், வாந்தி, பேதி ஆகியவற்றினாலும், பொட்டாஷியத்தைக் குறைவாக உட்கொள்வதாலும், இரைப்பை சுருக்கத்தாலும், காரத்தன்மை மிகுவதாலும், அட்ரீனல் சுரப்பி மிகையாலும் (ACTH ↑ ஹார்மோன், கார்டிசால் ஹார்மோன் அதிகரிப்பதால்) இரத்தத்தில் பொட்டாஷியத்தின் அளவு குறையலாம்.

பொட்டாஷியம் இரத்தத்தில் அதிகரிப்பதற்கான காரணங்களும், நோய்களும்

பல்வேறு புற்று நோய்களினாலும் (குறிப்பாக, புற்று நோய் எலும்புகளுக்குப் பரவினாலும்)

துணை கேடயச் சுரப்பியின் மிகை செயல்பாட்டினாலும் (Hyperparathyroidism) இரத்தத்தில் கால்சியம் அதிகமாகக் காணப்படும்.

கால்சியம் எந்தெந்த நோய்களில் இரத்தத்தில் குறையும்?

அறுவை சிகிச்சையின் மூலம் கேடயச்சுரப்பி, துணை கேடயச்சுரப்பி ஆகியவற்றை நீக்கி விட்டாலும், இச்சுரப்பிகளின் குறைவான செயல்பாட்டு நோய்களினாலும், கணைய அழற்சியினாலும், உடலில் நீர்ச்சத்து மிகுவதாலும், இரத்தத்தில் கால்சியத்தின் அளவு குறைந்துவிடும்.

மெக்னீஷியம் இரத்தத்தில் குறைவதற்கான நோய்களும், உடற்பாதிப்புகளும்

அதிகமான வயிற்றோட்டத்தாலும், நீரிழிவு நோயினால் ஏற்படும் அமிலத்தன்மை மிகுதியினாலும், மதுவை மிகுதியாக அருந்துவதாலும், நீண்ட காலமாக உணவு உண்ண இயலாமல் இரத்தக்குழாய் வழியாக குளுக்கோஸ் மற்றும் இதர சத்துப் பொருட்களைத் தொடர்ந்து செலுத்துவதாலும், கால்சியம், பொட்டாசியம் குறைபாடுகள் ஏற்படுகின்ற போதும், இரத்தத்தில் மெக்னீஷியத்தின் அளவு குறைந்து விடும்.

இரத்தத்தில் மெக்னீஷியத்தின் அளவு அதிகரிப்பதற்கான காரணங்களும் / பாதிப்புகளும்

சிறுநீரகச் செயலிழப்பினால், இரத்தத்தில் மெக்னீஷியத்தின் அளவு அதிகரிக்கும்.

இரத்தத்தில் குளோரைடு எந்த நோய்களினால் மிகுதியாகும்?

உடலில் நடைபெறும் பல்வேறு வளர்சிதை மாற்றத்தால்/ நோய்களினால் அமிலத்தன்மை மிகுதி ஏற்படும்போது

இரத்தத்தில் குளோரைடு அளவு அதிகரித்து, பை-கார்பனேட் அளவு குறைந்து விடும்.

இரத்தத்தில் 'குளோரைடின்' அளவு எந்த நோயினால் குறையும்?

இரத்தத்தில் பல்வேறு காரணங்களினால் காரத்தன்மை அதிகமாகும்போது, பை-கார்பனேட்டின் அளவு அதிகரித்து, குளோரைடின் அளவு குறைந்துவிடும்.

இரத்தத்தில் அமிலத்தன்மை மிகுவதற்கான காரணங்கள்

நீரிழிவு நோயின் பாதிப்பினால் ஏற்படும் அமிலத்தன்மை, மதுவின் பாதிப்பு, சிறுநீரகச் செயலிழப்பு, பிற சிறுநீரகப் பாதிப்புகள் (பை-கார்பனேட் அதிகமாக சிறுநீரில் வெளியேறி விடுதல்) தொடர் வயிற்றோட்டம், வாந்தி ஆகிய காரணங்களி னால் இரத்தத்தில் அமிலத்தன்மை மிகுதியாகும்.

இரத்தத்தில் காரத்தன்மை மிகுவதற்கான காரணங்களும் நோய்களும்

இரைப்பை நீரை வெளியேற்றுதல் (பரிசோதனைக்காக) அதிகமாகக் குளோரைடு வெளியேறும் நோய்கள்.

சிறுநீரை வெளியேற்றும் மருந்துகளினால், ஆல்டோஸ் டிரான் ஹார்மோன் மிகுதியாக உற்பத்தியாவதால்,

காரத்தன்மை பொருட்களை/திரவங்களை அதிகம் உட் கொள்வதால், காரத்தன்மை திரவங்களைச் செலுத்துவதால் இரத் தத்தில் காரத்தன்மை அதிகரிக்கும். உடலில் இரத்தத்திலுள்ள பல்வேறு தாது உப்புகளின் அளவுகள், இரத்தத்திலும், செல்களிலும் உள்ள நீர்த்தன்மையைப் பொருத்தும், சிறுநீர் வெளியேறுகின்ற அளவைப் பொருத்தும், சிறுநீரகச் செயல் பாட்டைப் பொருத்தும், இரத்தத்திலுள்ள பிற தாது உப்புகளின் அளவைப் பொருத்தும் மாறுதல் பெறும்.

37. தைராய்டு சுரப்பி நோய்களை அறிவதற்கான பல்வேறு பரிசோதனைகள்

'**தை**ராய்டு' சுரப்பி நம் உடலிலுள்ள மிகவும் முக்கியமான நாளமில்லாச் சுரப்பியாகும். இச்சுரப்பியிலிருந்து 'தைராக்ஸின்' என்ற ஹார்மோன் சுரக்கிறது. மேலும் `T3' எனப்படும் 'டிரை அயோடோதைரோஸின்' என்ற ஹார்மோனும் சுரக்கிறது. இந்த இரண்டு ஹார்மோனையும், தைராய்டு (TSH) சுரப்பியை முறைப்படுத்தும் ஹார்மோன் மூளையிலுள்ள பிட்யூட்டரி என்னும் நாளமில்லாச் சுரப்பியிலிருந்து வருகின்ற ஹார்மோன் முறைப்படுத்தும். 'தைராய்டு' சுரப்பியைக் கேடயச் சுரப்பி என்றும் கூறுவார்கள்.

இந்தச் சுரப்பியிலிருந்து சுரக்கும் ஹார்மோன்களின் அளவில் குறைவு ஏற்பட்டால் உடல் பாதிப்பு ஏற்படும். இந்த ஹார்மோன்கள் அதிகரித்தாலும் உடலில் பாதிப்புகள் ஏற்படும். எனவே, இவை தேவையான அளவு சீராக இருப்பது மிகவும் அவசியமாகும். அப்போதுதான் உடல் இந்த ஹார்மோனால் பயன் பெற்று உடல் சீராகச் செயல்பட முடியும்.

இனி மனித இரத்தத்தில் சராசரி எந்த அளவில் இந்த ஹார்மோன்கள் இருக்க வேண்டுமெனக் காணலாம்.

இதற்கான சிறப்புப் பரிசோதனைகள் Free Thyroxine `T4' Level

இதில் தைராக்ஸினின் அளவு இரத்தத்தில் அறியப்படும். இது *0.9* முதல் *2.3* ng/டெசி. லிட்டர் இரத்தத்தில் காணப்படும். (*12-30* pmol/லிட்டர் இரத்தத்தில் இருக்கும்).

T4 RIA பரிசோதனை

இப்பரிசோதனைப்படி, இதன் அளவு **(T4)** *5.5* முதல் *12.5* **ng**/டெசி. லிட்டர் இரத்தத்தில் இருக்கும். (அதாவது *72* முதல் *163* **nmol**/லிட்டர் என்ற அளவில்)

T3 Level பரிசோதனை

இதில் தைராக்ஸின் உருவாகின்றபோது ஏற்படுகின்ற `T3' எனப்படும் 'டிரை அயோடோதைரோஸினின்' அளவு அறியப்படும்.

T3 Resinuptake பரிசோதனை

இதன்படி, 25-38 சதவீதம் இருக்கும்.

TSH - Thyroid Stimulating Hormone பரிசோதனை

இப்பரிசோதனையில் ஹார்மோன் மிகுதியாக இருந்து, T4 குறைவாக இருந்தால், இவர்களுக்கு 'தைராய்டு' சுரப்பி நீரின் அளவும், ஹார்மோனின் அளவும் குறைந்து விட்டது என்று அறியலாம்.

இதன் அளவு இரத்தத்தில் 0.4 முதல் -5/யூனிட்ஸ்/மிலி இரத்தத்தில் காணப்படும் (0.4-5 mu/லிட்டர் இரத்தத்தில்).

Thyroxine binding globulin (TBG) பரிசோதனை

இதன்படி இரத்தத்தில் 10 முதல் 26 μg/டெசி. லிட்டர் இரத்தத்தில் இதன் அளவு இருக்கும் (100-260 μg/லிட்டர் அளவில்).

'தைராய்டு' சுரப்பி செயல்பாட்டிற்கான பிற பரிசோதனைகள்

இவர்களது இரத்தத்தில் LDH (Lactate Dehydrogenase) எனப்படும் லாக்டேட் டீஹைட்ரோஜினேஸ், `CK' (Creatine Kinase) எனப்படும் கிரியோடின் கைனேஸ் முதலிய நொதிகள் அதிகரித்து இருக்கும்.

இரத்தத்தில் கொழுப்புகளின் அளவுகள்

தைராய்டு ஹார்மோன்களின் குறைவு உள்ளவர்களுக்கு இரத்தத்தில் 'கொலஸ்டிராலின்' அளவு அதிகரித்து விடும். மேலும் 'டிரைகிளிசரைட்' பரிசோதனையிலும் அளவு அதிகமாக இருக்கும்.

இரத்தத்தில் 'சோடியத்தின்' அளவு குறைவாக இருக்கும்.

Serum Cholesterol	↑
Serum Triglycerides	↑
Serum Sodium	↓

ECG பரிசோதனை

இவர்களுக்கு இதயத்துடிப்பு சராசரி மனிதர்களைவிட குறைவாகவே இருக்கும். அத்துடன் சுருள் வரைபடத்திலும் மின்சார பாய்ச்சல் குறைவால் தோன்றும் படமே கிடைக்கும். மேலும் ST, T அலைகளிலும் மாற்றங்கள் தென்படும்.

○

38. மஞ்சள் காமாலை நோய்க்கான இரத்தப் பரிசோதனைகள்

'**ம**ஞ்சள் காமாலை' என்பது பொதுவாகப் பலருக்கும் வரும் நோயாகும். நோய் என்று கூறுவதைவிட, இதனை நோயின் பாதிப்பு என்று கூறலாம். ஆனால், மக்கள் இன்றும் இதனை ஒரு நோயாக நினைத்துக் கொண்டு பல்வேறு நாட்டு மருந்துகளையும் சாப்பிட்டு வருகிறார்கள். இதில் பலரும் அவைகளைச் சாப்பிட்டும் குணமாகாமல், நவீன சிகிச்சைக்கு வருவதுண்டு.

'மஞ்சள் காமாலை' பல்வேறு நோய்க்கிருமிகளின் பாதிப்பினால் பித்த கற்களின் அடைப்பினால், புற்று நோயினால் ஏற்படலாம். எனவே, எந்தக் காரணத்தினால் 'மஞ்சள் காமாலை' ஏற்பட்டது என்பதனைப் பல்வேறு பரிசோதனைகள் மூலமாகக் கண்டறிய வேண்டும்.

பல்வேறு வைரஸ் கிருமிகளின் பாதிப்பினால் 'கல்லீரல் அழற்சி' ஏற்பட்டு, மஞ்சள் காமாலை வரலாம். இதனை அறிய இரத்தப் பரிசோதனை அவசியம். அதேபோல, மஞ்சள் காமாலையின் தன்மையை அறியவும் இரத்தப் பரிசோதனை செய்ய வேண்டும்.

இனி, மஞ்சள் காமாலை உள்ளவர்களுக்குச் செய்யப்படும் பல்வேறு இரத்தப் பரிசோதனைகள் குறித்து காணலாம்.

பீல்லுரூபின் பரிசோதனை (Billirubin)

'பீல்லுரூபின்' என்ற இந்த நிறமி, பித்த நீருக்கு மஞ்சள் நிறத்தைத் தரக்கூடிய மிகவும் முக்கியமான நிறமியாகும்.

பீல்லுரூபின் மொத்த அளவு

இதன் அளவை இரத்தத்தில் அளவிட வேண்டும். இதன் மொத்த அளவு இரத்தத்தில் சாதாரணமாக, 1 மி.கி. அளவிற்கும் குறைவானதாக இருக்கும். (அதாவது 0.1 மிகி முதல் 1.2 மிகி/ஒரு டெசி. லிட்டர் இரத்தத்தில் இருக்கலாம்.

Conjucated & Unconjucated Billirubin

இது 1.7 முதல் 20.5/umol/லிட்டர் அளவாகும். இதில் இரண்டு வகைகள் உள்ளன. கல்லீரலில் உற்பத்தியாகும் ‘குளுக்கோனரைடு’ பொருளோடு சேர்ந்த ‘பீல்லுரூபின்’ மற்றொன்று ‘குளுக்கோனரைடுடன்’ சேராத ‘பீல்லுரூபின்’.

இவை இரண்டும் இதேபோல, Direct (Conjucated Billirubin) Indirect (unconjucated billirubin) என்று அழைக்கப்படும்.

மஞ்சள் காமாலை உள்ளவர்களுக்கு, இரத்தத்தில் ‘பீல்லுரூபினின்’ அளவு 1 மி.கி.க்கும் கூடுதலாக இருக்கும்.

இனி தனித்தனியாக உள்ள பித்த நிறமிகளின் அளவுகளைக் காணலாம்.

Direct (Conjucated Billirubin) அளவு

இந்த பீல்லுரூபின் 0.3 மிகி/ஒரு டெசி. லிட்டர் இரத்தத்தில் இருக்கும். (அதாவது 5.1 mmol/என்ற அளவில் ஒரு லிட்டர் இரத்தத்தில் இருக்கும்.

இந்த நிறமியின் அளவு பெரும்பாலும், புற்று நோயினாலும், பித்தக் கற்களாலும் ஏற்படும் அடைப்பு / தடையின் காரணமாக ஏற்படும் ‘மஞ்சள் காமாலையில்’ மிகுந்து இருக்கும். ஏனெனில், உருவாக்கப்படும் பித்த நிறமி வெளியேற்றப்படாமல் இரத்தத்தில் பெருமளவு கலந்து சிறுநீரில் வெளியேறும்.

Indirect (unconjucated Billirubin) அளவு

இது 0.1 முதல் 1 மி.கி. என்ற அளவில் ஒரு டெசி. லிட்டர் இரத்தத்தில் காணப்படும். (அதாவது 1.7 முதல் 17.1/mmol/என்ற அளவில் ஒரு லிட்டர் இரத்தத்தில் காணப்படும்.)

இது பெரும்பாலும், சிவப்பணுக்களின் உற்பத்தி குறைவதாலும், சிவப்பணுக்கள் அதிகமாகச் சிதைவு அடைவதாலும் ஏற்படுகிறது.

பிறந்த குழந்தைகளுக்கு 'பில்லுரூபினின்' அளவு

இது இவர்களது இரத்தத்தில் 1 மி.கி. முதல் 12 மி.கி என்ற அளவில் ஒரு டெசி லிட்டர் இரத்தத்தில் இருக்கும். (அதாவது 17.1 முதல் 250 mmol/ஒரு லிட்டர் இரத்தத்தில்).

○

39. கல்லீரலின் செயல்பாட்டை அறிவதற்கான பரிசோதனைகள்

கல்லீரலின் செயல்பாடு எவ்வாறு உள்ளது என்பதைத் தெரிந்து கொள்வதற்காக இரத்தத்தில் செய்யப்படும் பரிசோதனைகளாகும் இவை.

உடலில் நடைபெறும் பல்வேறு வளர்சிதை மாற்றத்திற்கும் கல்லீரல் உதவுகிறது. பல்வேறு உணவு சத்துக்களைச் சேமிக்கும் உறுப்பாகவும் அது செயல்படுகிறது.

நாம் உட்கொள்கின்ற பல்வேறு மருந்துகளும் தங்களின் செயல்பாடுகளை முடித்தபிறகு, கல்லீரலினால் மாற்றமடைந்து, அதன்பிறகே பல்வேறு பொருட்களாக வெளியேற்றப்படுகிறது.

கல்லீரல் 'மது' போன்ற போதைப் பொருட்களாலும் பாதிக்கப்படும். ஏனென்றால் இவற்றின் வளர்சிதை மாற்றத்திற்கும், வெளியேற்றத்திற்கும் கல்லீரல் உதவுகிறது. இரத்தம் உறைவதற்கான பொருட்களையும் கல்லீரல் உற்பத்தி செய்கிறது.

இனி, கல்லீரலின் செயல்பாடு குறித்துள்ள பல்வேறு இரத்த பரிசோதனைகளையும் காணலாம்.

இவற்றை `Liver Function Tests' என்று கூறுவார்கள்.

1. இரத்தத்தில் புரதத்தின் மொத்த அளவு (Total Protein)
2. இரத்தத்தில் தனித்தனியாக புரதத்தின் அளவுகள் (அல்புமின் - குளோபூலின் அளவுகள்)

3. இரத்த உறை பொருட்களின் அளவுகள்
4. இரத்தத்தில் 'ஃபெரிட்டினின்' அளவு
5. இரும்புச்சத்து சேரும் அளவு
6. 'செரூல்லோபிளாஸ்மீன்' அளவு
7. தாமிரத்தின் அளவு
8. ஆல்பா - 1 குளோபூலின் அளவு
9. நொதிகளின் அளவுகள்

   ஆ) ஆல்கலைன் பாஸ்பட்டெஸ்

   ஆ) அமீனோ டிரான்ஸ்ஃபேரஸ்

      1) அலெனைன் ஃபேரஸ்

      2) ஆஸ்பர்டெட் ஃபேரஸ்

10. காமா, ஜி.டி. பரிசோதனை

இவை மிகவும் முக்கியமான பரிசோதனைகளாகும். இனி, இவை ஒவ்வொன்றைக் குறித்தும் விரிவாகத் தெரிந்து கொள்வோம்.

இரத்தத்தில் புரதப் பொருட்களின் அளவு

மொத்தப் புரதம் என்பது அல்புமீன் மற்றும் குளோபூலின் அளவுகளைக் குறிக்கும். அல்புமீன் புரதம் கல்லீரலால்தான் உருவாக்கப்படுகிறது.

மொத்த புரதத்தின் அளவு

மொத்த புரதத்தின் அளவு இரத்த நீரில் 6 முதல் 7.8 கிராம் வரை/ஒரு டெசி. லிட்டர் இரத்தத்தில் காணப்படும். (அதாவது 60 முதல் 78 கிராம்/ஒரு லிட்டர் இரத்தத்தில்).

அல்புமீனின் அளவு

இதில் அல்புமீன் புரதத்தின் அளவு 3.2 முதல் 4.5 கிராம் வரை/ஒரு டெசி. லிட்டர் இரத்தத்தில் காணப்படும்.

அதாவது 32 முதல் 45 கிராம் ஒரு லிட்டர் இரத்தத்தில் காணப்படும்.

குளோபூலின் அளவு 2.3 முதல் 3.5 கிராம்/ஒரு டெசி. லிட்டர் இரத்தத்தில் இருக்கும். அதாவது 23 முதல் 35 கிராம்/ ஒரு லிட்டர் இரத்தத்தில் இருக்கும்.

பல்வேறு கல்லீரல் நோய்களிலும் இரத்தத்தில் அல்புமீன் அளவு குறைந்து, குளோபூலின் அதிகமாகக் காணப்படும்.

'பிரோதிராம்பின் நேரம்' (Prothrombin Time)

கல்லீரல் பெரும்பாலான இரத்த உறை பொருட்களை உருவாக்குகிறது. சில இரத்த உறை பொருட்களை ஊக்குவிப்பதற்கு வைட்டமின்-கே-யின் துணை அவசியமாகும். கல்லீரல் பல்வேறு நோய்களினால் பாதிக்கப்படும்போது, இரத்த உறைபொருட்களின் உற்பத்தியும் குறைந்து விடும். இதனால், 'இரத்தம் உறைதல்' பிரச்சனை ஏற்படும். இதனைக் கண்டறிய இப்பரிசோதனை உதவுகிறது.

இரத்தம் உறைதல் படிப்படியான வினைகளின் மூலம் நிகழ்கிறது. இதில் பல்வேறு இரத்த உறைபொருட்களும் பங்கெடுக்கின்றன. இவ்வாறு, வினைகள் நடைபெறும்போது 'புரோதிராம்பின்' என்ற பொருள் 'திராம்பினாக' மாற்றப் படுகிறது. இது இரத்த உறைதலுக்கு மிகவும் அவசியமாகும். இவ்வாறு, இப்பொருள் திராம்பினாக மாறினால்தான், அது இறுதியாக, ஃபைரினோஜீன் என்ற இரத்த புரதத்தை ஃபைரின் என்ற பொருளாக மாற்றி, 'இரத்த உறைதலை' முழுமைப்படுத்த முடியும்.

இரத்த உறைபொருட்களின் குறைபாட்டினால், புரோதிராம்பின் முழுமையாக 'திராம்பினாக' மாற்றப்படுவ தில்லை. எனவே, இதற்கான நேரத்தைக் கணக்கிடும்போது, அதாவது, 'புரோதிராம்பீன் நேரம்' இரத்த உறைதலில் உள்ள கோளாறைக் கண்டுபிடிக்கலாம். சாதாரணமாக பிரோ திராம்பின் நேரம் 10 முதல் 14 விநாடிகள் என்ற கால அளவில் இருக்கும்.

கல்லீரல் நோய்களில், பிரோதிராம்பின் நேரம் அதிகரிக்கும். இது இயல்பைவிட70 முதல் 110 சதவீதம் அதிகரிக்கும். இப்பரிசோதனை செய்யும்போது, வைட்டமின்-கே போதுமான

அளவு நோயாளிக்கு இருத்தல் வேண்டும். அப்போதுதான் இப்பரிசோதனை சரியான முடிவைத் தரும். எனவே, தேவைப் பட்டால் இந்த ஊசியினைச் செலுத்தி இப்பரிசோதனையைச் செய்ய வேண்டும்.

இரத்தத்தில் ஃபெரிட்டினின் அளவு

இரத்தத்தில் இரும்புச் சத்தின் ஒரு பகுதியான 'ஃபெரிட்டின்' (Ferritin) காணப்படும்.

இதன் அளவு

இது சராசரி மனிதர்களுக்கு அதிகபட்சம் 1000 மைக்ரோ கிராம்/ஒரு லிட்டர் இரத்தத்தில் என்ற அளவில் இருக்க வேண்டும்.

இதைவிட இந்த அளவு அதிகரித்தால், இந்த 'இரும்புச்சத்து' உடலின் பல்வேறு பகுதிகளிலும் படிந்து, பல்வேறு உடல் பாதிப் புகளை ஏற்படுத்தி விடும். குறிப்பாக, 'ஹீமோகுரோமட் டோசிஸ்' (Haemochromatosis) என்ற நோயில், இதுபோல, இரும்புச்சத்து இரத்தத்தில் அதிகரித்துவிடும். (அதாவது, ஃபெரிட்டினின் அளவு அதிகரித்து விடும்.) இவர்களின் கல்லீரலிலும் இந்த இரும்புச்சத்து பல்வேறு பாதிப்புகளையும் ஏற்படுத்திவிடும். எனவே, கல்லீரலின் செயல்பாடு குறித்து அறிய செய்யப்படும் பரிசோதனைகளில் இப்பரிசோதனை முக்கியமானதாகும்.

ஆண்களுக்கு

இது 15 முதல் 350 மைக்ரோகிராம்/லிட்டர் 15-350 μg/L.

பெண்களுக்கு

8 முதல் 300 மைக்ரோ கிராம்/லிட்டர் 8-300 μg/L *என்ற அளவில் காணப்படும.*

இரும்புச்சத்து சேரும் திறன்

முன்பே கூறியபடி 'ஹீமோகுரோமட்டோசிஸ்' நோயைக் கண்டுபிடிக்க இப்பரிசோதனையும் உதவுகிறது. இவர்களுக்கு

இதன் திறன் 60 சதவீதத்திற்கும் கூடுதலாக இருக்கும். ஆனால், சாதாரணமாக சராசரி மனிதர்களுக்கு இதன் திறன் 60 சதவீதத்திற்கும் குறைவானதாகவே இருக்கும்.

இதன் அளவு

45 முதல் 72 மைக்ரோ மோல்/ஒரு லிட்டர் இரத்தத்தில் என்ற அளவில் இருக்கும்.

செரூலோபிளாஸ்மின் அளவு

இது தாமிரத்தோடு சேரும் குளோபூலின் வகையைச் சேர்ந்த புரதமாகும். இதனையும் கல்லீரலே உற்பத்தி செய்கிறது. இது சரியான அளவு இருந்தால்தான், தாமிரத்தோடு சேர்ந்து, இரத்தத்திலுள்ள தாமிரத்தை முறையாகக் கொண்டு செல்ல முடியும்.

இதன் அளவு குறைவுபடுமாயின், 'தாமிரம்' புரதத்தோடு சேர முடியாமல், உடலின் பல்வேறு பகுதிகளுக்கும் எடுத்துச் செல்லப்பட்டு, உடலின் பல்வேறு பகுதிகளிலும் படிந்து பல்வேறு நோய் பாதிப்பை ஏற்படுத்திவிடும்.

இதன் அளவு

இது இரத்தத்தில் 150 முதல் 600 மிகி. என்ற அளவில் ஒரு லிட்டர் இரத்தத்தில் இருக்கும்.

○

40. சிறுநீரகத்தின் செயல்பாட்டை அறிய உதவும் இரத்தப் பரிசோதனைகள்

இரத்தத்தில் சேரும் பல்வேறு கழிவுகளை வெளியேற்றுவதே சிறுநீரகத்தின் முக்கிய பணியாகும். சிறுநீரகம் பழுதுபடும்போது, இக்கழிவுப் பொருட்கள் சரிவர வெளியேற்றப்படாமல் இரத்தத்தில் மிகுந்து விடும்.

எனவே, இப்பொருட்களின் (சிறுநீரகம் வெளியேற்றும் கழிவுப்பொருட்களின்) அளவைப் பரிசோதித்துப் பார்க்கும்

போது, சிறுநீரகம் எவ்வாறு செயல்படுகிறது என்பதனைக் கண்டறிய முடியும். இப்பொருட்கள் சராசரி மனிதனின் இரத்தத்தில் இவ்வளவுதான் இருக்க வேண்டுமென்ற அளவு உள்ளது. அதற்கு அதிகமாக இருக்குமாயின் சிறுநீரகம் பழுது அடைந்து வருகிறது என்பதை மறைமுகமாக அறிந்து கொள்ளலாம்.

இனி இதற்கான பல்வேறு பரிசோதனைகளைக் காணலாம். இவற்றை `Renal Function Tests' என்று கூறுவார்கள்.

இரத்தத்தில் யூரியாவின் அளவு Blood Urea, இரத்தத்தில் கிரியேட்டினின் அளவு Blood Creatinine, சாதாரணமாக இவை இரத்தத்தில் இருக்கவேண்டிய அளவுகள் பற்றி இனி பார்ப்போம்.

யூரியா

2.5 முதல் 6.6 மி.மோல்/ஒரு லிட்டர் இரத்தத்தில், அதாவது 10 முதல் 40 மிகி./ஒரு டெசி லிட்டர் இரத்தத்தில் இருக்க வேண்டும்.

பல்வேறு சிறுநீரக பாதிப்புகள், அதன் செயலிழப்புகள் ஆகியவற்றின் காரணமாக இதன் அளவு அதிகரிக்கும்.

10-40 mgm/dl அல்லது 2.5-6.6 mmol/litre

இரத்தத்தில் `Creatine'-ன் அளவு (Creatine Level in Blood)

இது ஆண்களுக்கு 0.1 முதல் 0.4 மி.கி./ஒரு டெசி லிட்டர் இரத்தத்தில் காணப்படும். (7.6 முதல் 30.5 μmol/ஒரு லிட்டர் இரத்தத்தில் இருக்கும்.)

பெண்களுக்கு 0.2 முதல் 0.7 மி.கி./ஒரு டெசி. லிட்டர் இரத்தத்தில் காணப்படும். (அதாவது 15.3 முதல் 53.4 μmol/ஒரு லிட்டர் இரத்தத்தில் இருக்கும்.)

இதன் அளவு சாதாரணமாக 55 முதல் 150 மைக்ரோ மோல் என்ற அளவில் ஒரு லிட்டர் இரத்தத்தில் காணப்படும். அதாவது, 1.4 மிகி./ஒரு டெசி லிட்டர் வரை இரத்தத்தில் இருக்கும்.

இதுவும், சிறுநீரக நோய்களில் அதிகரிக்கும், ACE Inhibitor வகையைச் சேர்ந்த இரத்த அழுத்தத்திற்குப் பயன்படும் மருந்துகளினாலும், இதன் அளவு இரத்தத்தில் அதிகரிக்கலாம்.

1.4 mgm/dl *அல்லது 55-150* µmol/litre.

சிறுநீரகப் பாதிப்பால் வரும் அபாயங்கள்

சிறுநீரகம் நாம் தொடர்ந்து உட்கொள்ளும் உணவு, மருந்துகள் போன்றவை ஜீரணமடைந்து இரத்தத்தில் உட்கிர கிக்கப்பட்ட பிறகு, அவற்றின் பயன்களைத் தந்தது போக மிஞ்சி யுள்ள தேவையற்ற கழிவுகளைத் தொடர்ந்து வெளியேற்றிக் கொண்டிருக்கும்.

சிறுநீரகம் பாதிப்படையும் போதும், அது செயலிழந்து வரும்போதும், இவ்வகை கழிவுப்பொருட்கள் முறையாக வெளியேற்றப்படாததால், இவை தொடர்ந்து இரத்தத்தில் மிகுந்து விடும்.

இவ்வாறு சிறுநீரகப் பாதிப்பினால் இரத்தத்தில் Blood Urea மற்றும் Blood Creatine ஆகியவை மிகுந்து விடும்.

மேலும், இரத்தத்திலுள்ள பல்வேறு தாது உப்புகளின் அளவுகளும் சிறுநீரகப் பாதிப்பினால் மாறுபடும்.

○

41. நீரிழிவு நோய்களுக்கான பரிசோதனைகள்

இரத்தத்தில் 'குளுக்கோஸின்' அளவை அறிதல்

இப்பரிசோதனை, ஒருவருக்கு 'நீரிழிவு' நோய் உள்ளதா? இல்லையா? என்பதைக் கண்டறியப் பயன்படுகின்ற முக்கியமான பரிசோதனையாகும்.

நீரிழிவு நோய் மக்களிடம் அதிகரித்துக் கொண்டே வருகிறது. தற்சமயம் பல லட்சம் மக்கள் 'நீரிழிவு' நோயினால் பாதிக்கப்பட்டுள்ளார்கள். இதனை ஆரம்பத்திலேயே கண்டறிந்து சிகிச்சை செய்ய வேண்டும். இல்லையென்றால்,

இந்நோய், கண், சிறுநீரகம், இதயம், இரத்தக்குழாய், நரம்புகள் என உடலின் பல்வேறு உறுப்புகளையும் பாதித்துவிடும்.

இதற்கென சிறுநீரில் ‘குளுக்கோஸின்’ அளவை அறிய செய்யப்படும் பரிசோதனைகள் உண்டு என்ற போதிலும், இரத்தத்தில் ‘குளுக்கோஸின்’ அளவை அறிய செய்யப்படும் பரிசோதனைதான் சிறந்தது. இப்பரிசோதனையைச் செய்து நீரிழிவை ஆரம்பத்திலேயே கண்டறிவதன் மூலம், உடலில் ஏற்படும் பல்வேறு பாதிப்புகளையும், பின் விளைவுகளையும் தடுக்கலாம்.

ஆரம்பத்திலேயே நோயைக் கண்டறிந்து உரிய சிகிச்சை அளித்து நோயாளியை ஆரோக்கியத்துடன் நீண்ட காலம் வாழ வழி வகைகள் செய்ய முடியும். எனவே, சாதாரணமாக எந்த நோயாளிக்கும் செய்யப்படும் மிகவும் முக்கியமான அடிப்படை பரிசோதனை, இரத்தத்தில் குளுக்கோஸின் அளவை கணக்கிடுதலாகும்.

இவ்வாறு பொதுவாக ஒருவருக்கு இந்நோயை அறிந்து கொள்ள செய்யப்படும் பரிசோதனை ஒரு வகை. மற்றொரு வகையில், ஏற்கனவே கண்டுபிடிக்கப்பட்ட ‘நீரிழிவு’ நோயாளிகளுக்கு, சிகிச்சையின் போது, தற்சமயம் நோயின் பாதிப்பு எப்படியுள்ளது. குளுக்கோஸ் சிகிச்சைக்குப் பிறகு இரத்தத்தில் கட்டுப்பாட்டுடன் உள்ளதா? என்பதைக் கண்டறிய செய்யப்படும் பரிசோதனையாகும். எனவே, இப்பரிசோதனையை வைத்து நோயின் தன்மை குறைந்துள்ளதா இல்லையா என்பதை ஆராய முடியும்.

தேவைப்பட்டால் மருந்தின் அளவை நோயின் தன்மைக்கு ஏற்ப அதிகரிக்கலாம். இல்லையெனில், வேறொரு புதிய நீரிழிவு நோய்க்கான மருந்தை முன் கொடுத்து வந்த மருந்தோடு சேர்த்து கொடுத்துப் பார்க்கலாம்.

ஆக, நோயைக் கண்டுபிடிப்பதற்கும், கண்டுபிடித்த நோய்க்கு உரிய முறையான சிகிச்சை அளிப்பதற்கும் இப்பரிசோதனை மிகவும் அவசியமாகும்.

இரத்தத்தில் ‘குளுக்கோஸின்’ அளவைப் பல்வேறு நிலைகளில் பரிசோதனை செய்கிறார்கள்.

வெறும் வயிற்றில் இரத்தப் பரிசோதனை

இரத்தத்தில் குளுக்கோஸின் அளவைக் கண்டறிதல் (Fasting Blood Glucose Level)

அதிகாலை எழுந்தவுடன் நோயாளி, டீ, காபி போன்ற பானங்கள் அருந்தும் முன்பாகவே, அவரது இரத்தத்தை எடுத்து, அதில் 'குளுக்கோஸின்' அளவு எவ்வளவு உள்ளது என்பதனைக் கண்டறியும் முறையாகும்.

பெரும்பாலும், சராசரி மனிதர்களுக்கு, இரத்தத்தில் உணவு, பானங்கள் எதுவும் எடுத்துக் கொள்ளாத நிலையில் குளுக் கோஸின் அளவு 80 மி.கி. முதல் 120 மி.கி. வரை ஒரு டெசி. லிட்டர் இரத்தத்தில் இருக்கும்.

இதற்கும் அதிகமாக (120 மி.கி.) காணப்பட்டால், அவருக்கு நீரிழிவு நோய் ஏற்பட வாய்ப்புகள் உண்டு.

இந்தப் பரிசோதனையைச் செய்கின்றபோது நோயாளி எந்த உணவையும் சாப்பிட்டிருக்கக்கூடாது. டீ, காபி போன்ற பானங்களையும் அருந்தியிருக்கக்கூடாது.

சிலருக்கு, 'இரத்தத்தில் குளுக்கோஸின்' அளவை முன்பு கூறியபடி வெறும் வயிற்றில் பரிசோதனை செய்யாமல், நோயாளிக்கு நேரம் கிடைக்கும்போது எடுத்து பரிசோதனை செய்வது உண்டு. இதனை 'Random' முறை என்று கூறுவார்கள். (Random Blood Sugar Level). இந்த அளவானது, சராசரி மனிதனுக்கு 80 முதல் 140 மி.கி. /டெசி. லிட்டர் என்ற அளவில் இருக்கும்.

அதேபோல, உணவு சாப்பிட்டபிறகு ஒன்றரை மணி நேரம் மற்றும் இரண்டு மணி நேரம் கழித்து இரத்த குளுக்கோஸை பரிசோதனை செய்து பார்க்கும் முறையும் வழக்கத்தில் உள்ளது. இதனை Postprandial Blood Sugar Level என்று கூறுவார்கள். ஒன்றரை மணிக்குப் பிறகு சராசரி மனிதனுக்கு 180 மி.கி./ஒரு டெசி. லிட்டர் இரத்தத்தில் என்ற அளவில் இருக்க வேண்டும். இரண்டு மணி நேரத்திற்குப் பிறகு, 120 மி.கி./டெசி. லிட்டர் என்ற அளவில் இருக்க வேண்டும்.

ஆரம்ப நிலையிலுள்ள நீரிழிவு நோயை அல்லது நீரிழிவை முதன் முறையாகக் கண்டறிய G.T.T. என்ற பரிசோதனை மிகவும் உதவுகிறது.

இப்பரிசோதனையில் நோயாளிக்கு வெறும் வயிற்றில் இரத்தம் எடுத்து அதில் குளுக்கோஸின் அளவு கண்டறியப்படும். அதேபோல, சிறுநீரிலும் குளுக்கோஸின் அளவைப் பரிசோதனை செய்து பார்க்க வேண்டும். அதன்பிறகு நோயாளிக்கு, 75 கிராம் குளுக்கோஸை ஒரு தம்ளர் தண்ணீரில் கரைத்து குடிக்கக் கொடுக்க வேண்டும். இவ்வாறு குளுக்கோஸ் கொடுத்த பிறகு அரை மணி நேரம், ஒரு மணி நேரம், ஒன்றரை மணி நேரம் மற்றும் இரண்டு மணி நேரம் என நான்கு முறை இரத்தத்தில் குளுக்கோஸின் அளவைக் கண்டுபிடிக்க வேண்டும். அதேபோல, சிறுநீரிலும் குளுக்கோஸின் அளவைக் கண்டு பிடிக்க வேண்டும்.

நீரிழிவு நோய் இல்லாதவர்களுக்கு, வெறும் வயிற்றில் இரத்தப் பரிசோதனை செய்யும்போது, குளுக்கோஸ் குறிப்பிட்ட அளவில் குறைவாகவே இருக்கும். சிறுநீரில் குளுக்கோஸ் வெளிப்படாது. குளுக்கோஸ் கொடுத்துவிட்டு பரிசோதனை செய்கின்றபோது, குளுக்கோஸின் அளவு கொஞ்சம் கொஞ்ச மாக இரத்தத்தில் அதிகரித்து, அதன் பிறகு குறையத் தொடங்கி இரண்டு மணி நேரத்தில், வெறும் வயிற்றில் எடுத்தபோது, எந்த அளவு இரத்த குளுக்கோஸ் இருந்ததோ அந்த அளவுக்கு வந்து விடும். ஏனெனில், நீரிழிவு நோய் இல்லாதவர்களுக்கு, உடல் குளுக்கோஸை முறையாக பயன்படுத்தியிருக்கும். மேலும், இவர்களுக்கு சிறுநீரில் குளுக்கோஸ் வெளிப்படாது.

ஆனால், நீரிழிவு நோய் உள்ளவர்களுக்கு வெறும் வயிற்றில் இரத்த குளுக்கோஸ் குறைவாக இருக்கலாம். அல்லது அதிகரித்து இருக்கலாம். ஆனால், குளுக்கோஸ் கொடுத்த பிறகு, உடல் அதை முறையாக, சீராக பயன்படுத்த முடியாத காரணத்தால், இவர்களது இரத்தத்தில் குளுக்கோஸின் அளவு அதிகரித்துக்கொண்டே போகும். அது ஆரம்பத்தில் பார்த்த குளுக்கோஸின் அளவிற்குத் திரும்பாது.

மேலும், சிறுநீரில் குளுக்கோஸின் அளவு இருப்பதுடன், ஒவ்வொரு ஒன்றரை மணி நேரமும் இதனைப் பரிசோதனை

செய்யும்போது இந்த அளவு கூடிக்கொண்டே வரும். இதனை வைத்து நீரிழிவைக் கண்டுபிடித்து விடலாம். அதாவது, இவர்களது உடல் தரப்படும் குளுக்கோஸை முறையாகப் பயன்படுத்த இயலாமல் போவதே இதற்கான காரணமாகும்.

'சிவப்பணுவில் குளுக்கோஸின் அளவு பரிசோதனை' (Glycated Haemoglobin)

நீரிழிவு நோய் உள்ளவர்களுக்குத் தற்சமயம் செய்யப்படும் மிகவும் முக்கியமான பரிசோதனை, சிவப்பணுவில் சேரும் குளுக்கோஸின் அளவைக் கணக்கிடுதலாகும். இதனை, `Glycosylated Haemoglobin' பரிசோதனை என்று கூறுவார்கள்.

சாதாரணமாக, நம் இரத்தத்தில் பரிசோதனை செய்யும் குளுக்கோஸின் அளவு, அது வெறும் வயிற்றில் செய்யப்படும் பரிசோதனையாகட்டும், உணவு உண்டபிறகு செய்யப்படும் பரிசோதனையாகட்டும், குளுக்கோஸ் கொடுத்த பிறகு செய்யப்படும் பரிசோதனையாகட்டும், இவையெல்லாம், அந்த நேரத்தில் இரத்தத்தில் குளுக்கோஸின் அளவு எவ்வளவு உள்ளது என்பதைத்தான் காட்டும். ஆனால், இப்பரிசோதனை, கடந்த 6 முதல் 8 வாரங்களாக இரத்த குளுக்கோஸின் அளவு எவ்வாறு உள்ளது என்பதை அறிவதற்குப் பயன்படுகிறது.

ஏனென்றால், இரத்தத்திலுள்ள குளுக்கோஸ், சிவப்பணுக் களிலுள்ள ஹீமோகுளோபீன் என்ற நிறமிப் பொருளில் கொஞ்சம் கொஞ்சமாக சேர்ந்துகொண்டே இருக்கும். இவ்வாறு சேர்ந்த குளுக்கோஸ் சிவப்பணுக்கள் அழிக்கப்படும் காலம் வரை, அந்தச் சிவப்பணுவிலுள்ள 'ஹீமோகுளோபீனோடு' சேர்ந்து இருக்கும். பெரும்பாலும், சிவப்பணுக்கள் 6 முதல் 8 வார காலத்திற்கு ஒருமுறை அழிக்கப்பட்டு புதிய சிவப்பணுக்கள் உருவாகும். எனவே, சிவப்பணுவில் சேரும் இக்குளுகோஸின் அளவைக் கணக்கிடும்போது, நமக்கு 6 முதல் 8 வாரங்கள் வரை இரத்தத்தில் குளுக்கோஸின் அளவு எப்படியிருந்தது என்பதனை அறிந்து கொள்ள முடியும்.

எல்லா ஹீமோகுளோபீனோடும் குளுக்கோஸ் சேர்வது இல்லை. இவை 6 முதல் 8 ஹீமோகுளோபீனோடு சேர்க்கின்றன.

இவ்வகை ஹீமோகுளோபீனை (Hba 1) `Glycated Haemoglobin' என்று அழைக்கிறார்கள். இதில் மூன்று வகைகள் உள்ளன.

HbA1a, HbA1b, HbA1c என்பன அவை. இதில் பெரும்பாலும் HbA1c என்ற ஹீமோகுளோபீனின் பரிசோதனையே ஆய்வுக் கூடத்தில் செய்யப்படுகிறது.

இதன்அளவு

4.5 முதல் 8 சதவீதம் வரை இருக்கும்.

○

42. இரத்தத்தில் கொழுப்புகளின் அளவைக் கண்டறிதல் (Blood Lipid Profile)

“உனக்கு கொழுப்பு ரொம்ப கூடிப்போச்சு” என்று நம் நண்பர்கள் நம்மைக் கேலியாகக் கூறக் கேட்டிருப்பீர்கள். அவர்கள் கூறும் அந்த கொழுப்பு வேறு, இந்தக் கொழுப்பு வேறு. அவர்கள் ‘திமிர்’ கூடிப் போய்விட்டதைத்தான் ‘கொழுப்பு’ என்று கூறுவார்கள். ஆனால், இரத்தத்தில் கொழுப்பு கூடியுள்ளதா? என்பதைக் கண்டறிய கண்டிப்பாக இரத்தப் பரிசோதனை செய்ய வேண்டும்.

இரத்தத்தில் காணப்படும் கொழுப்புகளில் பல வகைகள் உண்டு. அவை ஒவ்வொன்றும் எந்த அளவுக்கு நம் இரத்தத்தில் உள்ளது என்பதை அறிய வேண்டும். அத்துடன், ‘டிரை கிளிசரைடு’ என்ற கொழுப்பின் அளவையும் இரத்தத்தில் அளக்க வேண்டும்.

குளுக்கோஸைப் போல, ‘கொலஸ்டிராலும்’ இரத்தத்தில் ஒரு குறிப்பிட்ட அளவுதான் இருக்க வேண்டும். அப்படியில் லாமல் அதிகமாக இருந்தால், அதிகப்படியான கொலஸ்டிரால் இரத்தக் குழாயின் உட்சுவரில் படியத்தொடங்கி, நாளடைவில் அதில் அடைப்பை ஏற்படுத்தி விடும். இதன் காரணமாக, இதயத்திற்குச் செல்லும் இரத்தத்தில் தடை ஏற்படும். அதனால் ‘மாரடைப்பு’ ஏற்பட்டு நோயாளி இறக்க நேரிடுகிறது.

மேலும், நீரிழிவு நோய் உள்ளவர்களுக்கு, ஏற்கனவே இரத்தக் குழாய்களும் பாதிக்கப்படுவதால், இவர்களுக்கு மிகுதியாக 'கொலஸ்டிரால்' இருக்கும்போது, அது 'மாரடைப்பு' ஏற்பட மேலும் துணை புரிந்து விடும். எனவே, நீரிழிவு நோய் உள்ளவர்களும், இரத்த அழுத்த நோய் உள்ளவர்களும் கொலஸ்டிராலைக் கண்டிப்பாகக் கட்டுப்பாட்டில் வைத்திருக்க வேண்டியதிருப்பதால், இவர்களுக்கு கொலஸ்டிரால் பரிசோதனை மிகவும் அவசியமாகும்.

இரத்தத்தில் பார்க்கப்படும் பல்வேறு கொலஸ்டிராலின் வகைகள்:

மொத்த கொலஸ்டிரால், HDL, LDL, VLDL, Triglycerides.

HDL என்றால் High density Lipoprotein Cholesterol

LDL என்றால் Low Density Lipoprotein Cholesterol

VLDL என்றால் Very Low Density Cholesterol என்றும் பொருள்.

இனி, இந்தக் கொலஸ்டிரால் வகைகள் இரத்தத்தில் சராசரி மனிதனுக்கு எந்த அளவு இருக்க வேண்டும் என்பதைக் காணலாம்.

இரத்தத்தில் மொத்தக் கொலஸ்டிராலின் அளவு

இது 150 முதல் 250 மி.கி./டெசி. லிட்டர் இரத்தத்தில் இருக்க வேண்டும். (அதாவது 3.90 முதல் 6.50 mmol/லிட்டர் இரத்தத்தில் இருக்க வேண்டும்.

இதில் Esterified Cholesterol அளவு மொத்த கொலஸ்டிரால் அளவில் 65 முதல் 75 சதவீதம் வரை இருக்க வேண்டும். (இது 200 மி.கி.க்கும் குறைவாக இருந்தால் நல்லது.)

இந்த அளவைவிட மிக அதிகமாக கொலஸ்டிரால் வகைகளின் அளவு அதிகரித்தால், மிகவும் எச்சரிக்கையாக இருக்க வேண்டும்.

உணவினாலும், பரம்பரைக் காரணங்களினாலும் இவ்வாறு இரத்தத்தில் கொலஸ்டிராலின் மிகை அளவு ஏற்படலாம்.

'டிரைகிளிசரைடு' அளவு

இது இரத்தத்தில் 10 முதல் 190 மி.கி./டெசி. லிட்டர் இரத்தத்தில் இருக்கும். (0.11 முதல் 2.09 mmol/லிட்டர் என்ற அளவில்) இது 200 மி.கி. அளவிற்கும் குறைவாக இருந்தால் நல்லது.)

HDL கொலஸ்டிராலின் அளவு இரத்தத்தில்

இது இரத்தத்தில் 30 முதல் 75 மி.கி./டெசி. லிட்டர் இரத்தத்தில் காணப்படும்.

VLDL கொலஸ்டிராலின் அளவு இரத்தத்தில்

இதன் அளவு இரத்தத்தில் 25 முதல் 40 மி.லி./ஒரு டெசி. லிட்டர் இரத்தத்தில் இருக்கும்.

LDL கொலஸ்டிராலின் அளவு

இது இரத்தத்தில் 170 முதல் 210 மி.கி./ஒரு டெசி. லிட்டர் இரத்தத்தில் காணப்படும்.

T.Cholesterol: HDL Cholesterol Ratios

இது 5.0 முதல் 1.0 வரை இருக்க வேண்டும்.

○

43. புற்று நோயைக் கண்டறிவதற்கான பரிசோதனைகள்

'புற்றுநோய்' உடலைப் பாதிக்கக்கூடிய நோய் மட்டுமல்ல. வாழ்நாளைச் சுருக்கக் கூடிய கொடிய நோயுமாகும். கான்ஸர் வந்துவிட்டது, புற்று நோய் வந்துவிட்டது என்றாலே, பாதிக்கும் மேற்பட்டவர்கள் பயத்திலேயே தினமும் செத்துச் செத்து வாழத் தொடங்கி விடுவார்கள். "அய்யோ புற்று நோயா அவரைக் காப்பாற்ற முடியாதே" என்ற பயம். பீதி, அச்சம் மனதில் குடி கொண்டு ஆட்டிப் படைக்க ஆரம்பித்துவிடும். பெரும்பாலான

புற்று நோய்கள் மிகவும் தாமதமாகவே கண்டுபிடிக்கப்படுகிறது. அதனால் மருத்துவர்களால் நோயாளியைக் காப்பாற்ற முடிவதில்லை. ஆரம்பத்தில் தோன்றும் பல்வேறு நோய் அறிகுறிகளை மக்கள் அலட்சியம் செய்வதாலும், சரிவர சிகிச்சை செய்யாததாலுமே இந்நிலை ஏற்படுகிறது.

குடும்பத்தில் புற்றுநோய் இருந்து ஒருவர் இறந்திருந்தால், மற்றவர்களுக்கும் புற்றுநோய் இருக்கிறதா என ஆரம்பப் பரிசோதனைகள் (Screening) செய்வது அவசியம்.

புற்று நோயின் அறிகுறிகளும், உடல் பாதிப்புகளும் புற்று நோய் ஏற்படும் இடத்தைப் பொறுத்து மாறுபடும். என்றாலும், சில பொதுவான நோய் அறிகுறிகள் 'புற்று நோய்'களுக்கு உண்டு. இவற்றைத் தெரிந்து கொள்வது மிகவும் அவசியமாகும்.

நோய் அறிகுறிகள்

புற்று நோயாளிக்கு உடல் அசதி, பசியின்மை, சோர்வு, தாகம் அதிகரித்தல், மயக்கம், காய்ச்சல், உடலின் எடை 10 சதவீதத்திற்கும் அதிகமாகக் குறைந்து வருதல் இவை போன்ற அறிகுறிகள் காணப்படும்.

புற்று நோய் தோன்றியவுடன், பல்வேறு பரிசோதனை களைச் செய்து, 'புற்று நோயை'க் கண்டுபிடிப்பார்கள். அதில் முக்கியமானது, பாதிக்கப்பட்ட உறுப்பு, திசுவிலிருந்து (கட்டியிலிருந்து) ஒரு சிறு பகுதியினை எடுத்து ஆய்வுக் கூடத்தில் பரிசோதனை செய்யும் முறையாகும். இதன் மூலம் அந்தத் திசுவில் 'புற்று நோய் செல்கள்' இருக்கின்றனவா? என்பதை உறுதி செய்வார்கள். மேலும், எந்த வகை புற்றுநோய் என்பதையும் கண்டறிவார்கள். அதன் அடிப்படையில் சிகிச்சை செய்யத் தொடங்குவார்கள்.

இவ்வாறு, சிகிச்சை செய்வதற்கு முன்பாக பல்வேறு பரிசோதனைகளைச் செய்வார்கள். எக்ஸ்ரே, ஸ்கேன், இரத்த, சிறுநீர் பரிசோதனைகள் இதில் அடங்கும்.

புற்று நோயாளிகளுக்கு இரத்தத்தில் செய்யக்கூடிய முக்கியமான பரிசோதனை, Tumour Markers எனப்படும் பரிசோதனையாகும். இதன் மூலம் எந்த வகை புற்று நோயினால்

நோயாளி பாதிக்கப்பட்டுள்ளார் என்பதை ஓரளவு அறிந்து கொள்ளலாம். இருந்தபோதிலும், இந்த வகைப் பரிசோதனை யில் செய்யப்படும் 'இரத்தத்தின் அளவுகள்' வேறு பல நோய்களினாலும், சாதாரண மனிதர்களுக்கும் கூட சில காரணங் களால் அதிகரிக்கலாம். எனவே, இந்தப் பரிசோதனையை வைத்து மட்டும் அவருக்கு புற்று நோய் உள்ளது என்பதை உறுதியாகக் கூற முடியாது.

ஆனால், ஒருவருக்கு 'புற்று நோய்' உள்ளது என்பதை உறுதி செய்தவுடன், அவருக்குப் பலவிதமான சிகிச்சைகள் அளிக்கப்படுகின்றன. அவ்வாறு சிகிச்சை அளிப்பதற்கு முன்பாக Tumour Markers-ன் பரிசோதனை செய்துவிட்டு, அதன் பிறகு சிகிச்சைக்குப் பின் மீண்டும் இப்பரிசோதனையைச் செய்வதன் மூலம், எந்த அளவிற்கு சிகிச்சை பயனளித்துள்ளது என்பதைக் கண்டறிய முடியும். ஆகவே, சிகிச்சை செய்துகொள்ள வருபவ ருக்கு இது மிகவும் பயன்படக்கூடிய பரிசோதனையாகும்.

இனி Tumour Markers-ல் என்னென்ன பரிசோதனைகள் செய்யலாமென்று காணலாம்.

Alpha Foeto Protein (AFP) பரிசோதனை

இது ஒரு புரதப் பொருளாகும். ஆண்களுக்கு ஏற்படும் புற்று நோயினால் இவ்வகை புரதப்பொருள் உற்பத்தியாகிறது. Testicular Teratomas எனப்படும் ஆணின் விதைப்பை உறுப்பி லுள்ள Testes பகுதியில் தோன்றும் புற்று நோயினால் இது உற்பத்தியாகிறது.

இந்தப் புற்றுநோய் வளர்ந்து உடலெங்கும் பரவிய நிலையில் இது அதிகமாகக் காணப்படும். இதற்கு சிகிச்சை அளித்த பிறகு, பரிசோதனை செய்தால், AFP வெகுவாகக் குறைந்து விடும். சிகிச்சை செய்ததன் பயனை இது உணர்த்தும். இதன் அடிப்படையில் சிகிச்சையினைத் தொடரலாம். இதே பொருள் கல்லீரல் புற்று நோயிலும் மிகுதியாகக் காணப்படும்.

Carcino Embryonic Antigen (CEA) பரிசோதனை

இப்பொருள், கர்ப்பப் பையில் சிசு வளருகின்ற பருவத்தில் உருவாக்கப்படும். குழந்தை பிறந்தவுடன் இதன் அளவு குறையத்

தொடங்கி விடும். பெரியவர்களுக்கு இப்பொருள் காணப் படாது. ஆனால், குடல் ஜீரணப் பகுதிகளில் புற்றுநோய் ஏற்பட்டால், இவ்வகை பொருள் மிகுந்து காணப்படும். இதனை `Radio-Immuno Assay' என்ற முறையில் இரத்தப் பரிசோதனையின் மூலம் கண்டறிகிறார்கள்.

குறிப்பாக, பெருங்குடல், மலக்குடல் போன்ற பகுதிகளில் புற்று நோய் ஏற்பட்டவர்களுக்கு 67 சதவீதம் இவ்வகைப் பொருள் மிகுந்து காணப்படும் என்றாலும் வேறு பல பாதிப்புகளினாலும் இப்பொருள் அதிகரிக்கலாம்.

குறிப்பாக, மதுவினால் பாதிக்கப்பட்டு, 'கல்லீரல் இறுக்கி நோய்' ஏற்பட்டவர்களுக்கும், நுரையீரல் பாதிப்பு உள்ளவர் களுக்கும் (Emphysema), நீரிழிவு நோய் உள்ளவர்களுக்கும் கூட இப்பொருள் அதிகரிக்கலாம். எனவே, இப்பொருள் (CEA) அதிகமாக இருந்தால் இதுபோன்ற நோய்கள் உள்ளனவா? என்பதையும் பரிசோதித்துப் பார்க்க வேண்டும்.

Prostate Specific Antigen (PSA) பரிசோதனை

`Prostate' என்பது ஆணின் சுரப்பியில் மிகவும் முக்கியமான ஒன்றாகும். இவ்வுறுப்பில் புற்றுநோய் ஏற்பட்டால் PSA எனப்படும், இவ்வுறுப்பிற்கான பிரத்தியேக ஆண்டிஜின் இரத்தத்தில் அதிகரித்து விடும். இதனை இரத்தப் பரிசோதனை மூலம் அறிந்து கொள்ளலாம்.

Ca-125 பரிசோதனை

இப்பரிசோதனையின் மூலம், கருவணுவகத்தில் புற்று நோய் உருவாகியிருப்பதை இரத்தப் பரிசோதனையின் மூலம் அறிய முடியும். இது கருவணுவகத்தில் தோன்றும் புற்று நோயினால் இரத்தத்தில் அதிகரித்து விடும்.

H.HCG ஹார்மோன் பரிசோதனை

B.HCG எனப்படும் `Beta Human Choronic Gonadotrophin' ஹார்மோன், `Chorio Carcinoma' எனப்படும். பெண்களுக்குக் கர்ப்பப் பையில் தோன்றும் புற்று நோயினால் மிகுதியாகச்

சுரக்கும் இதே ஹார்மோன், விதைப்பை புற்று நோயிலும் அதிகமாகச் சுரக்கும் (Testicular Cancer)

CA - 19.9 பரிசோதனை

இப்பரிசோதனை குடல் ஜீரணப் பகுதியில் ஏற்படுகின்ற புற்று நோயினைக் குறித்து அறிய உதவும்.

CA - 15.3 பரிசோதனை

இப்பரிசோதனை, பெண்ணின் மார்பகத்தில் தோன்றும் புற்று நோயினைக் குறித்து அறிய உதவும்.

BETA2 Microglobulin பரிசோதனை

இரத்தத்தில் `Multiple Myeloma' எனப்படும் 'பிளாஸ்மா' செல் வகை புற்று நோயின் தன்மையை அறிந்து கொள்வதற்கு இது பயன்படுகிறது.

○

44. இரத்தத்தில் பாக்டீரியா/நுண் கிருமிகளைக் கண்டறிவதற்கான பல்வேறு பரிசோதனைகள்

அ. இரத்தத்தில் மலேரியா கிருமியைக் கண்டறிவதற்கான பரிசோதனை (Smear for M.P.)

இந்தப் பரிசோதனையில், மலேரியா கிருமியான Plasmodium-ன் நான்கு வகையான கிருமிகளையும் கண்டறியலாம். விரல் நுனியில் லேசாக ஊசி கொண்டு குத்தி வழியும் இரத்தத்தை ஒரு சிறு கண்ணாடித் தூண்டில் தடவி smear உருவாக்குவார்கள். பின் அதனை Leishman stain திரவத்தை ஊற்றி, சுத்தம் செய்து நுண்நோக்கி கருவி மூலம் பரிசோதனை செய்வார்கள். இதில் thick மற்றும் thin smear பரிசோதனைகள் உண்டு. இதன்மூலம் plasmodium கிருமியை மட்டுமல்லாமல், அது எந்த வகைக் கிருமி என்பதையும் கண்டு பிடிக்கலாம்.

மலேரியா கிருமியைக் கண்டுபிடிப்பதற்குப் புதிய முறை (QBC Method)

இந்தப் புதிய பரிசோதனையின் மூலம் எளிதாக இரத்தத்தில் மலேரியா கிருமி இருப்பதைக் கண்டுபிடித்து விடலாம். இதன்மூலம் 99 சதவீத நோயாளிகளுக்கு மலேரியா கிருமி இருந்தால் தெரிந்து விடும். இதனை அடிப்படையாக வைத்து சிகிச்சையினையும் தொடங்கி விடலாம்.

ஆ. 'யானைக்கால்' நோய் கிருமியினைக் கண்டறிதல் (Microfilariae Test in Blood)

இந்தப் பரிசோதனை, இரவு நேரத்தில் செய்யப்படுகிறது. ஏனென்றால், இரவு வேளைகளில்தான் இந்த நோயை உண்டாக்கக்கூடிய Filiaria புழுவிலிருந்து உற்பத்தியாகும் Microfilariae எனப்படும் சிறிய நுண்ணிய புழுக்கள் இரத்தத்தில் வெளிப்படும். எனவே, இரவு வேளைகளில் இரத்தத்தைப் பரிசோதனை செய்தால்தான் இதனைக் கண்டுபிடிக்க முடியும்.

Indirect Fluorescence பரிசோதனை, Elisa பரிசோதனை ஆகிய பரிசோதனைகளின் மூலமாகவும் இந்த ஒட்டுண்ணிக்கு எதிராக Antibodies உருவாகுதலைக் கண்டறியலாம்.

இந்த நோயைக் கண்டுபிடிப்பதற்கு புதிய பரிசோதனை (QBC Method)

மலேரியா கிருமியைப் போலவே, Microfilariae கிருமியினையும் இரத்தத்தில் கண்டுபிடிப்பதற்கு QBC என்ற புதிய முறை கையாளப்படுகிறது. இதன் மூலம் ஆரம்ப நிலையிலேயே இந்த நோயைக் கண்டறிந்து உரிய சிகிச்சையைச் செய்ய முடியும்.

இயஸினோபீலியா

இவர்களது இரத்தத்தில் 'இயஸினோபீல்ஸ்' வகை செல்களின் எண்ணிக்கையும் அதிகரித்து இருக்கும்.

`Leptospirosis' கிருமியினைக் கண்டறிவதற்கான இரத்தப் பரிசோதனை

Leptospirosis வகை கிருமி, ஒரு சுருள் வடிவம் கொண்ட நுண்கிருமியாகும். இது விலங்கினங்களிடமிருந்து மனிதர்

களுக்குப் பரவுகிறது. இந்த விலங்கினங்களின் சிறுநீர் மூலமாக, மனிதர்களுக்கு 'அழற்சி' ஏற்பட்டு விடும்.

நுண்நோக்கிப் பரிசோதனை (Microscopy)

இந்தக் கிருமியினை, நேரடியாக, நுண்நோக்கிக் கருவி மூலமாகப் பரிசோதனை செய்து பார்க்கலாம். இதனை Dark field Microscopy பரிசோதனை என்று கூறுவார்கள். இரத்தத்தில் இப் பரிசோதனை செய்யப்படும். (சிறுநீரிலும் இப் பரிசோதனை யினைச் செய்யலாம்)

Elisa பரிசோதனை

இக்கிருமிக்கு எதிராக இரத்தத்தில் உருவாகும் Antibodies-களை கண்டறியும் பரிசோதனையும் உள்ளது. இதில் Leptospirosis கிருமிக்கு எதிரான Igm antibody பரிசோதனை செய்யப்படுகிறது. இதனை Elisa பரிசோதனை முறைப்படி செய்கிறார்கள்.

Brucella கிருமியினைக் கண்டறிவதற்காகச் செய்யப்படும் இரத்தப் பரிசோதனைகள்

Blood Culture மூலமாக இரத்தத்தில் இக்கிருமிகள் வளருவதைக் கொண்டு கண்டறியலாம். இதில் நோயாளியின் இரத்தத்தை எடுத்து அதனை triypticate soy broth என்ற மீடியத்தில் 37°C சீதோஷ்ண நிலையில் 5-10 சதவீதம் CO_2 வாயுவுடன் சேர்த்து வளர்ப்பார்கள். அதன் பிறகு 3-5 நாட்கள் கழித்து பிற Media (Solid)-ல் மீண்டும் வளர்ப்பார்கள். இவ்வாறு பல முறை செய்து 4 முதல் 8 வாரங்களிலேயே இக்கிருமிகள் வளர்ந்திருப்பது தெரிய வரும். Castanedia Media இதற்குப் பெரிதும் பயன்படுகிறது.

Tube Agglutination பரிசோதனை

இதில் நோயாளியின் இரத்தத்தினை dilute செய்து Brucella கிருமியின் ஆன்டிஜினைக் கொண்டு இதனைக் கண்டறிவார்கள். இதில் 640 litresக்கும் மேல் நோய் உள்ளவர்களுக்கு இருக்கும்.

Elisa பரிசோதனை (Brucella Antibodies)

இந்த நோய்க் கிருமிக்கு எதிரான Igm மற்றும் IgG Antibodies-கள் உருவாகும். இவை நோய் உண்டான 7 முதல் 10 நாட்களில் ஏற்படும்.

Brucellin பரிசோதனை

தோலில் இந்த நோய்க் கிருமியின் ஆண்டிஜினை ஊசியாகப் போட்டு அதன்பிறகு தடிப்பு ஏற்படுகிறதா என்பதைக் கண்டறியும் பரிசோதனையாகும் இது.

இ. காசநோய் கிருமியைக் கண்டுபிடிப்பதற்கான இரத்தப் பரிசோதனைகள்

இதில் காச நோய் கிருமியான M. tuberculosis கிருமிக்கு எதிராக இரத்தத்தில் உண்டாகும் Antibodies-கள் கண்டு பிடிக்கப்படும். இந்தக் கிருமிக்கு எதிரான IgA வகை Antibody கண்டறியப்படும்.

இது சாதாரணமாக, <1 என்ற அளவிற்கும் குறைவாக இருந்தால், காச நோய்க்கிருமியின் தாக்குதல் இல்லை. இது >1-க்கும் மேலாக இருந்தால், இந்த நோயாளிக்குக் காச நோய்க் கிருமியின் தாக்குதல் ஏற்பட்டுள்ளது தெரிய வரும்.

Streptococci கிருமிகளைக் கண்டுபிடிப்பதற்கான இரத்தப் பரிசோதனைகள்

Aso பரிசோதனை (Anti-Streptolysin `O' பரிசோதனை)

இந்தப் பரிசோதனையின் மூலமாக, ஸ்டிரெப்டோகாக்கை வகை கிருமியினால் ஏற்பட்ட பாதிப்பை அறியலாம். இதன் வகையான A-Viridans வகை முதலில் தொண்டையில் அழற்சியை ஏற்படுத்தும். அதன்பிறகு, மூட்டுகளையும், இதயத்தையும் பாதிக்கும். இதனால் Rheumatic Fever மற்றும் இதய வால்வு கோளாறுகள் ஏற்படும். சிறுநீரகப் பாதிப்பும் இதனால் தோன்றலாம். தொண்டையில் Swab கொண்டு இக்கிருமிகள் உள்ளனவா? என்பதை அறிவதற்கான பரிசோதனைகளைச்

செய்வார்கள். அத்துடன் இப்பரிசோதனையும் அவசியமாகும். இதன்மூலம், ஆரம்பத்திலேயே இந்நோயைக் கண்டறிந்து முறையான சிகிச்சை செய்து, இதய பாதிப்புகள் வருவதைத் தடுத்து நிறுத்தலாம்.

இதன் அளவு

இது சாதாரணமாக சராசரி மனிதருக்கு *200 1.u/மி.லி* என்ற அளவில் இரத்தத்தில் காணப்படும். (<2001.u/ml) இந்த அளவிற்கும் அதிகமாக இருந்தால், அவருக்கு ஸ்டிரெப்டோகாக்கை கிருமியின் பாதிப்பு ஏற்பட்டுள்ளது என்பதை அறிந்து கொள்ளலாம்.

CRP (C-Reactive Protein) பரிசோதனை

இது நோயின் பாதிப்பில் *300* முதல் *350 1.u/ml* இரத்தத்தில் உருவாகும், பீட்டா வகை வளர காணப்படும். குளோபுலுன் (Beta-globulin) என்ற ஒரு வித்தியாசமான புரதம், ரிமோசாக்கை கிருமியின் `C' வகை ஆன்டிஜீனோடு சேர்ந்து கொள்ளும். இது நிமோனியா காய்ச்சலில் மட்டுமல்லாமல், ஸ்டிரெப்டோ காக்கை கிருமியினால் ஏற்படும் வாதக் காய்ச்சலிலும் உண்டாகும். இதனை பரிசோதனை செய்வதன் மூலம் இந்த நோய்களை அறிந்து கொள்ளலாம்.

சிகிச்சைக்குப் பிறகு, வாதக் காய்ச்சலில் இந்தப் புரதம் மறைந்து விடும். எனவே, சிகிச்சை முறையாகச் செய்யப் பட்டுள்ளது என்பதை அறியவும், சிகிச்சைக்குப் பிறகு இப்பரி சோதனை செய்யப்படுகிறது. இதனைக் கண்டறிய நோயாளியின் இரத்தத்தை எடுத்து (Sera) Anti CRF antibodyயுடன் இணைந்து `Precipitation' ஏற்படுகிறதா? எனக் கண்டுபிடிப்பார்கள்.

ஈ. ‘சிபீலீஸ்’ நோயை (மேக நோய்) கண்டுபிடிப்பதற்கான பல்வேறு இரத்தப் பரிசோதனைகள்

இது ஒருவகை திருகு சுருள் வடிவம் கொண்ட நுண்ணுயிரியின் மூலம் உண்டாகிறது. இதனை ‘டீரிபோனிமா பெலீடம்’ (Treponema pallidum) என்று கூறுகிறார்கள். இது உடலுறவுகளின் மூலமாகப் பரவக்கூடிய மிகவும் முக்கியமான

நோயாகும். ஆரம்பத்தில் உடலுறவு செய்த பின்பு பாதிக்கப் பட்ட நபரிடமிருந்து மற்றவருக்குத் தொற்றும். முதலில் பாலுறுப்புப் பகுதியில் 'புண்' போன்ற கொப்பளங்கள் தோன்றும். இதனால் அறைப்பகுதியில் நெறியும் கட்டும். இவை சிகிச்சை செய்யாமல் கூட மறைந்துவிடும். அதன்பிறகு, தோலில் பல்வேறு சிறிய கொப்புளங்கள், வடுக்கள் தோன்றும். இறுதியாக, இக்கிருமிகள் இதயத்தையும், குருதி நாளங்களையும் பாதிக்கும். பின்பு, நரம்பு, மூளை மண்டலமும் பாதிக்கப்படும். கருவுற் றிருக்கும் பெண்ணிற்கு இவ்விதக் கிருமிகளின் தாக்கம் ஏற்படுமானால் அவள் வயிற்றில் வளரும் சிசுவும் இந்த நோயினால் பாதிக்கப்படும். இதனால், பிறக்கும்போதே அக்குழந்தை பல்வேறு பாதிப்புகளுக்கும் ஆளாகிறது.

இந்த நோயைக் கண்டறிவதற்கு, பல்வேறு பரிசோதனை களும் உள்ளன. நேரடியாகவே, பாதிக்கப்பட்ட நபரின் பிறப் புறுப்பிலுள்ள புண்களிலிருந்து வழியும் கசிவைப் பரிசோதனை செய்வதன் மூலமாக இக்கிருமியினை 'மைக்கிராஸ்கோப்' (Microscopy) நுண்நோக்கி கருவியின் மூலமாகக் கண்டு பிடிக்கலாம்.

இரத்தப் பரிசோதனைகள்

இதனைக் கண்டறிய பல்வேறு இரத்தப் பரிசோதனைகளும் செய்யப்படுகின்றன.

இப்பரிசோதனைகள் மூன்று விதமாகச் செய்யப்படுகிறது.

1. 'கார்டீயோ லைப்பின்' ஆன்டிஜினுக்கு எதிராகச் செயல்படும் 'தற்காப்பு மூலங்களை'க் (Antibodies) கண்டறிவதற்கான பரிசோதனைகள்

   'ரியேஜீன்' பரிசோதனைகள் (Reagin Tests)

2. 'டீரிபனோமால்' ஆன்டிஜினுக்கு எதிரான தற்காப்பு மூலங்களைக் (Antibodies) கண்டறிவதற்கான பரி சோதனைகள்

3. சில சிறப்பு வகை 'தற்காப்பு மூலகங்களை' கண்டுபிடிப்பதற் கான பல்வேறு இரத்தப் பரிசோதனைகள் (Specific Antibodies to T.pallidum) இவையும் 'டீரிபனோமல் ஆண்டிஜிக்கு' நிகரானவை.

'கார்டியோ லைபின்' ஆண்டிஜினுக்கு எதிராகத் தோன்றும் தற்காப்பு மூலங்களைக் கண்டறிவதற்கான பரிசோதனைகள்

இதில் ஆரம்பக் காலகட்டங்களில் இரண்டு பரிசோதனைகள் செய்யப்பட்டன.

1. Wasserman CF reaction பரிசோதனை
2. Kahn Flocculation பரிசோதனை

(தற்சமயம் `VDRL' என்ற பரிசோதனை பெரிதும் செய்யப்படுகிறது.)

இதில், 'கார்டீயோ லைபீன்' ஆன்டிஜீன், இதற்கென விசேஷமாகத் தயாரிக்கப்பட்ட கண்ணாடி தட்டில் வைக்கப் பட்டு, அதனுடன் நோயாளியின் Serum-ம் சேர்க்கப்பட்டு, நான்கு நிமிடங்கள் அது சுழற்றப்படும். இந்த நோயின் பாதிப்பு இல்லை என்றால் இதிலுள்ள 'கார்டீயோ லைபீன்' முன்பு போலவே தெளிவாக இருக்கும். ஆனால், இக்கிருமியின் பாதிப்பு இருந்தால், அதில் ஆண்டிஜினும், தற்காப்பு மூலமும் சேர்ந்து திரள்கள் உண்டாகும். இதனை நுண்நோக்கிக் கருவி கொண்டும் காணலாம்.

தற்சமயம் இப்பரிசோதனையே, சிறிய மாற்றங்கள் செய்யப் பட்டு, பரிசோதனை முடிவுகள் தெளிவாகத் தெரியும்வண்ணம் செய்யப்படுகிறது. இதில்,

4. Rapid Plasma (RPR) Test பரிசோதனை முக்கியமானது.
5. Automated RPR Test பரிசோதனையும் இதைப்போலவே செய்யப்படுகிறது.
6. VDRL - ELISA பரிசோதனை

இந்தப் பெயரிலும் ஒரு பரிசோதனை வந்துள்ளது. இதுதான் VDRL பரிசோதனையில் முன்னேற்றமடைந்த நவீன பரிசோதனை யாகும்.

இப்பரிசோதனைகளில் உள்ள பெரிய குறை, மேக நோய் இல்லாத பலருக்கும்கூட இப்பரிசோதனைகள் Positive-வாகத் தெரியும். ஏனென்றால், பிற நோய்கிருமிகளின் பாதிப்பினாலும்,

உடலின் பிற பாதிப்புகளினாலும்கூட 'கார்டீயோ லைபீன்' ஆண்டிஜினுக்கு எதிரான, தற்காப்பு மூலங்கள் இரத்தத்தில் உருவாகிவிடும்.

இவ்வாறு உருவாகும் 'தற்காப்பு மூலங்கள்' IgA மற்றும் Igm என்ற இரண்டு வகைகளாக உள்ளன.

இவ்வகை பரிசோதனைகள், தொழுநோய், கல்லீரல் அழற்சி, மலேரியா, முத்த நோய், இயஸினோபீலியா போன்ற ஒவ்வாமையின் பாதிப்பு நோய்களிலும் Positiveவாகவே வரும். ஏனெனில், இந்த நோய்களிலும் இவ்வகை தற்காப்பு மூலங்கள் உருவாகிவிடும்.

Reiter Protein Test
Reiter Treponema Tests

இதில், `Reiter' வகை புரதப்பொருள் - கொழுப்பு - பாலி சாக்ரைடு கலவை ஆன்டிஜின் இந்த நோய்க் கிருமியிடமிருந்து எடுக்கப்பட்டு நோயாளியின் இரத்தம் எடுக்கப்பட்டு, இவை இரண்டும் கலந்து பரிசோதனை செய்யப்படும்.

என்றாலும், இப்பரிசோதனையிலும், பல `False Positive' முடிவுகள் வருவதால், இப்பரிசோதனைகள் அவ்வளவாகப் பிரபலம் அடையவில்லை.

சில சிறப்பு வகை 'தற்காப்பு மூலங்களை' கண்டுபிடிப்பதற்கான பல்வேறு இரத்தப் பரிசோதனைகள் (Specific Antibodies to T.Pallidum)

இந்தச் சிறப்பு தற்காப்பு மூலங்களைக் கண்டுபிடிப்பதற்கு நான்கு முக்கிய பரிசோதனைகள் செய்யப்படுகின்றன. அவையாவன:

1. Treponema Pallidum Immobilisation (TPI)
2. Fluorescent Treponemal Antibody Absorption (FTA-ABS) Test
3. Treponema Pallidum Hemagglutination Assay (TPHA) Test
4. Treponema Pallidum Enzyme Immuno Assays (TP-EIA) Test

1. Treponema Pallidum Immobilisatiion (TPI) Test

இப்பரிசோதனையில், நோயாளியின் இரத்தத்திலிருந்து Serum பிரித்தெடுக்கப்பட்டு Complement-டுடனும், 'டிரிப் பனோமோ பெலீடம்' கிருமியோடும் சேர்க்கப்பட்டு, குறிப் பிட்ட சீதோஷ்ண நிலையில், ஆக்ஸிஜன் இல்லாத நிலையில் வைக்கப்படும். நோயாளியின் இரத்தத்தில் இக்கிருமிக்கு எதிராக, 'தற்காப்பு மூலம்' தோன்றியிருந்தால், அவை இக்கிருமிகளோடு சேர்ந்து அவற்றின் இயக்கத்தைத் தடை செய்து விடும் (Immobilisation). இவ்வாறு இவற்றின் இயக்கம் 50 சதவீதத்திற்கும் அதிகமாகத் தடை செய்யப்பட்டால், இப்பரிசோதனை positive ஆக கருதப்படும். அதற்கும் குறைவாக இருப்பின், இப்பரி சோதனை negative ஆகக் கருதப்படும். இந்தப் பரிசோதனை மிகவும் கடினமானது என்பதால் இதனைப் பொதுவாக எல்லா இடங்களிலும் செய்வதில்லை.

2. Fluorescent Treponemal Antibody Absorption (FTA-ABS) Test

இதுவும் இக்கிருமியினைக் கண்டுபிடிப்பதற்கான மிகச்சிறந்த பரிசோதனையாக ஏற்றுக்கொள்ளப்பட்டுள்ளது. என்றாலும், நவீன நுட்பங்களும், அதற்குரிய பரிசோதனைக் கருவிகளும் கொண்ட ஆய்வுக்கூடத்தில்தான் இதனைச் செய்ய முடியும்.

இதில் நோயாளியின் இரத்தத்திலிருந்து Serum-மைப் பிரித்தெடுத்து அதனை Sonicate, Reiter treponement உடன் சேர்ப்பார்கள்.

3. Treponema Pallidum Hemagglutination Assay (TPHA) Test

இந்த முறையில், எளிதாக Syphilis நோய் இருப்பதைக் கண்டறிந்து விடலாம்.

இதில், நோயாளியின் இரத்தத்தோடு, T.Pallidum-ன் ஆன்டிஜின் சேர்க்கப்பட்டு வினை (Agglutination) நடைபெறு கிறதா எனப் பார்க்கப்படும். இதற்காக, இரத்தம் dilute செய்யப் பட்டு எந்த அளவு (f) வினை ஏற்படுகிறது என்பது கணிக்கப்படும். இப்பரிசோதனை FTA-ABS பரிசோதனையைப் போலவே நம்பகரமான ஒரு பரிசோதனையாகும்.

4. Treponema Pallidum Enzyme Immuno Assays (TP-EIA) Test

இப்பரிசோதனைகளில், இக்கிருமியின் ஆன்டிஜின் தயாரிக்கப்படுகிறது. இத்துடன் நோயாளியின் இரத்தமும் சேர்க்கப்பட்டு பரிசோதனை செய்யப்படுகிறது.

'டைபாய்டு' காய்ச்சலைக் கண்டுபிடிப்பதற்கான பல்வேறு பரிசோதனைகள்

`Widal' பரிசோதனை

இது டைபாய்டு காய்ச்சலுக்குச் செய்யப்படும் முக்கியமான பரிசோதனையாகும். இன்று எல்லா இரத்தப் பரிசோதனை நிலையங்களிலும், காய்ச்சலுடன் வருபவருக்கு அடிக்கடி செய்யப்படும் பரிசோதனை இது.

இந்தப் பரிசோதனையில் டைபாய்டு காய்ச்சலை ஏற்படுத்தும் Salmonella Typhi என்ற கிருமியின் ஆன்டிஜினுக்கு எதிராக இரத்தத்தில் உருவாகும் Antibodies-களைக் கண்டறியும் பரிசோதனை இது.

இந்தப் பரிசோதனையின் மூலம் உறுதியாக டைபாய்டு காய்ச்சல்தான் கண்டுள்ளது என்பதைக் கூற முடியாது என்றாலும், உடனடியாக பரிசோதனை மூலம் அறிந்துகொள்ள இப்பரி சோதனை உதவுகிறது.

இதனை, நோய் ஏற்பட்ட 2-வது, 3-வது, 4-வது வாரத்திற்கு செய்ய வேண்டும். இதில் இந்தக் கிருமியின் `O' மற்றும், `H' Agglutinins வகை ஆன்டிஜீனுக்கு எதிரான Antibodies-கள் உருவாகியிருப்பதை Agglutination பரிசோதனை மூலம் கண்டறிய முடியும்.

இரத்தத்தின் தெளிந்த நீர்ப் பகுதியினை (Serum) குறைந்த அளவில் தொடங்கி அதிக அளவு வரை (1/640 முதல் 1/10 வரை) பல்வேறு dilutions நிலையில் தயாரித்து அத்துடன், H மற்றும் O ஆன்டிஜினை இணைத்து அதனை 37°C வெப்ப நிலையில் இரவு முழுவதும் வைத்திருப்பார்கள்.

இப்பரிசோதனைக்கு Typhoid கிருமியான Salmonella Typhi-ன் H மற்றும் O ஆன்டிஜினும், Salmonella ParaTyphi-ன் A மற்றும் B ஆன்டிஜினும் பயன்படுத்தப்படுகின்றன.

ஒரு Widal பரிசோதனையை வைத்து மட்டும் உறுதியாக ஒருவருக்கு ‘டைபாய்டு’ காய்ச்சல் கண்டுள்ளது என்று கூறிவிட முடியாது. குறைந்தது 2-3 முறை இப்பரிசோதனை செய்வதுடன், குறைந்த dilution நிலையில் +ve வாக முடிவுகள் வருவது டைபாய்டு காய்ச்சல் கண்டுள்ளதை உணர்த்தும்.

பெரும்பாலும் எவ்வளவு dilution-ல் + முடிவுகளை அறிவிக்க வேண்டுமெனக் கூறுவதற்கில்லை என்றபோதிலும் O Agglutinins-ஐ பொறுத்தவரை 1/100 மற்றும் அதற்கு அதிகமாக dilutions-ம், `H’ Agglutinins-ஐ பொறுத்த வரை 1/200 அல்லது அதற்கு அதிகமாக dilution-லும் இருந்தால், அவருக்கு டைபாய்டு காய்ச்சல் இருக்கலாம்.

சிலருக்கு ஏற்கனவே, டைபாய்டு நோய்க்கு தடுப்பூசிகள் (TAB) போடப்பட்டிருந்தாலும் அவர்களுக்கு, இதன் மூலம் இரத்தத்தில் Antibodies உண்டாகி + முடிவுகளைத் தரும். இல்லையென்றால் ஏற்கனவே இதே கிருமியினால் அழற்சி ஏற் பட்டிருந்தாலும் இந்தப் பரிசோதனை (+) முடிவுகளைத் தரும்.

சிலருக்கு இப்பரிசோதனை செய்வதற்கு முன்பாகவே, டைபாய்டு காய்ச்சலுக்கான சிகிச்சையினைத் தொடங்கி விட்டிருப்பார்கள். அதன்பிறகு, இப்பரிசோதனை செய்தாலும் அது (-)Ve-ஆகத்தான் வரும். எனவே, சிகிச்சைக்கு முன்பாகவே இரத்தப் பரிசோதனை செய்ய வேண்டும்.

டைபாய்டு காய்ச்சலுக்கு `Blood Culture’ பரிசோதனை

ஒருவருக்கு ‘டைபாய்டு காய்ச்சல்’ ஏற்பட்டுள்ளது என்பதை உறுதியாகக் கூற Blood Culture பரிசோதனை மிகவும் அவசியம்.

காய்ச்சல் கண்ட முதல் வாரம், Blood Culture செய்ய ஏற்ற காலமாகும். இப்பரிசோதனையின் மூலம் 90 சதவீதம் டைபாய்டு காய்ச்சலை கண்டுபிடிக்கலாம்.

இதனை, 37°C சீதோஷ்ண நிலையில் bilebroth-ல் வளர்த்து அதன்பிறகு Subculture ஆக மீண்டும் Macconkey Agar-ல் வளர்ப்பார்கள்.

முதல் வாரத்திற்குப் பிறகு இப்பரிசோதனை, சரியான முடிவுகளைத் தராது. இதன் (+) அளவு குறைந்து கொண்டே

வரும். சிகிச்சையைத் தொடங்கினாலும் `Blood Culture' முடிவுகள் சரிவரக் கிடைக்காது.

அ. உறக்க நோயைக் கண்டுபிடிப்பதற்கான பரிசோதனைகள் (Sleeping Sickness)

இதனை Trypanosomes வகைக் கிருமிகள் ஏற்படுத்துகின்றன. இதனை Tsetse Flies என்ற ஈக்கள் பரப்புகின்றன. இதனால் இவர்களுக்குப் பகலிலேயே உறக்கம் ஏற்படும்.

இரத்தப் பரிசோதனைகள்

இவர்களது இரத்தத்தில் இக்கிருமியை thick மற்றும் thin smears செய்து slide-ல் வைத்து பரிசோதனை செய்யலாம்.

இந்தக் கிருமிக்கு எதிரான Antibodies-களின் பரிசோதனையும் உண்டு. இதில் Igm வகை Antibody இக்கிருமிக்கு எதிராக இரத்தத்தில் மிகுதியாகக் காணப்படும்.

ஆ. 'பிளேக்' நோய்க்கான பரிசோதனைகள்

இது இடையிடையே பலரையும் தாக்கி, ஒரே நேரத்தில் பல மனிதர்களையும் உயிரிழக்கச் செய்யும் கொடிய நோயாகும். இதனை `Yersinia Pestis' என்ற கிருமி ஏற்படுத்துகிறது. இது எலியின் மூலமாக மனிதர்களுக்குப் பரவுகிறது. எலியின் உடலில் வாழும் 'தெள்ளுப்பூச்சி' எலியின் உடலில் இருந்து இக்கிருமியை மனிதர்களுக்குப் பரப்பிவிடும். காற்றினாலும் இந்த நோய் பரவும்.

இதற்கான பரிசோதனைகள்

இரத்தத்தில் வெள்ளையணுவின் ஒரு பகுதியைப் பரிசோதனை செய்வார்கள்.

Buffy Coat (Leucocyte fraction). மேலும் இரத்தத்தில் Culture பரிசோதனையும் செய்யப்படும்.

இந்தக் கிருமியினை இரத்தத்தில் smear பரிசோதனையின் மூலமாகவும் Methylene blue-வை பயன்படுத்தியும் கண்டு பிடிப்பார்கள்.

இ. Leishmaniasis கிருமியைக் கண்டுபிடிப்பதற்கான பரிசோதனைகள்

இது Kala-azar என்ற நோயை ஏற்படுத்துகிறது. இதனால், கல்லீரல், மண்ணீரல் ஆகியவை வீங்கிவிடும். இரத்தச்சோகை ஏற்படும். இதனை `Leishmania donovani' என்ற கிருமி ஏற்படுத்துகிறது. இதனை Sandfly ஈக்கள் பரப்புகின்றன. இவை வெள்ளையணுக்களில் வளர்ந்து பெருகும்.

இரத்தப் பரிசோதனை

இதனை இரத்தப் பரிசோதனை மூலம் கண்டறியலாம்.

Antibody பரிசோதனை

ELISA: இந்தக் கிருமிக்கு எதிராக உண்டாகும் Antibody-யினை அறிய Elisa பரிசோதனை செய்யப்படுகிறது.

Immunofluorescence பரிசோதனை

மேலும் Immunofluorescence பரிசோதனையும் செய்யப் படுகிறது.

○

45. பல்வேறு வைரஸ் நோய்க்கிருமிகளைக் கண்டறிவதற்கான பரிசோதனைகள்

Hepatitis-C வைரஸ் அழற்சியைக் கண்டுபிடிப்பதற்கான பரிசோதனைகள்

மஞ்சள் காமாலையை உண்டாக்கும் வைரஸில் மிகவும் முக்கியமானது `Hepatitis-C' வகை வைரஸ் கிருமியாகும். இதனைக் கண்டறிவதற்கும், மஞ்சள் காமாலை `Hepatitis-C' வைரசினால்தான் ஏற்பட்டது என்பதை உறுதி செய்வதற்கும் பயன்படும் பரிசோதனை. அவ்வைரஸிற்கு எதிராக இரத்தத்தில் உருவாகும் 'தற்காப்பு மூலத்தை' (Antibodies) அறிய செய்யப்படும் பரிசோதனையாகும்.

Hepatitis-C Virus Antibodies பரிசோதனையாகும் இது.

B வகை கல்லீரல் அழற்சி வைரஸைக் கண்டுபிடிக்க பரிசோதனைகள்

இந்த வைரஸ் நோய் 'எய்ட்ஸை'ப் போல இன்று மனிதர்களிடம் பீதியை உருவாக்கி வரும் வைரஸ் கிருமியாகும். இந்த வைரஸும்கூட இரத்தத்தின் மூலமாகவும், நோயுள்ள ஒருவர் பயன்படுத்திய ஊசியினை முறையாக சுத்தம் செய்யாமல் பிறருக்குப் பயன்படுத்தும் போதும் வரலாம். பொதுவாக இந்நிலை, போதை ஊசி போடுபவர்களுக்கே ஏற்படுகிறது. உடலுறவின் மூலமாகவும் இந்த வைரஸ் எளிதில் ஒருவரிட மிருந்து மற்றவருக்குப் பரவிவிடும்.

இந்த வைரஸிற்கு எதிரான பல்வேறு 'ஆன்டிபாடீஸ்'களை இரத்தப் பரிசோதனையின் மூலமாகக் கண்டுபிடிக்கலாம்.

HBSAg பரிசோதனை

BHSAg என்பது மிகவும் முக்கியமான பரிசோதனை. இந்த நோயின் ஆரம்ப நிலையைக் கண்டறிய இந்தப் பரிசோதனை உதவும். அதன்பிறகு 2 மாதத்திற்குள் இது மறைந்து விடும். அதிகபட்சம் 6 மாதங்கள் வரை தெரியலாம்.

Hepatitis B Surface Antigen என்பதன் சுருக்கம்தான் HBsAg என்று குறிப்பிடப்படுவது.

Anti-HBS பரிசோதனை

HbsAg, 6 மாத காலகட்டத்திற்குப் பின்பு, தெரியாமல் போனபிறகும்கூட தெரிய ஆரம்பிக்கும். இந்த 'ஆன்டிபாடி' நீண்ட காலமாக இரத்தத்தில் தெரியும்.

Anti-HBC பரிசோதனை

இவ்வகை ஆன்டிபாடி HBsAg தெரிந்த ஓரிரு வாரங்களில் தெரிய ஆரம்பிக்கும்.

இவ்வகை 'ஆன்டிபாடீஸ்' முதலில் `IgM' வகையைச் சேர்ந்ததாக இருக்கும். அதன்பிறகு தோன்றும் 'ஆன்டிபாடீஸ்' பெரும்பாலும் `IgG' ஆக இருக்கும்.

எனவே, கல்லீரல் B வகை வைரஸ் அழற்சி நோய் உள்ளவர்களுக்கு இப்பரிசோதனை செய்வதன் மூலம் அவருக்கு தற்சமயம்தான் இப்பாதிப்பு ஏற்பட்டதா? அல்லது நீண்ட காலமாகவே நோய் பாதிப்பு உள்ளதா? என்பதை அறிய முடியும்.

HBeAg பரிசோதனை

இதனை Hepatitis B Core Antigen என்று அழைப்பார்கள். அதன் சுருக்கம்தான் `HBeAg' என்பது. இந்த ஆன்டிஜினும் HBsAg தோன்றும் போது இரத்தத்தில் தோன்றத் தொடங்கும். இந்த ஆன்டிஜின் இரத்தத்தில் இருந்தால், நோய் மற்றவர்களுக்கு விரைவில் பரவும் வாய்ப்புகள் அதிகம்.

HBV DNA பரிசோதனை

இந்த பரிசோதனையின் மூலம் இந்த வைரஸின் DNA-வினைக் கண்டறியலாம்.

HBeAg பரிசோதனையைப் போலவே, இப்பரிசோதனையின் மூலமும் 'வைரஸ்' அதிகமாகப் பெருகியிருப்பது தெரிய வரும். எனவே, இப்பரிசோதனைகள் `Hepatitis' வைரஸைக் கண்டுபிடிக்க மட்டும் உதவும். மேலும், அவை எவ்வளவு தூரம் பரவியுள்ளது என்பதையும், சிகிச்சைக்கு எப்படிக் கட்டுப் படுகிறது என்பதையும் அறிவதற்கு உதவும்.

இவ்வாறு, கல்லீரலில் அழற்சியை ஏற்படுத்தி மஞ்சள் காமாலையை ஏற்படுத்தும் `Hepatitis-B' வைரஸின் அழற்சியைக் கண்டுபிடிக்க பல்வேறு பரிசோதனைகள் இருந்த போதிலும், இன்று பெரும்பாலான இடங்களில் `HBsAg' பரிசோதனை செய்யப் படுகிறது. அதன் பிறகு `Anti-HBS' பரிசோதனையும் செய்கிறார்கள். இதில் IgM மற்றும் IgG பரிசோதனைகளைச் செய்கிறார்கள்.

கல்லீரல் அழற்சி வைரஸ் A-விற்கான பரிசோதனைகள்

இந்த வைரஸ் மஞ்சள் காமாலையை ஏற்படுத்தும் முக்கியமான வைரஸாகும். இந்நோய் பெரும்பாலும் சிறுவர்களையும், இளம் வயதினரையுமே பாதிக்கிறது.

இந்த 'வைரஸ்' சுத்தமில்லாத நீரினாலும், உணவினாலுமே பரவுகிறது. இந்த நோயினால் பாதிக்கப்பட்டவர்களின் 'மலத்தில்' இவ்வைரஸ் கிருமிகள் அதிகமாகக் காணப்படும்.

ஆனால், இந்த வைரஸ் உடலில் பெரிய பாதிப்புகளை ஏற்படுத்துவது இல்லை. B மற்றும் C வகை வைரஸ்களைப்போல, கல்லீரல் இறுக்கி நோய், கல்லீரல் புற்று நோய்களை ஏற்படுத்துவது கிடையாது. அவைகளைப் போல, ஊசியினாலோ, இரத்தத்தினாலோ, உடலுறவினாலோ பரவுவதும் இல்லை. எனவே, இந்த `A' வகை வைரஸ் நோய், ஜலதோஷத்தை ஏற்படுத்தும் வைரஸைப்போல, வந்து போய்விடும். இதனால், உடல் பாதிப்புகள் அதிகமில்லாத காரணத்தாலும், பின்விளைவுகள் அதிகமாக இல்லாத காரணத்தாலும், இவ்வைரஸைக் குறித்து யாரும் அதிகமாகக் கண்டு கொள்வதில்லை. இதற்கென, ஆய்வுக்கூடத்தில் பரிசோதனை செய்து அறிந்து கொள்ளக்கூட சில பரிசோதனைகள் உள்ளன. ஆனால், இதைப் பலரும் செய்ய விரும்புவது கிடையாது. இப்பரிசோதனைகளையும் தெரிந்து கொள்ளுங்கள்.

'எலெக்ட்ரான்' மைக்கிராஸ்கோப் பரிசோதனை

மலத்தில் இந்த வைரஸை 'எலெக்ட்ரான் மைக்கிராஸ்கோப்' மூலம் கண்டுபிடிக்கலாம்.

○

46. 'ஆன்டிபாடி' பரிசோதனைகள்

Anti-HAV Antibody

`A' வகை வைரஸிற்கு எதிராக உருவாகும் 'ஆன்டிபாடீஸ்' களை அறியப் பயன்படும் பரிசோதனையாகும் இது.

`IgM Anti HAV antibody' பரிசோதனை - இது *2* முதல் *3* வாரத்தில் அதிகரிக்கும்.

இதனைத் தொடர்ந்து உயரும் `IgG antibody' *3* முதல் *4* மாதத்தில் அதிகரிக்கும்.

'IgM (Anti HAV) Antibody HAV' இருந்தால், தற்சமயம்தான் இந்த வைரஸின் அழற்சி ஏற்பட்டுள்ளது என்பதை அறியலாம்.

ஆனால், இந்த Antibody குறைந்த IgG Antibody அதிகரித்திருந்தால், வைரஸின் பாதிப்பும், அழற்சியும் ஏற்பட்டு நீண்ட காலமாகி விட்டது என்பது புலப்படும்.

இந்த ஆன்டிபாடி பரிசோதனைகளை அறிந்துகொள்ள 'எலிசா' முறை நடைமுறையில் உள்ளது.

Hepatitis-D-யினைக் கண்டுபிடிப்பதற்கான பரிசோதனைகள்

இந்த வைரஸ் தனித்து கல்லீரலைப் பாதித்து அழற்சியை ஏற்படுத்துவது கிடையாது. இது Hepatitis-B வைரஸோடு சேர்ந்துதான் கல்லீரலைப் பாதிக்கிறது.

இந்த வைரஸ் 'டெல்டா வைரஸ்' என்று அழைக்கப் படுகிறது. இந்த வைரஸ் `B' வைரஸின் துணையோடுதான் வளர முடியும், பெருக முடியும். எனவே, இவ்வைரஸ், `B' வைரஸைச் சார்ந்திருப்பதால், `B' வகை வைரஸ் உடன் சேர்ந்து இரத்தத்தின் மூலமாகவும், சுத்தம் செய்யாத ஊசியின் மூலமாகவும், உடலுறவின் மூலமாகவும் பரவுகிறது.

`Delta Antigen' பரிசோதனை

இந்த வைரஸின் 'ஆன்டிஜினை' நவீன முறைப்படி கல்லீரல் செல்களைப் பரிசோதனை செய்து அறிந்து அறியலாம். (Immunofluorescence) இந்த Antigen இரத்தத்திலும் காணப்படும். இதனையும் பரிசோதனையின் மூலம் அறியலாம்.

Anti Delta Antibodies

இந்த வைரஸிற்கு எதிராக இரத்தத்தில் தோன்றும் எதிர்ப்பொருள் புரதத்தை (Antibodies) கண்டறியும் பரிசோதனை யாகும் இது. இதனை, 'எலிசா' பரிசோதனையின் மூலமாக உணரலாம். இதில் இரண்டு பரிசோதனைகள் உண்டு. `IgM antibody' பரிசோதனை, முதல் 2 முதல் 3 வாரத்தில் தெரிய வரும். அதன் பிறகு `iGg antibody' பரிசோதனையின் மூலம் தெரியவரும்.

வைரஸின் RNA பரிசோதனை

இந்த வைரஸின் RNA-வை பரிசோதனை செய்து அறியும் நுட்பமான பரிசோதனையும் உண்டு.

Type E Hepatitis வைரஸைக் கண்டுபிடிப்பதற்கான பரிசோதனைகள்

இந்த வைரஸ் `Hepatatis-A' வைரஸைப் போலவே, தண்ணீரினாலும், உணவினாலும் பரவிவிடும். மலத்தின் மூலமாகவே ஒருவரிடமிருந்து மற்றவருக்கு இந்த வைரஸ் பரவுகிறது. இந்த வைரஸ் `A' வைரஸைப் போலவே, கல்லீரலில் அதிக பாதிப்பை ஏற்படுத்துவது இல்லை. இது பெரும்பாலும் இளம் வயதுள்ளவர்களையே பெரிதும் பாதிக்கிறது.

இந்த வைரஸிற்கான பரிசோதனைகள்

Hepatitis E வைரஸ் Antibodies பரிசோதனைகள்

இந்த வைரஸ் அழற்சியை அறிந்து கொள்வதற்கு, கண்டுபிடிப்பதற்கு, இந்த வைரஸிற்கு எதிரான Antibodies-களைக் கண்டுபிடிக்கும் பரிசோதனைகளைச் செய்ய வேண்டும். இதில் இரண்டு வகைகள் உள்ளன. IgM மற்றும் IgG இந்த இரண்டு Antibodies-களை செய்வதற்கான 'எலிசா' பரிசோதனை முறை உள்ளது.

பல்வேறு நோய்க்கிருமிகளின் பாதிப்பைக் கண்டறிவதற்கான பரிசோதனைகள்

`Toxoplasmosis' நோய்க்கிருமியை அடையாளம் காண செய்யப்படும் பரிசோதனைகள்

`Toxoplasma' எனப்படும் இந்தக் கிருமியின் தாக்குதலைக் கண்டறிய இரத்தத்தில் இந்தக் கிருமிக்கு எதிரான Antibodies உருவாகுவதைக் கொண்டு அறிந்து கொள்ளலாம். இதில் இரண்டு வகை Antibodies-கள் உண்டு. ஒன்று Toxoplasma IgG எனப்படும். மற்றது Toxoplasma IgM எனப்படும். இதனைக்

கொண்டு, இந்தக் கிருமியினால் அழற்சி தற்சமயம்தான் ஏற்பட்டதா? ஏற்பட்டு நீண்ட காலம் ஆகிவிட்டதா? என்பதனை அறிந்து கொள்ளலாம்.

`Rubella' வகை வைரஸ் நோயை அடையாளம் காண செய்யப்படும் பரிசோதனைகள்

இந்த வைரஸ் கிருமி `German Measles' என்ற நோயை ஏற்படுத்துகிறது. இந்த வைரஸின் பாதிப்பு பெண்களுக்கு ஏற்படுமாயின், அவர்கள் கர்ப்பிணியாய் இருக்கின்றபோது, இந்த வைரஸ், வளரும் சிசுவின் உடலுக்குள் உட்புகுந்து, அதனைப் பாதித்து, பல்வேறு இதயக் கோளாறுகளையும், பிறவி நோய்களையும் ஏற்படுத்தி விடுகிறது.

எனவே, இதற்கான தடுப்பூசி (M.M.R.) என்ற பெயரில், தட்டம்மை, புட்டாளம்மை (பொன்னுக்கு வீங்கி) நோய்களுக்கான தடுப்பூசியுடன் கிடைக்கின்றன. இதனை, குழந்தைகளுக்கு 9வது மாதம் போட்டுக் கொள்ளலாம்.

இதனைக் கண்டுபிடிப்பதற்கு, தற்சமயம் இரத்தத்தில் பரிசோதனைகள் உள்ளன. `Rubella' வைரஸிற்கு எதிரான `Antibodies'களைக் கண்டறிவதற்கான பரிசோதனையாகும் இது. இதில் `Rubella' வைரஸிற்கு எதிரான IgG மற்றும் IgM antibodies-கள் கண்டறியப்படுகின்றன.

இரத்தத்தில் CMV வைரஸைக் கண்டுபிடிப்பதற்கான பரிசோதனைகள்

இந்த வைரஸ், CMV - Cyto Megalo Virus எனப்படும். இது பலருக்கும் இன்றைய தினம் (+)வாக இருக்கிறது. இது உடலின் பல்வேறு உறுப்புகளையும் பாதிக்கக்கூடியதாகும்.

இதில் இரண்டுவிதமான பரிசோதனைகள் உண்டு. இந்த வைரஸிற்கு எதிராக உண்டாகும் Antibodies-களைப் பரிசோதனை செய்வதில் IgM மற்றும் IgG எனப்படும் antibodies-கள் பரிசோதனை செய்யப்படுகின்றன.

'ஹெர்பஸ் சிம்புலக்ஸ்' வைரஸைக் கண்டுபிடிப்பதற்கான பரிசோதனைகள் (Herpes Simplex Virus Test)

இந்த வைரஸில் இரண்டு வகைகள் உண்டு. HSV1 முதலாம் வகை மற்றும் HSV2 இரண்டாம் வகை என்பன அவை.

இதில் HSV II வகையினை, இரத்தத்தில் பரிசோதனை செய்து அறிந்து கொள்வதற்கு இந்த வைரஸிற்கு எதிராக உருவாகும் Antibodies உதவுகின்றன. இந்த வைரஸிற்கு எதிராக, IgM மற்றும் IgG வகை antibodies-கள் உருவாகின்றன.

'எய்ட்ஸ்' வைரஸ் நோயைக் கண்டுபிடிப்பதற்கான பல்வேறு பரிசோதனைகள்

'எய்ட்ஸ்' என்ற இந்த வைரஸ் நோய் இன்று உலகத்தையே ஆட்டிப் படைத்துக் கொண்டிருக்கிறது. தமிழக எய்ட்ஸ் கட்டுப்பாட்டு வாரியத்தின் மூலமாக இன்று கிராமத்தில் வாழும் மக்கள்கூட இந்த நோய் குறித்து ஓரளவு அறிந்து வைத்திருக் கிறார்கள். இதனைக் குறித்து முதலில் நிலவிய பீதியும், பயமும் போய் ஓரளவு தெளிவும், விழிப்புணர்வும் மக்களிடம் ஏற்பட்டுள்ளது.

யாரையும் பார்த்தவுடன் 'எய்ட்ஸ்' உள்ளவரா? இல்லையா? என்பதைக் கண்டறிய முடியாது. இரத்தப் பரிசோதனை மூலமாகத்தான் இதனைக் கண்டுபிடிக்க முடியும். இதற்கென பல்வேறு பரிசோதனைகளும் உள்ளன.

'எய்ட்ஸ்' நோயைக் கண்டறிவதற்கு இரண்டுவிதமான பரிசோதனைகள் இரத்தத்தில் செய்யப்படுகிறது.

'எய்ட்ஸ்' நோய்க்கான பரிசோதனைகள்

1. உடலின் எதிர்ப்புத்திறன் குறைந்ததைக் கண்டறிவதற்கான பரிசோதனைகள் (Tests for Immuno deficiency)
2. 'எய்ட்ஸ்' நோயை ஏற்படுத்தும் வைரஸினைக் கண்டறிவதற் கான பரிசோதனைகள் (Specific Tests for HIV Infection)

உடலின் எதிர்ப்புத்திறன் குறைந்ததைக் கண்டுபிடிப்பதற்கான பரிசோதனைகள்

வெள்ளையணுக்களின் மொத்த எண்ணிக்கை (Total Count Leucopenia)

TC எனப்படும் வெள்ளையணுக்களின் மொத்த எண்ணிக்கை வெகுவாகக் குறைந்துவிடும். இது சாதாரணமாக, 4,000 முதல் 11,000 வரை காணப்படும்.

'லிம்போசைட்' வெள்ளையணுக்களின் எண்ணிக்கை குறைந்து விடுதல் (Lymphopenia)

மொத்த எண்ணிக்கையில் தனிப்பட்ட செல்களான, 'லிம்போசைட்டுகளின்' எண்ணிக்கையும் குறைந்துவிடும். இவை 2,000 செல்களுக்கும் குறைவாக/ஒரு கன மி.மி. அளவில் குறைந்து விடும்.

தகட்டணுக்களின் எண்ணிக்கை குறைந்து விடுதல் (Thrombocytopenia)

இரத்த உறைதலில் பெரும் பங்கு வகிக்கும் தகட்டணுக் களின் எண்ணிக்கையும் குறைந்து போகும்.

T4 செல்களின் எண்ணிக்கை குறைதல் (T4 Lymphocytes cells)

லிம்போசைட்டு வெள்ளையணுக்களின் வகையான `T4' வெள்ளையணுக்களின் எண்ணிக்கை குறைந்துவிடும். இந்த ஹெச்.ஐ.வி. வைரஸ் பெரிதும் இந்த வகை வெள்ளை அணுக்களையே தாக்குகிறது.

எதிர்புரதப் பொருட்கள் அதிகரித்தல் (Antibodies)

இரத்தத்தில் IgG மற்றும் IgA எதிர்புரதப் பொருட்கள் அதிகரித்து விடும்.

செல்களின் பலனால் ஏற்படும் எதிர்ப்புத்திறன் குறைதல்

உடலின் எதிர்ப்பிற்குப் பயன்படும் பல்வேறு வெள்ளையணு செல்களின் எண்ணிக்கை குறைந்து விடும்.

கழலை திசுப் பரிசோதனை (Lymph node biopsy)

'கழலை'யினை எடுத்து பரிசோதனை செய்தால், அதில் பல்வேறு மாற்றங்களும் தெரியவரும்.

'எய்ட்ஸ்' வைரஸைக் கண்டுபிடிப்பதற்கான பரிசோதனைகள்

இதில் மூன்று வகை பரிசோதனைகள் உள்ளன.

1. ஹெச்.ஐ.வி. வைரஸின் ஆன்டிஜினைக் கண்டறிவதற்கான பரிசோதனை

2. இந்த வைரஸிற்கு எதிராகத் தோன்றும் பல்வேறு எதிர்ப்பு புரதப் பொருட்களை (Antibodies) கண்டறிவதற்கான பரிசோதனைகள்

3. வைரஸைப் பிரித்தெடுத்து அறியும் முறை

'எய்ட்ஸ் ஆன்டிஜீன்' பரிசோதனை (P24 Antigen)

இந்த 'ஆன்டிஜின்' பரிசோதனையின் மூலமாக 'எய்ட்ஸ்' வைரஸின் முக்கிய ஆன்டிஜினான P24 ஆன்டிஜின் இரத்தப் பரிசோதனையின் மூலம் கண்டறியப்படும்.

இரத்தம் செலுத்தி, அதனால் 'எய்ட்ஸ்' நோய் வந்திருந்தால் இந்த 'P24 ஆன்டிஜின்' இரத்தம் செலுத்திய இரண்டாவது வாரத்திலேயே இரத்தப் பரிசோதனையின் மூலமாகத் தெரிந்து விடும்.

ஊசியின் மூலமாகவோ, பிற காரணங்களினாலோ ஏற்பட்டால், சிறிது தாமதமாகவே இந்த 'ஆன்டிஜின்' தெரிய வரும். அதன்பிறகு, உடலின் எதிர்ப்புரதங்கள் இந்த வைரஸிற்கு எதிராகத் தோன்றத் தொடங்கிய பிறகு, இந்த 'ஆன்டிஜின்' இரத்தப் பரிசோதனையில் தென்படுவதில்லை.

பிறகு, எய்ட்ஸ் நோயாளி நீண்ட காலமாக நோய் அறிகுறிகள் இல்லாத காலத்திலும் இந்த P24 ஆன்டிஜின் தென்படுவதில்லை. அதன்பிறகு நோயாளிக்கு நோய் அறிகுறிகள் தென்படத் தொடங்கிய பிறகு மீண்டும் இரத்தத்தில் இந்த P24 ஆன்டிஜின் தென்படத் தொடங்கும்.

எனவே, எய்ட்ஸ் நோயாளி ஒருவருக்கு P24 ஆன்டிஜின் பரிசோதனை செய்து அது இல்லை என்பதற்காக அவருக்கு

'எய்ட்ஸ் நோய்' இல்லை என்பதை உடனடியாகத் தீர்மானித்து விட முடியாது.

'எய்ட்ஸ்' வைரஸிற்கான எதிர்புரதப் பொருட்களின் பரிசோதனைகள் (Antibody Detection)

இதனை அடிப்படையாக வைத்து பல்வேறு எளிய பரிசோதனைகளும் உருவாக்கப்பட்டுள்ளன. இவைதான் இன்று அதிக அளவு பரிசோதனைக் கூடங்களில் செய்யப்படுகிறது.

ஆனால், ஒருவரின் உடலுக்குள் ஏதாவது காரணத்தினால் வைரஸ் நுழைந்து விட்டால் உடனடியாக, அவருக்கு இரத்தப் பரிசோதனை செய்து பார்க்கும்போது இந்த 'ஆன்டிபாடீஸ்' பரிசோதனையின் மூலம் நோயைக் கண்டுபிடிக்க முடியாது. அதற்கு குறைந்தது நான்கு வாரங்களுக்கு மேல் ஆகலாம். எட்டு வாரத்திற்குள் தெரியலாம். இந்தக் காலகட்டத்தை `Window Period' என்று கூறுகிறார்கள். பெரும்பாலும் இரண்டு மாதம் முதல் ஆறு வாரங்கழித்துதான் இப்பரிசோதனை மூலம் தெரியத் தொடங்கும். எனவே, ஒருவர் உடலுறவு செய்துவிட்டு வந்தபிறகு, உடனடியாக பரிசோதனை செய்து, தனக்கு 'எய்ட்ஸ்' நோய் வரவில்லை என்று கூறிவிட முடியாது. அதன்பிறகு ஆறு மாதம் வரை பரிசோதனை செய்தபிறகே, அவருக்கு 'எய்ட்ஸ்' கிருமியால் பாதிப்பு ஏற்படவில்லை என்பதை உறுதியாகக் கூறமுடியும்.

இந்த வைரஸ் பரிசோதனையிலும், இரண்டுவிதமான Antibodies-கள் உருவாகின்றன. ஒன்று `IgM antibodies' மற்றது `IgG antibodies'. முதலாவது தோன்றிய பின்பு 8 முதல் 10 வாரங் களுக்குள் மறைந்துவிடும். அதன்பிறகு IgG antibodies உருவாகத் தொடங்கும். அதன்பின் அவை அதிகரித்துக் கொண்டே வரும்.

இந்தப் பரிசோதனைகள் பொதுவாக இரண்டு நிலைகளாக/ இரண்டு பரிசோதனைகளாகச் செய்யப்படுகின்றன.

முதலாவது பரிசோதனையில், ஒருவருக்கு நோய் ஏற்பட்டுள்ளதா இல்லையா என்பதை வேகமாகவும், எளிதாகவும் செய்து கண்டுபிடிக்கும் பரிசோதனை முறையாகும். இதனை screening பரிசோதனை என்று கூறுவார்கள்.

முதல் பரிசோதனையில் ஹெச்.ஐ.வி.யின் பாதிப்பு உள்ளது என்பதை இரண்டாவது பரிசோதனையில், அறிந்தவர்களுக்கு அதனை உறுதி செய்வதற்கான மற்றுமொரு பரிசோதனையைச் செய்து அதன்பிறகே, அவருக்கு 'எய்ட்ஸ்' நோயின் பாதிப்பு உள்ளது என்பதை ஊர்ஜிதம் செய்வார்கள்.

ஏனென்றால், முதலில் செய்யப்படும் பரிசோதனையில் சிலருக்கு ஹெச்.ஐ.வி.யின் பாதிப்பு இல்லாமல்கூட பல்வேறு காரணங்களினால் உள்ளது போன்ற முடிவுகள் வந்து விடலாம். (False Positive Results)

இனி இந்தப் பரிசோதனைகள் இரண்டையும் காணலாம்.

பல்வேறு முதல் பரிசோதனைகள்

முதல் பரிசோதனையில் பல்வேறு பரிசோதனைகள் உள்ளன. இவற்றை ஒன்றன்பின் ஒன்றாகக் காணலாம்.

(அ) 'எலிசா' பரிசோதனை (Elisa Tests)

எளிதாகச் செய்யப்படும் ஆரம்பநிலை பரிசோதனையில் மிகவும் முக்கியமானது 'எலிசா' பரிசோதனையாகும்.

இப்பரிசோதனையில், ஹெச்.ஐ.வி. வைரஸின் ஆன்டிஜின் பயன்படுத்தப்படுகிறது. இவை, T-வகை லிம்போசைட்களில் வளரும் வைரஸிலிருந்து பெறப்படுகிறது. நோயாளியின் இரத் தத்தை எடுத்து, அதிலிருந்து serum-மை பிரித்தெடுக்கும்போது, அந்த நோயாளி ஹெச்.ஐ.வி. வைரஸினால் பதிக்கப்பட் டிருந்தால் அவரது Serum-ல் Antibodies உண்டாகியிருக்கும். அவை வைரஸ் ஆன்டிஜினோடு சேரும். இதனால், அதில் சேர்க்கப்பட்டிருக்கும் 'நொதியினால்' நிறம் மாற்றம் வெளிப்படும். இதனைக் கொண்டு நோயாளிக்கு HIV வைரஸிற்கு எதிரான Antibodies உருவாகி இருப்பது கண்டுபிடிக்கப்படும்.

ஆனால், மூட்டு வாத நோய்கள், லிம்போசைட்டுகளுக்கு எதிராகத் தோன்றியுள்ள Antibodies-களும் இதுபோலவே, ஹெச்.ஐ.வி. வைரஸின் ஆன்டிஜினோடு இணைந்து வினை புரிந்து விடுவதால் False Positive Result வந்துவிடும். எனவே, இதில் மாற்றம் செய்யப்பட்டு, தற்சமயம் செய்யப்படுகிறது.

இதில் `IgM' antibody-ஐ வைத்து செய்யப்படும் பரிசோதனையும் உள்ளது.

(ஆ) Fujirebio Agglutination Tests

இந்த பரிசோதனையில் வைரஸின் ஆன்டிஜீன் 'ஜெலாட்டீன்' பொருளோடு இணைக்கப்பட்டு அதன்பிறகு, நோயாளியின் Serum எடுத்து பரிசோதனை செய்யப்படுகிறது. இதிலும் `False Positive' வினைகள் ஏற்பட வாய்ப்புகள் உண்டு.

Karpas Test

இதில் ஹெச்.ஐ.வி. கிருமிகள் பாதிக்கப்பட்ட செல்களை 'டெப்லான்' பூசப்பட்ட slide-ல் நோயாளியின் serum-த்துடன் சேர்த்து அதன்பிறகு `Peroxidase' நொதியுடன் சேர்த்து அதனால் ஏற்படும் நிறத்தை வைத்து நோயைக் கண்டுபிடிக்கலாம்.

(இ) Indirect Immunofluorescence

இது P24 ஆன்டிஜினுக்கு எதிராக உருவாகும் `Antibodies-I கண்டறியும் பரிசோதனையாகும். இதில் Anti-P24 Antibodies-ஐ கண்டறிவார்கள். இதில் இரத்தத்தை எடுத்தும் பரிசோதனை செய்யலாம். சிறுநீர், உமிழ்நீர் போன்றவற்றின் மூலமாகவும் பரிசோதனை செய்யலாம்.

(ஈ) `Western Blot' பரிசோதனை

இந்தப் பரிசோதனையின் மூலமாக, 'எய்ட்ஸ்' நோய் இருப்பதை உறுதி செய்யலாம். இப்பரிசோதனை ஹெச்.ஐ.வி. வைரஸ்-ஐ உறுதி செய்யும் பரிசோதனையாகும்.

இது 'வைரஸின் புரதத்தை'க் கண்டுபிடிப்பதற்கான பரிசோதனையாகும். இது மிகவும் நுட்பமான பரிசோதனை யாகும். Elisa பரிசோதனையில் (+) வந்தவர்களுக்கு இப்பரிசோதனை செய்யப்படுகிறது.

○

47. இணைப்பு திசு நோய்கள் / மூட்டுவாத நோய்களைக் கண்டறிவதற்கான பரிசோதனைகள்

Rheumatoid Factor (RF) வாத நோயைக் கண்டறிவதற்காக செய்யப்படும் இரத்தப் பரிசோதனை

இதில் `Rheumatoid Factor' என்ற பொருள் இவர்களது இரத்தத்தில் மிகுந்துள்ளதா என்பதைக் கண்டறிவதற்காகச் செய்கிறார்கள். இவை Immunoglobulinsகளாகும். இவற்றில் IgG மற்றும் IgM வகைகள் உண்டு. இவை IgGயிலுள்ள `Fc' பகுதியுடன் இணையும். இதை அடிப்படையாக வைத்து இப்பரிசோதனை செய்யப்படுகிறது. பொதுவாக, ஆய்வுக்கூடத்தில் பரிசோதனை IgM வகைக்காகச் செய்யப்படுகிறது. இதில் பல வகைகள் உண்டு.

1. Rose-Waaler. Sheep cell Agglutination Test (SCAT)
2. Human Erythrocyte Agglutination Test (HEAT)
3. Differential Agglutination Test (DAT)
4. Latex Slide Test

இதன் அளவு:

இது சராசரி மனிதருக்கு 20 I.U. என்ற அளவில் ஒரு மிலி. இரத்தத்தில் காணப்படும்.

(<20 1.u/ml) வாதநோய் உள்ளவர்களுக்கு (Rheumatoid Arthritis) இதன் அளவு இரத்தத்தில் மிகுதியாகக் காணப்படும்.

ANA Screen பரிசோதனைகள்

(Anti-Nuclear Antibodies பரிசோதனைகள்)

பல்வேறு இணைப்பு திசு நோய்களில் பாதிக்கப்பட்டவர்களுக்கும், SLE நோயினால் பாதிக்கப்பட்டவர்களுக்கும் இவ்வகைப் பரிசோதனைகள் செய்யப்படுகின்றன. இவர்களுக்கு உடலிலுள்ள பல்வேறு உறுப்புகளுக்கு எதிராக `Antibodies'-கள் உண்டாகும். இவை, அந்த உறுப்பிற்கு எதிராகச் செயல்பட்டு, அவற்றைப் பாதிப்படையச் செய்யும். இதில் பல்வேறு `Antibodies'கள் உண்டு.

`RF' பரிசோதனை

இப்பரிசோதனை வயதானவர்களுக்கும் (+) ஆக வரும். மேலும் பல்வேறு இணைப்பு திசு நோய்களிலும் இவை (+) ஆக வரும்.

அத்துடன் நீண்ட நாட்களாக உள்ள தொற்று நோய்களின் பாதிப்பு, அழற்சி ஆகியவற்றினாலும், இவை (+) ஆக இருக்கும்.

குறிப்பாக, காச நோய், சீபீலிஸ் நோய், தொழுநோய், யானைக்கால் நோய், கல்லீரல் அழற்சி நோய், முத்த நோய், இதய உட்சுவர் பாதிப்பு நோய் ஆகியவற்றில் இந்தப் பரிசோதனை (+) ஆக இருக்கும்.

ESR பரிசோதனை

வாத நோய் கண்டவர்களுக்கு, இரத்த சிவப்பணுக்களின் படியும் தன்மையும் அதிகரித்து இருக்கும்.

Ab To ds DNA பரிசோதனை

ANTi Tpo பரிசோதனை

AVTi Tg பரிசோதனை

IgA Ab To TB பரிசோதனை

ANTi Cardiolipin Ab IgG பரிசோதனை

இவ்வாறு இதில் பல்வேறு பரிசோதனைகள் உள்ளன.

`Anti nuclear Antibody' பரிசோதனை

இந்தப் பரிசோதனையில், இதன் அளவு 40 I.U. என்ற அளவிற்கும் குறைவாக ஒரு மி.லி. இரத்தத்தில் காணப்படும். (<40.1 u/ml)

Indirect Immuno Fluorescence

இவர்களுக்கு இப்பரிசோதனை செய்வதன் மூலம் 90 சதவீதம் SLE நோயாளிகளுக்கு இதன் பாதிப்பு இருப்பதைக் கண்டறிந்து கொள்ளலாம்.

இவர்களுக்கு Anti DNA Antibodies அதிகமாகக் காணப்படும். C3 & C4 Complement வகைகள் குறைவாக இருக்கும்.

Lupus Anticoagulant (Cardiolipin Antibody) மற்றும் Anti Phospholipid Antibody வகைகளும் மிகுந்து காணப்படும்.

ESR பரிசோதனை

இவர்களுக்கும், இரத்த சிவப்பணுக்களின் படியும் தன்மை அதிகரித்து விடும்.

CRP புரதம்

இதன் அளவும் அதிகரித்து இருக்கலாம்.

பிற பரிசோதனைகள்

இவர்களுக்கு இரத்த சோகை இருக்கும். இரத்த வெள்ளை அணுக்களின் எண்ணிக்கையும் குறைந்து விடும்.

தகட்டணுக்களின் எண்ணிக்கையும் குறைவாகக் காணப்படும்.

○

48. ஆய்வுக்கூடத்தில் நோய்க்கிருமிகளை வளர்த்து பரிசோதனை செய்தல் (Culture of Micro Organisms)

பல்வேறு நோய்க்கிருமிகளும் மனித உடலைத் தாக்கி நோயை உண்டாக்குகின்றன. இதனை அறிந்து கொள்ளப் பல்வேறு பரிசோதனைகளைச் செய்ய வேண்டியுள்ளது. பாதிக்கப்பட்ட பகுதியிலிருந்தோ, இரத்தத்திலிருந்தோ சிறுநீரிலிருந்தோ, மலம், உமிழ்நீரிலிருந்தோ இக்கிருமிகளைக் கண்டறியும் பரிசோதனைகள் உள்ளன.

சில நேரங்களில், இரத்தத்தில் நேரடியாகவே, இக்கிருமிகள் இருப்பதைக் கண்டறிய முடியாது. ஆனால், இக்கிருமிகள் உள்ள

இரத்தத்தை ஆய்வுக்கூடத்தில் வைத்து வளர்த்தால், அவை பன்மடங்காக வளர்ந்துவிடும். அதன்பிறகு இதனைப் பரிசோதனை செய்து இவை எந்த வகை நோய்க்கிருமிகள் என்பதைத் தெரிந்து கொள்ளலாம்.

இவ்வாறு இக்கிருமிகளை வளர்ப்பதற்கென பல்வேறு 'வளர்ப்புத் தட்டுகள்' உள்ளன. இவற்றில் பல்வேறு சத்துக்களும் நிரம்பி இருப்பதால், கிருமிகள் இதில் நன்கு வளரும். இவை, கிருமிகள் வளர்வதற்கேற்ற சூழ்நிலையில், குறிப்பிட்ட சீதோஷ்ண நிலையில், அசையாமல் ஆய்வுக்கூடத்தில் வைக்கப் படும்.

அதன்பிறகு, குறிப்பிட்ட காலம் கழித்து, இந்தத் தட்டுகளில் வளர்ந்துள்ள கிருமிகளை எடுத்து ஆய்வு செய்வார்கள். இதன் மூலம், எவ்வகை நோய்க்கிருமிகள் இந்த நோயை ஏற்படுத்தின என்பதைக் கண்டறிவார்கள்.

இரத்தத்திலுள்ள கிருமிகளை வளர்ப்பதற்கு ஆய்வுக் கூடத்தில் திரவ வளர்ப்பு சாதனங்களையே (Liquid Media) பயன்படுத்துகிறார்கள்.

உடலில் ஓரிடத்தில் தொற்றுநோயின் தாக்கம் இருந்து அது முறையாக நுண்ணுயிர்க்கொல்லி மருந்துகளால் சிகிச்சை செய்யப்படாவிட்டால், அக்கிருமிகள் இரத்தத்தில் புகுந்து, உடலெங்கும் பரவி விடும். இரத்தத்தில் கிருமிகள் அதிகரித்து பெருகிவிடுவதை `Septicaemia' என்று கூறுவார்கள். இது உயிருக்கே ஆபத்தான நிலையாகும். இவர்களுக்கு 'இரத்தத்தில் culture' செய்து எந்த வைரஸ் கிருமியினால் இப்பாதிப்பு ஏற்பட்டது என்பதைக் கண்டறிய வேண்டும். எங்கிருந்து நோய்க்கிருமிகள் வந்தன என்பதை அறிந்து அதற்கேற்ப சிகிச்சை செய்ய வேண்டும்.

டைபாய்டு, ப்ரூசேல்லா போன்ற நோய்களிலும் இரத்தம் culture செய்யப்பட்டு, அந்த வகைக் கிருமிகள், culture media-வில் வளருகின்றனவா? என்பது ஆராயப்படும்.

○

49. இரத்தத்தில் மருந்துகளின் அளவைக் கண்டறியப் பயன்படும் பரிசோதனைகள்

பல்வேறு நோய்களுக்கு ஆட்பட்டவர்கள் தங்கள் நோயைப் போக்க மருந்துகளை உட்கொள்வது அவசியமாகிறது.

இவ்வாறு மருந்துகளை உட்கொள்ளும்போது, அவை கல்லீரலில் மாற்றமடைகின்றன. பிறகு, சிறுநீரகத்தால் பல்வேறு பொருட்களாக மாற்றப்பட்டு வெளியேறுகின்றன. எனவே, கல்லீரலும் சிறுநீரகமும் சீராகச் செயல்பட்டால்தான், இப்பொருட்களை வெளியேற்ற முடியும். இல்லையென்றால், இப்பொருட்களின் அளவு இரத்தத்தில் அதிகரித்து அவை உடலைப் பாதித்துவிடும்.

எனவே, இதுபோன்ற பாதிப்பு உள்ளவர்களுக்கும், உயிரைக் காக்கின்ற பல்வேறு மருந்துகளைக் கொடுக்க வேண்டிய சூழ் நிலையில், இம்மருந்துகளின் அளவை இரத்தத்தில் அறிந்து கொண்டு அதற்கேற்ப கொடுக்கப்பட வேண்டியது மிகவும் அவசியமாகும். அப்போதுதான் நோயாளிக்கு மருந்தினால் கிடைக்க வேண்டிய பயனும் கிடைக்கும்; மருந்துகளினால் உடல் பாதிப்பும் ஏற்படாது.

எனவே, மருந்துகளைக் கொடுக்கின்ற அதே வேளையில் அவற்றின் அளவை இரத்தத்தில் கணக்கிட்டு, கண்காணிக்க வேண்டும். எனவே, இதற்கான இரத்தப் பரிசோதனைகளை `Therapeutic Drug Monitoring' என்று கூறுகிறார்கள்.

இரத்தத்தில் மருந்துகளின் அளவைக் கண்காணித்தல்

இப்பரிசோதனை முறை மூலமாக, பின்வரும் பல்வேறு மருந்துகளும் இரத்தத்தில் எந்த அளவு இருக்கின்றன என்பது கண்காணிக்கப்படுகிறது.

Digoxin (டீஜாக்ஸின்)

இது இதய நோயாளிகளுக்குத் தரப்படும் மருந்தாகும்.

Carbamazepine

இது நரம்பியல் தொடர்பான கோளாறுகளுக்கும், வலிப்பிற்கும் பயன் தரும்.

Phenytoin, Valproic Acid, Phenbarbital இம்மருந்துகள் பல்வேறு வலிப்பு நோய்களுக்கும் பயன் தருகின்றன.

Gentamycin, Amikacin போன்ற Aminoglycosides-ஐ சேர்ந்த மருந்துகளும், நுண்ணுயிர்க்கொல்லி மருந்தான Vancomyain-களின் அளவுகள் இரத்தத்தில் ஆராயப்படும்.

Gentamycin - Aminoglycosides வகையைச் சேர்ந்த மருந்தாகும். இம்மருந்தைக் கொடுக்கின்ற போது, சிறுநீரகக் கோளாறுகள் இருந்தால் மிகவும் கவனமாக இரத்தப் பரிசோதனை செய்துகொண்டு கொடுக்க வேண்டும்.

○

50. இரத்தத்தில் செய்யப்படும் பிற பரிசோதனைகள்

மொத்த Macroglobulin பரிசோதனை

இது இரத்தத்தில் 70 முதல் 430 மி.கி. என்ற அளவில் ஒரு டெசி. லிட்டர் இரத்தத்தில் காணப்படும். (அதாவது 0.7 முதல் 4.3 கிராம் என்ற அளவில் ஒரு லிட்டர் இரத்தத்தில் இருக்கும்)

இரத்தத்தில் Methemoglobin அளவைக் கண்டறிதல்

இது 0 முதல் 0.24 கிராம் என்ற அளவில் ஒரு டெசி. லிட்டர் இரத்தத்தில் காணப்படும்.

மொத்த ஹீமோகுளோபீன் அளவில் ஒரு சதவீதத்திற்கும் குறைவாக இருக்கும் Methemoglobin.

இரத்தத்தில் Mucoprotein அளவு

இரத்தத்தில் இந்த வகை புரதத்தின் அளவு 80 மி.கி. முதல் 200 மி.கி. என்ற அளவில் ஒரு டெசி. லிட்டர் இரத்தத்தில் இருக்கும்.

அதாவது, 0.8 முதல் 2 கிராம் என்ற அளவில் ஒரு லிட்டர் இரத்தத்தில் காணப்படும்.

Non Protein Nitrogen அளவு இரத்தத்தில்

புரதமல்லாத பொருள்களில் இருந்து கிடைக்கப்பெறும் Nitrogen, Non-Protein Nitrogen எனப்படும். இது பிளாஸ்மாவில் 20 முதல் 35 மி.கி. என்ற அளவில் ஒரு டெசி. லிட்டர் இரத்தத்தில் காணப்படும். (அதாவது 14.3 முதல் 25 mmol என்ற அளவில் ஒரு லிட்டர் இரத்தத்தில் இருக்கும்.)

மொத்த இரத்தத்தில் 25 முதல் 50 மி.கி. என்ற அளவில் ஒரு டெசி. லிட்டர் இரத்தத்தில் காணப்படும். (17.9 முதல் 35.7 mmol என்ற அளவில் ஒரு லிட்டர் இரத்தத்தில் இருக்கும்.

இரத்த Osmolality அளவினைக் கண்டறிதல்

இது 280 முதல் 295 mosm/kg என்ற அளவில் இருக்கும். அதாவது 280 முதல் 295 mmol லிட்டர் இரத்தத்தில் என்ற அளவில் இருக்கும்.

இரத்தத்தில் ஆக்ஸிஜனின் அளவு (O2 Level Content)

தமனி இரத்தத்தில் இது 15 முதல் 23 சதவீதம் இருக்கும்.

சிவப்பணுவிலுள்ள 'ஹீமோகுளோபீனோடு' சேர்க்கை 91 முதல் 100 சதவீதம் வரை இருக்கும்.

O2 அழுத்தம் தமனி இரத்தத்தில்

இது 95 முதல் 100 mm/+1 என்ற நிலையில் இருக்கும். 12.64 முதல் 13.30 Kpa என்ற அளவில் இருக்கும்.

Phenylalanine இரத்தத்தில் பரிசோதனை செய்தல்

இது ஒரு டெசி. லிட்டர் இரத்தத்தில் பெரியவர்களுக்கு 3 மி.கி. அளவிற்கும் குறைவாக இருக்கும் <3 மிகி/dl) அதாவது 0.18 mmol/லிட்டர் என்ற அளவில் இருக்கும்.

பிறந்த குழந்தைகளுக்கு இதன் அளவு 1.2 முதல் 3.5 மிகி/ டெசி. லிட்டர் என்ற அளவில் இருக்கும். அதாவது 0.07 முதல் 0.21 mmol/லிட்டர் என்ற அளவில் இருக்கும்.

இரத்தத்தில் காணப்படும் Protoporphyrin அளவிற்கான பரிசோதனை

இதனை சிவப்பணுவில் பரிசோதனை செய்வார்கள். இது 15 முதல் 30 மி.கி./ஒரு டெசி. லிட்டர் இரத்தத்தில் இருக்கும். (அதாவது 0.27 முதல் 0.90 mmol*/லிட்டர் என்ற அளவில் இருக்கும்.)*

Protoporphyrin *என்ற இப்பொருள் சிவப்பணுவிலுள்ள நிறமியான ஹீமோகுளோபீனைத் தயாரிக்க உதவுகிறது.* Porphyria *என்ற நோயில் இதன் பல்வேறு பொருட்களும் இரத்தத்தில் மிகுந்து சிறுநீரில் வெளிப்படும். இவர்களுக்குப் பல்வேறு நொதிகளின் குறைபாடு காரணமாக இந்தக் குறைபாடு ஏற்படும். இது பரம்பரை நோயாக ஏற்படும். இவர்களுக்குப் பல்வேறு மருந்துகளினாலும், மதுவினாலும், சூரிய ஒளியினாலும் உடல் பாதிப்பு அடையும்.*

இரத்தத்தில் Pyruvate-ன் அளவினைக் கண்டறிதல்

இரத்தத்தில் இதன் அளவு 0.3 முதல் 0.9 மி.கி./டெசி லிட்டர் என்ற அளவில் இருக்கும். (அதாவது 34 முதல் 103 μmol*/லிட்டர் என்ற அளவில் காணப்படும்.*

சல்பேட் 0.9 முதல் 6 மி.கி/டெசி லிட்டர் என்ற அளவில் இருக்கும். அதாவது 0.09 முதல் 0.62 mmol*/லிட்டர் என்ற அளவில் காணப்படும்.*

'யூரியா நைட்ரஜன்' இரத்தத்தில் கண்டறிதல் (Urea Nitrogen Level in Blood)

இது இரத்தத்தில் 8 முதல் 23 மிகி/ஒரு டெசி லிட்டர் இரத்தத்தில் காணப்படும்.

(அதாவது 2.9 முதல் 8.2 mmol*/ஒரு லிட்டர் இரத்தத்தில் காணப்படும்.)*

சிறுநீரகக் கோளாறு உள்ளவர்களுக்கு இதன் அளவு அதிகரித்துக் காணப்படும்.

இரத்தத்தில் யூரிக் அமிலத்தின் அளவைக் கண்டறிதல் (Uric Acid in Blood)

ஆண்களுக்கு

யூரிக் அமிலம், ஆண்களுக்கு 4 முதல் 8.5 மி.கி/ஒரு டெசி. லிட்டர் இரத்தத்தில் காணப்படும். (அதாவது 0.24 முதல் 0.5 mmol/*லிட்டர் இரத்தத்தில் காணப்படும். இதன் அளவு* `Gout' *நோயில் அதிகரித்து (மூட்டுவாத நோயில்) இருக்கும்.*

பெண்களுக்கு

பெண்களுக்கு, இதன் அளவு 2.7 முதல் 7.3 மிகி./ஒரு டெசி லிட்டர் இரத்தத்தில் காணப்படும். (அதாவது 0.16 முதல் 0.43 mmol/*லிட்டர் என்ற அளவில் காணப்படும்.*

இரத்தத்தில் வைட்டமின் A-யின் அளவு

இரத்தத்தில் வைட்டமின் A-*யின் அளவு 20 முதல் 100*μg/*டெசி. லிட்டர் இரத்தத்தில் காணப்படும். (அதாவது 0.7 முதல் 3.5* μmol/*லிட்டர் இரத்தத்தில் இருக்கும்.*

வைட்டமின் B12 இரத்தத்தில் காணப்படும் அளவு

இதன் அளவு இரத்தத்தில் 160 முதல் 950 pg/*ஒரு மிலி இரத்தத்தில் காணப்படும். (அதாவது 118 முதல் 730* pmol/*ஒரு லிட்டர் இரத்தத்தில் காணப்படும்.*

வைட்டமின் B12ன் சேரும் தன்மை (B12 Binding Capacity)

இதன் அளவு 1000 முதல் 2000 pg/*மிலி என்ற நிலையில் இருக்கும். (அதாவது, 740 முதல் 1480* pmol/*ஒரு லிட்டர் இரத்தத்தில் இருக்கும்.)*

இரத்தத்தில் Zinc-ன் அளவு

இது இரத்தத்தில் 75 முதல் 120 μg/*டெசி. லிட்டர் என்ற அளவில் இருக்கும். (அதாவது, 11.5 முதல் 18.5* μmol/*ஒரு லிட்டர் இரத்தத்தில் காணப்படும்.)*

உணவு பற்றாக்குறை நோய்களில் பல்வேறு வைட்டமின் களின் அளவும் இரத்தத்தில் குறைந்து காணப்படும்.

Xylose கிரகிக்கப்படும் அளவை இரத்தத்தில் பரிசோதனை செய்தல்

இது சாதாரணமாக 25 முதல் 40 மிகி/ஒரு டெசி. லிட்டர் இரத்தத்தில் உட்கொண்ட 1-2 மணி நேரத்திற்குள் இருக்கும். (அதாவது, 1.68 முதல் 2.68 mmol/ஒரு லிட்டர் இரத்தத்தில் இருக்கும்).

உணவு ஜீரண / உட்கிரகிக்கப்படும் கோளாறுகளில் அதிகபட்சமே 10 மி.கி./ஒரு டெசி. லிட்டர்தான் காணப்படும்.

இரத்தத்தில் இரும்புச்சத்தின் அளவு அறிதல்

(Iron in Blood)

மொத்த இரும்புச்சத்தின் அளவு அறிதல்

இது இரத்தத்தில் 60 முதல் 150 μg/டெசி. லிட்டர் என்ற அளவில் காணப்படும். (அதாவது 11 முதல் 27 μmol/லிட்டர் என்ற அளவில்)

இரும்புச்சத்து நாம் உட்கொள்ளும் உணவிலிருந்து பெறப் படும். சிவப்பணுக்கள் சிதைவடையும் போதும், பெறப்படும் இவை புதிய சிவப்பணுக்களை உற்பத்தி செய்வதற்குப் பெரிதும் பயன் படுகிறது.

இரும்புச்சத்தின் சேரும் தன்மை (Iron binding capacity)

இது இரத்தத்தில் 250 முதல் 400 μg/டெசி. லிட்டர் இரத்தத்தில் காணப்படும். (அதாவது, 54 முதல் 64 μmol/லிட்டர் என்ற அளவில் இருக்கும்.)

இரத்தத்தில் 'லேக்டிக்' அமிலத்தின் அளவைக் கண்டறிதல்

இது இரத்தத்தில் சிரை இரத்தக்குழாயிலுள்ள இரத்தத்தில் 5 முதல் 20 மி.கி./ஒரு டெசி. லிட்டர் இரத்தத்தில் இருக்கும். (அதாவது 0.6 முதல் 2.2 mmol/ஒரு லிட்டர் இரத்தத்தில் இருக்கும்.)

தமனி இரத்தத்தில் 3 முதல் 7 மி.கி./ஒரு டெசி. லிட்டர் இரத்தத்தில் காணப்படும். (அதாவது, 0.3 முதல் 0.8 mmol/லிட்டர் இரத்தத்தில் இருக்கும்.)

இரத்தத்தில் காரீயத்தின் அளவைக் கண்டறிதல் (Lead in the Blood)

இது இரத்தத்தில் 0 முதல் 50 μg/டெசி. லிட்டர் இரத்தத்தில் காணப்படும். (அதாவது 0 முதல் 2.4 μmol/ஒரு லிட்டர் இரத்தத்தில் என்ற நிலையில் இருக்கும்.

‘அல்புமின்’ புரதத்தின் உட்பிரிவுகளும் அதன் இரத்த அளவுகளும்

இரத்தத்தில் Albumin புரதத்தில் Alpha மற்றும் Alpha2 வகைகள் உண்டு.

மொத்த Albumin அளவு

மொத்த Albumin இரத்தத்தில் 3.2 கிராம் முதல் 5.6 கிராம்/டெசி. லிட்டர் இரத்தத்தில் காணப்படும். (32 முதல் 56 கிராம் ஒரு லிட்டர் இரத்தத்தில் இருக்கும்)

Alpha 1 புரதத்தின் அளவு

இதில் Alpha 1 வகை புரதம் 0.1 முதல் 0.4 கிராம்/டெசி. லிட்டர் இரத்தத்தில் இருக்கும். (1 கிராம் முதல் 4 கிராம்/ஒரு லிட்டர் இரத்தத்தில் இருக்கும்.

Alpha 2 புரதத்தின் அளவு

Alpha 2 வகை புரதம் 0.4 முதல் 1.2 கிராம்/ஒரு டெசி. லிட்டர் இரத்தத்தில் இருக்கும். (அதாவது 4 முதல் 12 கிராம்/ஒரு லிட்டர் இரத்தத்தில் இருக்கும்.)

Beta புரதத்தின் அளவு

Beta வகை புரதத்தின் அளவு 0.5 முதல் 1.1 கிராம்/டெசி லிட்டர் இரத்தத்தில் காணப்படும். (5 முதல் 11 கிராம் / ஒரு லிட்டர் இரத்தத்தில் இருக்கும்.)

Gamma புரதத்தின் அளவு

Gamma புரதத்தின் அளவு 0.5 முதல் 1.6 கிராம்/ஒரு டெசி. லிட்டர் இரத்தத்தில் காணப்படும். (5 முதல் 16 கிராம்/ஒரு லிட்டர் இரத்தத்தில் இருக்கும்.)

இரத்தத்தில் Fluoride-ன் அளவு

Fluoride இரத்தத்தில் காணப்படும் முக்கியமான தாது ஆகும். இது 0.05 மி.கி./ஒரு டெசி. லிட்டர் இரத்தத்தில் இருக்கும். (அதாவது 0.27 mmol/லிட்டர் என்ற அளவில் காணப்படும்.

இரத்தத்தில் Fibrinogen-ன் அளவு

இரத்தத்தில் Fibrinogen இது இரத்தம் உறைவதற்குப் பயன்படும் முக்கிய புரதமாகும். இது பிளாஸ்மாவில் காணப்படும். இது 200 முதல் 400 மிகி / ஒரு டெசி. லிட்டர் இரத்தத்தில் இருக்கும். (அதாவது 2 முதல் 4 கிராம் / ஒரு லிட்டர் இரத்தத்தில் இருக்கும்.)

இரத்தத்தில் Folate-ன் அளவு

இது முக்கியமான வைட்டமின் B பிரிவைச் சேர்ந்த நீரில் கரையும் வைட்டமினாகும். இது பிளாஸ்மாவில் இருக்கும்; சிவப்பணுக்களிலும் காணப்படும்.

உடலில் நடைபெறும் பல்வேறு முக்கிய செயல்களுக்கும், வினைகளுக்கும் இது மிகவும் அவசியம். புதிய செல் உருவாக்கத்திற்கும் இது பயன்படுகிறது.

இரத்தத்தில் Bio-Assay முறைப்படி

இது இரத்தத்தில் 5 முதல் 25 ng/மிலி. என்ற அளவில் இருக்கும். (அதாவது 11 முதல் 56 nmol/ஒரு லிட்டர் இரத்தத்தில் காணப்படும்.)

Radio Assay முறைப்படி

இது இரத்தத்தில் 2.3 ng/ஒரு மிலி. இரத்தத்தில் காணப்படும். (5.2 nmol ஒரு லிட்டர் இரத்தத்தில் இருக்கும்.)

Bio Assay சிவப்பணுவில்

இது *166* முதல் *640* ng / ஒரு மிலி. இரத்தத்தில் இருக்கும். (அதாவது *376* முதல் *1452* nmol / ஒரு லிட்டர் இரத்தத்தில் காணப்படும்.)

Radio Assay

இது சிவப்பணுவில் *140* ng / ஒரு மிலி. இரத்தத்தில் இருக்கும். (*318* nmol / ஒரு லிட்டர் இரத்தத்தில் காணப்படும்.)

இரத்தத்தில் 'அமோனியாவின்' அளவு (Ammonia)

இதன் அளவு *20-120* µg/டெசி. லிட்டர் என்ற அளவில் இருக்கும். (Diffusion முறைப்படி) (அதாவது *11.1-67* mmol/ லிட்டர்) *40* µg முதல் *80* µg என்ற அளவில் டெசி. லிட்டர் இரத்ததில் காணப்படும். (Enzymatic) முறைப்படி (அதாவது *22.2* முதல் *44.3* µmol/லிட்டர் என்ற அளவில்). *12* முதல் *48* µg என்ற அளவில்/டெசி. லிட்டர் இரத்தத்தில் காணப்படும். (அதாவது *6.7* முதல் *26.6* µmol/லிட்டர் என்ற அளவில்.)

அஸ்கார்பிக் அமிலத்தின் அளவு இரத்தத்தில் (Ascorbic Acid Level in Blood)

இது பிளாஸ்மாவில் *0.6* முதல் *1.6* மி.கி./டெசி. லிட்டர் என்ற அளவில் இருக்கும். (*34* முதல் *91* µmol/லிட்டர் என்ற அளவில் காணப்படும்.)

மொத்த இரத்தத்தில் *0.7* முதல் *2* மி.கி./டெசி. லிட்டர் என்ற அளவில் இருக்கும். (*40* முதல் *114*/mmol/லிட்டர் என்ற அளவில் காணப்படும்.)

Cephalin Flocculation பரிசோதனை

இதில் *2+* என்ற அளவில் *48* மணி நேர பரிசோதனையில் இருக்கும்.

Thymol Turbidity பரிசோதனை

இதில் *0* முதல் *4* units என்ற அளவு இருக்கும்.

இரத்தத்தில் பீட்டா கேரட்டீனின் அளவு (Beta Carotene Level)

'பீட்டா கேரட்டீன்' என்ற சத்து, உடலுக்கு மிகவும் தேவையான சத்தாகும். இச்சத்து, 'கேரட்டில்' மிகுந்து

காணப்படும். மேலும், மஞ்சள் நிறப் பழங்களிலும், காய்களிலும் இச்சத்து மிகுந்து காணப்படும். பப்பாளிப்பழம், பூசணிக்காய் முதலியவற்றிலும் இச்சத்து அதிகமாக உள்ளது. கடல் பாசி வகைகள் பலவற்றிலும் இச்சத்து காணப்படும்.

இவை வைட்டமின் `A' வகையினைச் சேர்ந்தவையாகும். இவற்றை உண்டபின்பு, இவை ஜீரணிக்கப்பட்டு வைட்டமின் A-ஆக மாற்றப்படும். இவை கண் பார்வைக்கும், மெல்லிய 'எப்பீதிலியல்' செல்களின் செயல்பாட்டிற்கும், நோய் எதிர்ப்புத் திறனுக்கும் மிகவும் அவசியமாகும்.

மேலும், இவை புற்றுநோய் வராமல் தடுக்கும் ஆற்றல் பெற்றவை. தோலின் பாதுகாப்பிற்கும் இவை அவசியமாகும். இவை `Antioxidant' பண்புகளைப் பெற்றிருப்பதால், `Free Radicals' எனப்படும் தனித்துச் செயல்படும் மூலக்கூறுகள் ஆக்ஸினோடு சேர்ந்து உடல் பாதிப்புகளை ஏற்படுத்தி புற்றுநோயை உண்டாக்கும் தன்மையை இவை தடுத்து நிறுத்த வல்லவை.

இரத்தத்தில் இதன் அளவு

இது சராசரி மனிதனின் இரத்தத்தில் *40* முதல் *200* மிகி./dl என்ற அளவில் காணப்படும். அல்லது *0.74* முதல் *3.72* மைக்ரோ மோல்/லிட்டர் என்ற அளவில் காணப்படும். (*0.74 - 3.72*/µmol/litre.)

○

51. ஆண் விந்தணுவைக் கணக்கிட நவீன பரிசோதனை

இது ஆண்களின் 'விந்து' நீரை எடுத்து பரிசோதனை செய்வதாகும். இதில் விந்து நீரில் காணப்படும் விந்தணுக்களின் அமைப்பு, எண்ணிக்கை, நீந்தும் திறன் ஆகியவையும் ஆராயப்படும்.

பொதுவாக, இப்பரிசோதனையை நுண்ணோக்கியின் மூலமாகத்தான் ஆராய்வார்கள். இவ்வாறு நுண்ணோக்கி

கொண்டு விந்தணுக்களை கணக்கிட அதிக நேரம் பிடிக்கும். ஆனால், புதிய கருவி மூலம் எளிதாக, விரைவாக விந்தணுக் களைக் கணக்கிட முடியும். இதற்காகக் கண்டுபிடிக்கப்பட்டுள்ள கருவி கம்ப்யூட்டர் துணையோடு வேகமாக விந்தணுக்களை கணக்கிடுவதற்கு உதவுகிறது.

இது சுருக்கமாக 'காசா' என்று அழைக்கப்படுகிறது. இதன்மூலம் 30 விநாடிகளுக்குள் 5,000 முதல் 10,000 விந்தணுக்கள் வரை எண்ணிவிடலாம்.

இதிலுள்ள உஷ்ண நிலைமானி விந்தின் வெப்பநிலையைக் கண்டுபிடிக்கும். இந்தக் கருவியிலுள்ள நுண்ணோக்கிக் கருவி, காமிராவின் உதவியோடு படம் எடுத்துத்தர அதனை எளிதாக கம்ப்யூட்டர் எண்ணிவிடும்.

வெளி நாடுகளில் இக்கருவி பிரபலம். இந்தியாவிலுள்ள சில நவீன, 'மலடு நீக்கு மருத்துவமனை'களிலும் இந்த பல லட்சம் மதிப்புள்ள இக்கருவி உள்ளது.

இதில், விந்து நீரில் 0.01 மி.லி. அளவு எடுத்து இக்கருவி யிலுள்ள சேம்பரில் வைத்தாலே எளிதில் இக்கருவி விந்தணுக் களை எண்ணி அறிவித்து விடும்.

அதேபோல, விந்தணுக்கள் எவ்வாறு இயங்குகின்றன என்பதையும் திரையில் காட்டும்.

மேலும், விந்தணுவின் அமைப்பைக் கண்டுபிடிப்பதுடன், தேவைப்பட்டால், இதைத் தாளில் அச்சடித்தும் பெற்றுக் கொள்ளலாம்.

○

52. புற்று நோயைக் கண்டுபிடிக்க எளிய பரிசோதனை முறை (FA)

ஒரு இடத்தில் கட்டி தோன்றியிருந்தால் அது புற்று நோயா என்பதை நோயாளியைப் பரிசோதனை செய்வதன் மூலம் மருத்துவர் கூறிவிடுவார். அதை உறுதிப்படுத்த பல்வேறு

பரிசோதனைகளும் செய்யப்படுகின்றன. அதில் முக்கியமான பரிசோதனை ‘கட்டிப்’ பகுதியை எடுத்து ‘திசுப் பரிசோதனை’ செய்வதாகும். இதன் மூலம்தான், அக்கட்டி புற்று நோய்க் கட்டி என உறுதி செய்ய முடியும். மேலும், அது என்ன வகை செல்களினாலான புற்று நோய் என்றும் கண்டுபிடிக்க முடியும். இவ்வாறு திசுப் பரிசோதனை செய்வதற்கு, வெளிப்புறமாக கட்டி இருந்தால் எளிதாகச் செய்து விடலாம். ஆனால், உட்புறமாகப் பாதிப்பு இருந்தால், அந்த உறுப்பிலிருந்து திசுப்பரிசோதனை செய்ய வேண்டுமானால், அறுவை சிகிச்சை செய்து, அந்த உறுப்பிலிருந்து திசுவை எடுக்க வேண்டும். இதற்காகப் பெரிதாகக் கீறி எடுக்க வேண்டும். இது அறுவை சிகிச்சை போலவே நோயாளிக்குப் பெருந்துயரத்தைத் தரக்கூடியதாக இருந்தது.

எனவே, புதிய ஒரு முறையைக் கையாண்டு புற்று நோயைக் கண்டுபிடிக்க மருத்துவ அறிஞர்கள் யோசித்தார்கள். அதன்படி, நுண்ணிய ஊசியை உட்செலுத்தி, பாதிக்கப்பட்ட திசுவிலிருந்து செல்களை உறிஞ்சி எடுத்து பரிசோதனை செய்யும் முறை நடைமுறைக்கு வந்தது. ஏனெனில், ஓரளவு செல்களை வைத்து அவை புற்று நோய் செல்கள்தானா, இல்லையா என்பதைக் கண்டறிய முடியும்.

இந்த முறையில், நுண்ணிய ஊசியை உட்செலுத்தி, பாதிக்கப்பட்ட உறுப்பு/கட்டியின் உள்ளே புகுத்தி உறிஞ்சுகின்ற போது, அந்த உறுப்பிலிருந்து செல்கள் வெளிப்படும். அதனை, ஒரு கண்ணாடி தகட்டில் வைத்து ‘புற்றுநோய் செல்கள்’ உள்ளனவா என்று பரிசோதனை செய்வார்கள்.

இப்பரிசோதனை பல்வேறு புற்று நோய்களையும் கண்டறிய உதவுகிறது. குறிப்பாக, மூளை, கர்ப்பப்பை முகப்பு (கீழ்ப்பகுதி), மார்பகம் ஆகியவற்றில் புற்று நோய் உள்ளதா என்பதைக் கண்டறிய உதவுகிறது.

○○○

www.ingramcontent.com/pod-product-compliance
Lightning Source LLC
LaVergne TN
LVHW040426051026
849517LV00002B/474